கூகி வா தியாங்கோ

ஆப்பிரிக்க மக்களின் வாழ்க்கையைத் தமது படைப்புகளின் மூலம் உலகுக்குக் காட்டியவர். இவரது நாவல்களும் நாடகங்களும் ஆப்பிரிக்கப் போராட்டத்தின் விளைவாக உருவானவை. இவரது படைப்புகளால் அச்சமுற்ற அரசு, பலமுறை இவரைச் சிறையில் அடைத்துள்ளது.

அமெரிக்காவிலுள்ள பல பல்கலைக்கழகங்களில் பேராசிரியராகப் பணியாற்றியுள்ளார். நியூயார்க் பல்கலைக் கழகத்தில் ஒப்பிலக்கியம் மற்றும் நிகழ்த்துக்கலைத் துறையில் பேராசிரியராகவும் பணியாற்றினார்.

Decolonising the Mind - The Politics of Language in African Literature மற்றும் *Moving the Centre: The Struggle for Cultural Freedom* ஆகிய நூல்களில் தமது படைப்புகளின் அரசியல் குறித்து விரிவாக வாதித்துள்ளார். முதலில் குறிப்பிட்ட நூல் அ. மங்கை அவர்களால் மொழியாக்கம் செய்யப்பட்டுள்ளது.

அ. மங்கை, ஓய்வு பெற்ற ஆங்கிலத் துறைப் பேராசிரியர். பெண்ணியம், அரங்கம், மொழிபெயர்ப்பு ஆகிய துறைகளில் தொடர்ந்து இயங்கி வருபவர். *தேரி காதை, பின் காலனீயம், பாசிசம், என் நினைவில் சே, தண்டோராக்காரர்கள், உரக்கப் பேசு: சப்தர் ஹஷ்மியின் மரணமும் வாழ்வும்* ஆகிய நூல்களை ஆங்கிலத்தில் இருந்து தமிழுக்கு தந்துள்ளார். இந்தியப் பெண்ணிய அரங்கம் குறித்த இவரது நூல் *Acting Up.* அறிவுருவாக்கம், கள செயல்பாடு இரண்டையும் இணையாக செய்பவர்.

அடையாள மீட்பு

காலனிய ஓர்மை அகற்றல்

ஆப்பிரிக்க இலக்கிய மொழி அரசியல்

கூகி வா தியாங்கோ

தமிழில்

அ. மங்கை

எதிர் வெளியீடு

அடையாள மீட்பு: காலனிய ஓர்மை அகற்றல்
ஆப்பிரிக்க இலக்கிய மொழி அரசியல்
கூகி வா தியாங்கோ

தமிழில் : அ. மங்கை
எதிர் வெளியீடு முதல் பதிப்பு: பிப்ரவரி 2021

எதிர் வெளியீடு,
96, நியூ ஸ்கீம் ரோடு, பொள்ளாச்சி – 642 002
தொலைபேசி: 04259 226012, 99425 11302

விலை: ரூ.180

Decolonising The Mind: The politics of language in African Literature
Ngugi Wa Thiong'o

Translated By: A. Mangai
Ethir Veliyeedu First Edition: February 2021

Published by
Ethir Veliyeedu, 96, New Scheme Road, Pollachi-2.
email: ethirveliyedu@gmail.com
www.ethirveliyedu.in

ISBN: 978-81-949371-0-4
Wrapper: Santhosh Narayanan
Printed at Jothy Enterprises, Chennai.

Copyright © A. Mangai

All rights reserved. No part of this book may be reprinted or reproduced or utilised in any form or by any electronic, mechanical or other means, now known or hereafter invented, including Photocopying and recording, or in any information storage or retrieval system, without permission in writing from the Publisher.

ஆப்பிரிக்க மொழிகளில்
எழுதும் படைப்பாளிகள்
அனைவருக்கும்...

ஆப்பிரிக்க மொழிகளின்
இலக்கியம்,
பண்பாடு, தத்துவம் மற்றும்
பிற செல்வங்களைக்
காலங்காலமாகப் பாதுகாத்துவரும்
அனைவருக்கும்...

இன்னும் தொடரும் மொழி அரசியல்...

பின் காலனியச் சூழல் காலனீயப்படுத்தப்பட்ட மக்களை மொழி அகதிகளாக ஆக்கும் அவலம் இன்னும் தொடர்கிறது. அதிலும் இந்தியா போன்ற நாடுகளில் ஏற்கனவே நிலவும் மொழி ஆதிக்கப் படிநிலைகள் நீண்ட நெடிய வரலாறு கொண்டவை. குறிப்பாக தமிழ் போன்ற செவ்வியல் மொழிகள் இந்துத்துவ, பார்ப்பனீய மொழியான சம்ஸ்கிருத மொழிக்குப் போட்டியாகக் கருதப்பட்டு நெருடலாக உள்ளன. அதன் பல எதிரொலிகள் இன்று திருக்குறள், வேல் வழிபாடு, தமிழ்க் கடவுள் கந்தனைக் காப்பாற்றும் எத்தனிப்பு ஆகியவைகளாக வெளிப்படுகின்றன. இவை அனைத்தும் திராவிட, தென்னிந்திய, தமிழ் சூழலுக்கு ஏற்றவாறு தன்னை தகவமைத்துக் கொள்ளும் இந்துதுவ சக்திகளின் புதிய அரிதாரங்கள். இந்த அரசியலின் நேரடி விளைவுதான் நமது கல்வி அமைப்பிலும் புகுத்தப்படுகிறது.

இந்தியாவில் கொண்டுவரப்பட்டுள்ள புதிய கல்விக் கொள்கை அறிக்கை எந்தவித புலமை சார் கல்வியியல் கொள்கைகள் குறித்த புரிதலும் இன்றி அரை வேக்காட்டுத்தனமாக திணிக்கப்படுகிறது. நில உடைமைத்துவ நோக்கில் செயல்படும் அதிகாரத் திணிப்பாகவே இதனைப் பார்க்க முடிகிறது.

இந்தச் சூழலில் கூகி வா தியாங்கோ–வின் இந்த நூல் மேலும் முக்கியமானதாகப் படுகிறது. ஓர்மைத் தளத்தில் உருவாக வேண்டிய தளை நீக்கம் நமது சமூகத்தின் அவசியத் தேவை. தாய் மொழி தரும் அறிவுருவாக்கம் ஈடு இணையற்றது. அதிலும் தமிழ் மொழி, இலக்கியம் வழங்கும் மாற்று மதிப்பீடுகள் இந்துத்துவத்திற்கு எதிரான கருத்தாடலை வளமாகக் கட்டமைக்கும். பாவ்லோ ஃப்ரையர், ஃபனான், கூகி வா தியாங்கோ காட்டும் பாதையில் நமது மொழி, இலக்கியம், கல்வித் திட்டம் ஆகியவற்றை ஒழுங்கமைத்தல் நாம் நமது வருங்காலச் சந்ததியினருக்கு ஆற்ற வேண்டிய கடன். பின் காலனியம் என்றால் ஆங்கிலேய ஆதிக்கம் பற்றியது என்று மட்டும் குறுக்காமல், நம் சமகால சமூக அசைவியக்கத்தோடு பொருத்திப்பார்க்கும் உரையாடல்கள் நிகழ இது உதவும் என நம்புகிறேன்.

பணிகளைப் பகிரும் உறவாக வாய்த்த அரசுவின் உடனிருப்பு இதற்கு உந்துதல். தமிழில் கோட்பாட்டு நூல்களை வாசிக்க வைக்கும் பணியில் சிரத்தை காட்டும் பொன்னி இந்த நூல் வரவால் மகிழ்வாள். இந்த நூலை வெளியிடுவதில் ஆர்வம் காட்டிய எதிர் வெளியீட்டிற்கு எனது மனதார்ந்த நன்றி. அவர்களின் நேர்த்தியான பணி நம்பிக்கை அளிக்கிறது.

அ. மங்கை

கல்மரம், பெருங்குடி

08.02.2021

பொருளடக்கம்

அறிக்கை ... IX

போராட்டத்திற்கான பொது மொழி நோக்கி ... 1

1. ஆப்பிரிக்க இலக்கிய மொழி ... 5

2. ஆப்பிரிக்க அரங்க மொழி ... 43

3. ஆப்பிரிக்கப் புனைகதை மொழி ... 76

4. பொருத்தப்பாட்டிற்கானத் தேடல் 105

பின்னுரையாகச் சில சொற்கள் ... 131

பொருள் சுட்டி ... 133

அறிக்கை

1977 இல் *இரத்த இதழ்கள்* (Petals of Blood) வெளியான பின்னர், நான் ஆங்கில மொழியில் எனது நாடகங்கள், நாவல்கள், சிறுகதைகள் படைப்பதிலிருந்து விடைபெற்றுக் கொண்டேன். அதன் பின்னர் தொடர்ந்த எனது படைப்புகள் அனைத்தும் கிகூயூ மொழியிலேயே வெளிவந்தன. ஆனாலும் ஆங்கிலத்தில் கட்டுரைகள் எழுதுவதைத் தொடர்ந்து வந்தேன். கடுங்காவல்: எழுத்தாளனின் சிறைக் குறிப்பு, அரசியலில் படைப்பாளிகள், பேனா பீரங்கி போன்றவை ஆங்கிலத்திலேயே எழுதப்பட்டன.

காலனிய ஓர்மை அகற்றல் எனும் இந்த நூல் எல்லாவகை எழுத்துகளையும் ஆங்கில மொழியில் எழுதுவதற்கு நான் முடிவுகட்டும் நூல். இனி எனது எழுத்துகள் எல்லாம் கிகூயூ மற்றும் ஸ்வாஹிலி மொழிகளில் தான் வரும். இருந்தாலும், மொழிபெயர்ப்பு ஊடகம் மூலம், எல்லோருடனும் எனது விவாதங்களைத் தொடர்வேன் என நம்புகிறேன்.

போராட்டத்திற்கான பொதுமொழி நோக்கி...

கடந்த இருபதாண்டுகளாகப் புனைகதை, அரங்கம், விமரிசனம் மற்றும் இலக்கியம் கற்பித்தல் ஆகிய துறைகளில் நான் ஆழமாகத் தொட்ட சிக்கல்களின் தொகுப்பே இந்நூல். எனது *வீடு திரும்பல், அரசியலில் படைப்பாளிகள், பேனா பீரங்கி, கடுங்காவல்: ஒரு எழுத்தாளனின் சிறைக் குறிப்பு* நூல்களைப் படித்தவர்களுக்கு இந்நூல் ஒரு புது வெளிச்சத்தைக் காட்டலாம். அதற்கு எதிர்வினை, உண்மையிலிருந்து விலகிய ஒன்றல்ல. இந்நூலுக்கு அடிப்படையாக அமைந்த எனது உரைகள் இலக்கிய மொழியின் முக்கிய சிக்கல்களை ஒன்றிணைக்க உதவின. எனது முந்தைய நூல்களிலும் பேட்டிகளிலும் அங்கொன்றும் இங்கொன்றுமாக வெளிப்பட்ட கருத்துகளைக் கோர்வைப்படுத்த அவை உதவின. இதே காலகட்டத்தில் இச்சிக்கல்கள் குறித்த நேசபூர்வமான அல்லது பகைமை மிக்க எதிர்வினைகள் பல இருந்தன. அந்த எதிர்வினைகள் இந்நூலைச் செழுமைப்படுத்தியுள்ளன என நம்புகிறேன்.

ஆப்பிரிக்க எதார்த்தம் குறித்த ஆய்வுகள், பல காலமாக இனக் குழுக்களின் அடிப்படையிலேயே மேற்கொள்ளப்பட்டுள்ளன. *கென்யா, உகாண்டா, மலாவி* நாடுகளில் எது நடந்தாலும் அது இனக்குழு - *அ* விற்கும், *ஆ* விற்கும் இடையில் உள்ள உறவினால் தான்; அல்லது ஸைரே, நைஜீரியா, லைபீரியா, ஜாம்பியா நாடுகளில் எது நடந்தாலும் அது இனக்குழு *இ* யிற்கும், *ஈ* யிற்கும் உள்ள பகைமை காரணமாகத்தான் என விளக்கப்படும். இனக்குழுக்களுக்குள் அடங்காத மக்கள் மத்தியில் முஸ்ஸீம்/கிறித்துவர் அல்லது கத்தோலிக்கர்/ புராடெஸ்டெண்டு என விளக்குவதற்கு ஒப்பானதே இந்த அணுகுமுறை. இலக்கியத்தைக்கூட இனக்குழு அடிப்படையில் காணும் போக்கு உள்ளது. படைப்பாளியின் இனக்குழு அல்லது ஒரு நாவல் அல்லது நாடகத்தில் வரும் கதாபாத்திரத்தின் இனக்குழு போன்றவை இத்தகு விமரிசனத்தில் முக்கியத்துவம் பெறுகின்றன. இத்தவறான விளக்கமுறை மேலைய ஊடகங்களால் பரவலாக்கப்படுகிறது. ஆப்பிரிக்காவின் சிக்கல்களுக்கு அடிவேர் ஏகாதிபத்தியம் என்பதை மக்கள் உணரவிடாமல் தடுப்பதில் அவர்களுக்கு மிகுந்த அக்கறை! தீவாய்ப்பாக சில ஆப்பிரிக்க அறிவுஜீவிகளும் இந்தப் பார்வைக்கு பலியாகிவிட்டனர். சிலர் இதிலிருந்து மீட்கவே முடியாதபடி

சிக்குண்டுள்ளனர். அறிவுப்புலத்தில் உள்ள வேறுபட்ட கருத்துகள், அரசியல் கருத்து மோதல்கள் ஆகிய அனைத்தையும் இனக்குழுக்களின் அடிப்படையில் விளக்குவதன் மூலம், காலனியத்தின் பிரித்தாளும் சூழ்ச்சி மறைக்கப்படுகிறது. எவரும் அவரவர் உடலியல்சார் தேசியத்தைத் தேர்ந்தெடுக்க முடியாது. மக்களுக்கு இடையே உள்ள வேறுபாடுகளை நிலையானவை மூலம் விளக்கமுடியாது. அப்படி அணுகப் புகுந்தால் மக்களுக்கு இடையே உள்ள சிக்கல்கள் எல்லாக் காலத்திலும் எல்லா இடத்திலும் ஒரே மாதிரியாக, மாறாமலே இருக்கும். உயிரணுவியல் அல்லது உடலியல் ரீதியாக மாற்றங்கள் ஏற்படாதவரை சமூகச் சிக்கல்களுக்கு எந்தத் தீர்வும் காணமுடியாது.

எனது அணுகுமுறை வேறானது. ஆப்பிரிக்க எதார்த்தத்தை நான் இருவேறு எதிர்நிலைப்பட்ட சக்திகளுக்கு இடையே நடக்கும் பெரும் போராட்டத்தின் தாக்கமாகப் பார்க்கிறேன்! ஒன்று ஏகாதிபத்திய மரபு; மற்றொன்று எதிர்ப்பு மரபு. ஏகாதிபத்திய மரபை ஆப்பிரிக்காவில் இன்று கட்டிக்காப்பவர்கள் பன்னாட்டு மூலதனம் மூலம் செயல்படும் சர்வதேசிய பூர்ஷ்வாக்களும் கொடி தூக்கக் காத்திருக்கும் உள்நாட்டு ஆளும்வர்க்கத்தினரும். இந்த ஆப்பிரிக்க நவகாலனிய பூர்ஷ்வாக்கள் அரசியல், பொருளாதாரச் சார்புக்கு அடிமையானவர்கள். அது அவர்களது காப்பியடிக்கும் முறைகளிலும் கிளிப்பிள்ளை வாதங்களிலும் வெளிப்படுகிறது; அமைதியான மக்கள் மீது போலீஸ் பூட்ஸ்கள், முள்வேலிகள், அங்கிகள் அணிந்த பாதிரிகள், நீதித் துறையை ஏவுகிறது; அவர்களது கருத்துகள் நவகாலனிய அரசுசார் அறிவுஜீவிகள், கல்விப்புலவாதிகள் மற்றும் பத்திரிகையாளர்கள் மூலம் பரப்பப்படுகிறது. எதிர்ப்பு மரபு உழைக்கும் மக்களால் வழி நடத்தப்படுகிறது. (விவசாய, தொழிலாள மக்கள்) அவர்களுக்கு உதவுபவர்கள் நாட்டுப்பற்றுள்ள மாணவர்கள் மற்றும் அறிவுஜீவிகள் (கல்விப்புலம் சார்ந்த/சாராதவர்கள்), இராணுவ வீரர்கள், மற்றும் கீழ் மத்தியத்தர வர்க்கத்தைச் சேர்ந்த முற்போக்காளர்கள் ஆகியோர். தேசியப் பண்பாட்டின் வேர்களை இவர்கள் விவசாய/ தொழிலாளர் மத்தியில் இருந்த நாட்டுப்பற்று மிக்க எதிர்ப்பு இயக்கங்களில் காண்கிறார்கள்; ஒரே புவியியல் எல்லைக்குள் உள்ள பல்வேறு தேசிய இனங்களின் சனநாயகப் போராட்டங்களுக்கும் ஆதரவு கொடுக்கிறார்கள். ஏகாதிபத்தியத்திற்கு எதிரான அடியை எந்த இனக்குழு அல்லது பிரதேசம் கொடுத்தாலும் அதனை எல்லா தேசிய இனங்களின் ஏகாதிபத்திய எதிர்ப்புக் கூறுகளின் வெற்றியாகக் காண்கிறார்கள். இப்படிக் கொடுக்கப்படும் எதிர் அடிகளின் தொகுப்புதான் கனம், உருவம், பரப்பு, இடம் ஆகிய எந்த வேறுபாடும் இல்லாமல், தேசிய மரபைத் தீர்மானிக்கிறது எனக் கருதுகிறார்கள்.

ஆப்பிரிக்க மக்களின் போராட்டப் பண்பைக் காக்கும் இந்த தேசப்பற்றாளர்களுக்கு ஏகாதிபத்தியம் வெறும் முழக்கமல்ல. அது நிசமானது. உருவத்திலும் உள்ளடக்கத்திலும் அணுகுமுறையிலும் விளைவுகளிலும் நிதர்சனமானது. ஏகாதிபத்தியம் ஒருமுகப்பட்ட பண முதலீட்டின் ஆட்சி. 1884 இலிருந்து இந்த ஏகபோக, ஒட்டுண்ணி முதலீடு நமது நாடுகளின் மூலைமுடுக்குக்குளில் உள்ள விவசாயிகளைக்கூடப் பாதித்துள்ளது. சந்தேகம் இருந்தால், எத்தனை ஆப்பிரிக்க நாடுகள் சர்வதேச நிதி மையத்திடம் அடகு வைக்கப்பட்டுள்ளன எனக் கணக்கெடுங்கள். அந்த நிறுவனத்தை ஜூலியஸ் நைரெரே சர்வதேச நிதி அமைச்சகம் என வர்ணித்தார்! இந்தக் கடனைத் திருப்பிக்கட்டுவது யார்; இந்த அடகு வைக்கப்பட்ட நாடுகளில் உற்பத்தியில் ஈடுபடும் ஒவ்வொருவரும் - அதாவது ஒவ்வொரு தொழிலாளியும் விவசாயியும். ஏகாதிபத்தியம் முழுமையானது. உலகில் உள்ள மக்களைப் பொருளாதார, அரசியல், இராணுவ, பண்பாட்டு, உளவியல் ரீதியாகப் பாதிக்கக்கூடிய விளைவுகளைக் கொண்டுள்ளது. படுகொலைக்கும் இட்டுச் செல்லக்கூடியது.

மேலைய பண முதலீட்டிற்கும் அதன் குடைக்கீழ் உள்ள தேசங் கடந்த ஏகபோகங்களுக்கும் தொடர்ந்து இலத்தீன் அமெரிக்கா, ஆப்பிரிக்கா, ஆசியா, பாலினீசியா போன்றவைகளின் மக்களையும் களவாடும் உரிமையை இன்று மரபார்ந்த மற்றும் அணு ஆயுதங்கள் வழங்குகின்றன. அமெரிக்கத் தலைமையின்கீழ் ஏகாதிபத்தியம் இப்பூமியில் உள்ள போராடும் மக்களுக்கும் அமைதி, சனநாயகம், சோஷலிசம் என்று பேசுபவர்களுக்கும் எச்சரிக்கை விடுக்கிறது. 'களவை ஏற்றுக்கொள் அல்லது செத்து மடி'.

இப்புவியில் வாழும் அடக்கப்பட்ட, சுரண்டப்பட்ட மக்கள் தங்கள் எதிர்ப்பைத் தொடர்கிறார்கள். 'களவாடலிலிருந்து விடுதலை வேண்டும்' எனக்கோருகிறார்கள். கூட்டு எதிர்ப்பு முயற்சிகள் மீது வீசப்படும் பெரும் ஆயுதம், தினசரி ஏகாதிபத்தியத்தால் ஏவப்படும் கருவி. பண்பாடு என்பது பண்பாட்டு வெடிகுண்டின் விளைவு மக்கள் தமது பெயர்கள், மொழிகள், சூழல், போராட்ட மரபு, ஒற்றுமை, சுயவலு மற்றும் தம்மீதே கொண்டுள்ள நம்பிக்கையை ஒழிப்பதாகும். அது, அவர்களது கடந்த காலத்தை எந்தச் சாதனைகளும் அற்ற களர் நிலமாகக் காண வைக்கிறது; எனவே அதிலிருந்து தூர விலக வைக்கிறது. தம்மிடமிருந்து தொலைவில் உள்ளவற்றோடு அடையாளப்படுத்திக்கொள்ள வைக்கிறது. உதாரணமாக, அடுத்தவர் மொழியை ஏற்றுக் கொண்டு, தம் மொழியைக் கைவிட வைக்கிறது. நசிந்து போன, பிற்போக்கு சக்திகளோடு ஒன்றிணைய வைக்கிறது. அவர்களது உயிரூற்றுகளை அடைப்பவற்றோடு உறவு

கொள்ள வைக்கிறது. போராட்டங்களின் ஒழுக்க மதிப்பீடு பற்றிய அய்யங்களைக் கிளப்ப வைக்கிறது. வெற்றி அல்லது சாதனைக்கான சாத்தியங்களைக் கைக்கெட்டாத, நகைச்சுவைக்கு இடமளிக்கும் கனவுகளாகக் காண வைக்கிறது. இதன் விளைவு நம்பிக்கை இன்மை, கையறுநிலை, கூட்டு மரண விழைவு ஆகியவை. ஏகாதிபத்தியம் உருவாக்கிய இந்தக் களர் நிலத்தின் மத்தியில் அது தன்னைத்தானே அருமருந்தாகக் காட்டிக்கொள்கிறது. தம்மை அண்டியுள்ளவர்களைத் தம் புகழ் பாட வைக்கிறது. ‘களவு புனிதமானது’ என்று போற்றிப் பாடவைக்கிறது. பல ‘விடுதலை பெற்ற’ ஆப்பிரிக்க நாடுகளில் நவ காலனிய பூர்ஷ்வாக்களின் புதிய கொள்கை இந்தப் பின்பாட்டுதான்.

ஏகாதிபத்தியத்தின் நவகாலனிய கட்டத்தையும் வடிவத்தையும் எதிர்க்கும் வர்க்கத்தினர் இந்த அச்சுறுத்தலை மேம்பட்ட, படைப் பூக்கம் மிக்க உறுதியான போராட்டம் மூலம் எதிர்கொள்ள வேண்டியுள்ளது. தமது பண்பாடுகளில் உள்ள போராட்டக் கருவிகளை இன்னும் வலிமையோடு செலுத்த வேண்டியுள்ளது. தமது மொழிகள் ஒவ்வொன்றிலும் உள்ள போராட்டத்திற்கான பொது மொழியைப் பேச வேண்டியுள்ளது. “ஒன்றுபட்ட மக்கள் ஒற்றுமை தோற்றதில்லை என்றும்” என்ற பாடலைப் பாட தமது பல்வேறு மொழிகளைக் கண்டுபிடிக்க வேண்டும்.

இந்நூலின் கரு மிக எளிமையானது. கயானா கவிஞர் மார்டின் கார்ட்டரின் கவிதை ஒன்றிலிருந்து எடுக்கப்பட்டது. சாதாரண மக்கள்- ஆண், பெண் இருபாலரும் பட்டினிக் கொடுமையில் வாடுவதையும் இருண்ட அறைகளில் வாழ்வதையும் குறித்த பாடல் அது. தென் ஆப்பிரிக்கா, நமீபியா, கென்யா, ஸைரே, ஐவரி கோஸ்ட், எல் சால்வடார், சிலி, பிலிப்பைன்ஸ், தென் கொரியா, இந்தோனேசியா, கிரானடா நாட்டு மக்கள் அவர்கள்; ஃபனானின் “பூமியின் கீழ்மைப் பட்டவர்கள்”; இவர்கள் உரக்கக் கூவியுள்ளனர். தெளிவாகக் கூறியுள்ளனர்; நாங்கள் கனவு காண உறங்குபவர்கள் அல்ல; ஆனால், ‘உலகை மாற்றக் கனவு காண்பவர்கள்’ என்று!

இந்நூலில் உள்ள சில பிரச்சினைகள் உங்கள் மனதில் எதிரொலிக்கும் என நம்புகிறேன்.

குறிப்பு: இந்த நூலில் இடம்பெறும் கட்டுரைகள் நியூசிலாந்தில் உள்ள ஆக்லேண்டு பல்கலைக்கழகத்தில் உரைகளாக வழங்கப்பட்டன. அப்போது கொடுத்த முகவுரை ஆங்கில நூலில் இடம் பெற்றுள்ளது. அது மொழியாக்கம் செய்யப்படவில்லை.

1. ஆப்பிரிக்க இலக்கிய மொழி

I

ஆப்பிரிக்க இலக்கிய மொழி குறித்த விவாதத்தை அதன் சமூகச் சூழலுக்கு அப்பால் வைத்து விவாதிப்பது பொருளற்றது. இச்சமூகச் சூழல்தான் இதைக் குறித்து நம்மைக் கவனம் செலுத்த வைக்கிறது. தீர்வு கோரி நிற்கும் சிக்கலாகவும் நம்முன் உள்ளது.

ஒரு புறம் ஏகாதிபத்தியம் அதன் காலனிய, நவ-காலனிய கட்டங்களில் ஆப்பிரிக்கக் கரங்களைத் தமது மண்ணைப் புரட்டிப் போட்டு உழுமாறு நிர்ப்பந்திக்கிறது. அவனுக்கு கடிவாளம் போட்டு எசமானன் காட்டும் பாதையை மட்டுமே காணுமாறு கட்டாயப்படுத்துகிறது. எசமானனின் கைகளில் பைபிளும் வாளும் உள்ளன. அதாவது, ஏகாதிபத்தியம் ஆப்பிரிக்காவின் அரசியல், பொருளாதாரம் மற்றும் பண்பாடுகளைத் தொடர்ந்து ஆதிக்கம் செலுத்துகிறது.

மறுபுறம், இப்போக்கிற்கு மாற்றாக, ஆப்பிரிக்க மக்கள் தொடர்ந்து போராடுகிறார்கள். ஐரோப்பிய - அமெரிக்கா அடிப்படையிலான அமைப்பின் குரல்வளையிலிருந்து தமது பொருளாதாரம், அரசியல், பண்பாடு ஆகியவற்றை விடுவிக்கப் போராடுகிறார்கள். புதியதொரு உண்மையான குடிமை இனம் சார்ந்த சுய கட்டுதிட்டங்கள், சுய உறுதி மிக்கக் காலத்தை உருவாக்கும் போராட்டம் அது. தமது இனத்தைத் தாமே வரையறை செய்து கொள்வதற்கான எல்லா வழிமுறைகளையும் தமது கட்டுப்பாட்டுக்குள் கொண்டுவந்து காலம், வெளி சார்ந்த வரலாற்றுத் தளத்தில் தமக்கான படைப்பாக்க முனைப்பை மீண்டும் கைப்பற்றுவதற்கான தொடர் யுத்தம் அது. ஒரு குறிப்பிட்ட மக்கள் குழுமம் தம்மை வரையறை செய்து கொள்ள, இயற்கை மற்றும் சமூகச்சூழல் அல்லது ஒட்டு மொத்த பிரபஞ்சத்துடனான தமது உறவை வரையறை செய்ய அவர்கள் தேர்ந்தெடுக்கும் மொழியும் அம்மொழியைப் பயன்படுத்தும் விதமும் மையமானவை. எனவே, 20 ஆம் நூற்றாண்டு ஆப்பிரிக்காவில், இருவேறு சமூக முரண்களின் வெளிப்பாடாக மொழி எப்போதும் இருந்து வந்துள்ளது.

இதற்கான முன்வரைவு நூறாண்டுகளுக்கு முன் தொடங்கியது. 1884 இல் ஐரோப்பிய முதலாளித்துவ சக்திகள் பெர்லினில் உட்கார்ந்து கொண்டு, பன்முகப்பட்ட மக்கள், பண்பாடுகள் மற்றும் மொழிகள் கொண்ட

கண்டம் ஒன்றை பல்வேறு காலனிகளாகச் செதுக்கின. ஆப்பிரிக்காவின் தலைவிதி எப்போதும் மேலை உலகின் பெருநகரங்களில் மாநாட்டு மேசைகளில் தீர்மானிக்கப்பட வேண்டும் என்றிருக்கிறது போலும்! சுய ஆட்சி கொண்ட இனக்குழுச் சமூகங்களிலிருந்து ஆப்பிரிக்கா காலனிகளாக மாறியது பெர்லினில் முடிவு செய்யப்பட்டது. சமீபகால, நவகாலனிகளாக மாற்றப்பட்டமை, கிட்டத்தட்ட அதே காலனிய எல்லைகளோடு, இலண்டன், பாரிஸ், ப்ரஸல்ஸ், லிஸ்பன் நகர மாநாட்டு மேசைகளில் தீர்மானிக்கப்பட்டது. பெர்லின் வரைந்த எல்லைக்கோடுகள் ஆப்பிரிக்காவில் இன்றும் தொடர்கின்றன. அவை வெளிப்படையான பொருளாதார, அரசியல் காரணிகளால் உருவாக்கப்பட்டவை. பைபிள் ஏந்திய அதிகாரிகள் வேறு பல காரணங்களை உதிர்க்கலாம். ஆனால், உண்மை அதுவல்ல. அவை பண்பாட்டு எல்லைகளாகவும் அமைந்தன. *1884*இல் பெர்லின், ஆப்பிரிக்காவை ஐரோப்பிய மொழிகள் அடிப்படையில் பிரித்தது. எனவே ஆப்பிரிக்க நாடுகளின், காலனிய, நவகாலனிய பிரிவுகள், ஐரோப்பிய மொழிகளின் அடிப்படையில் வரையறை செய்யப்பட்டன. ஆப்பிரிக்கர்களும் தம்மை அப்படியே வர்ணித்துக் கொண்டனர். எனவே ஆங்கிலம், பிரெஞ்சு அல்லது போர்த்துக்கீசிய மொழி பேசும் ஆப்பிரிக்க நாடுகளாக அவை உருவாகின.[1]

இதில் வருத்தமளிக்கும் நிகழ்வு என்னவென்றால், இந்த மொழி முற்றுகையிலிருந்து வெளிவரத் திட்டம் தீட்ட வேண்டிய படைப்பாளிகள் தம்மைத்தாமே ஏகாதிபத்தியத்தால் திணிக்கப்பட்ட மொழி அடிப்படையில் வரையறை செய்து கொண்டனர்; பிறரும் அவர்களை அவ்வாறே கண்டனர். எவ்வளவுதான் தீவிரமான, ஆப்பிரிக்க சார்பு உணர்வுகளையும் வெளிப்பாடுகளையும் கொண்டிருந்த போதிலும், ஆப்பிரிக்கப் பண்பாட்டு மறுமலர்ச்சி ஐரோப்பிய மொழிகளிலேயே தங்கி இருப்பதாக இப்படைப்பாளிகள் நம்பினார்கள்.

இது நான் அறியாததல்ல!

II

*1962*இல் மெகரெரே பல்கலைக்கழகக் கல்லூரியில் (கம்பாலா, உகாண்டா) வரலாற்று முக்கியத்துவம் வாய்ந்த ஆப்பிரிக்க எழுத்தாளர்கள் கூட்டம் ஒன்றிற்கு நான் அழைக்கப்பட்டிருந்தேன். அக்கூட்டத்தில் பங்கேற்றவர்களின் பெயர்கள் இன்று உலகெங்கும் உள்ள பல்கலைக்கழகங்களில் ஆய்வுகள் மேற்கொள்ளப்படும் படைப்பாளிகள் ஆவர். அக்கூட்டத்தின் தலைப்பு: "ஆங்கிலத்தில் எழுதும் ஆப்பிரிக்க எழுத்தாளர் மாநாடு"[2] என்பதாகும்.

நான் அப்போது மெகரெரே பல்கலைக்கழக ஆங்கில மாணவன். அக்கல்லூரி லண்டன் பல்கலைக்கழகத்தின் அயல்நாட்டுக்

கல்லூரிகளில் ஒன்று. எனக்கு இக்கூட்டத்தில் இருந்த பெரும் ஈர்ப்பு சினுவா அச்சிபியைச் சந்திக்கும் வாய்ப்பு கிடைக்கலாம் என்பது தான். நான் எழுதிக்கொண்டு இருந்த *தேம்பி அழாதே பாப்பா* நாவலின் திருத்தம் செய்யப்படாத முதல் படியின் தட்டச்சுப்பிரதி என் கையில் இருந்தது. அவர் அதைப் படிக்க வேண்டும் என விரும்பினேன். அதற்கு முந்தைய ஆண்டான 1961இல் நான் *இடையில் ஒரு ஆறு* என்ற நாவலை முடித்திருந்தேன். அது எனது முதல் நாவல் முயற்சி. கிழக்கு ஆப்பிரிக்க இலக்கிய அவையின் போட்டி ஒன்றிற்கு அனுப்பியிருந் தேன். நானும் பீட்டர் ஆப்ரஹாம்ஸ் மற்றும் சினுவா அச்சிபியின் மரபை அடியொற்றியே செயல்பட்டிருந்தேன். பீட்டர் ஆப்ர ஹாம்ஸ் நாவல்கள் மற்றும் சுயசரிதை எழுதினார். அவரது *இடியின் பாதை (Path of thunder)* முதல் *விடுதலை சொல்... (Tell Freedom)* வரை அப்போக்குத் தொடர்ந்தது. சினுவா அச்சிபியும் 1959 இல் *சிதறும் வாழ்வு (Things Fall Apart)* நாவல் மூலம் தனது வெளியீட்டைத் தொடங்கியிருந்தார். பிரெஞ்சுக் காலனிகளைச் சேர்ந்த அனைத்து கூட்டாளிகளும் அவ்வாறே தொழிற்பட்டனர். செங்கோர் *(Senghaor)* டேவிட் டியோப் *(David Diop)* ஆகியோரின் படைப்புகள் 1947/48 இல் வெளிவந்த பாரிஸ் பதிப்பில் இடம் பெற்றன. அவர்கள் அனைவரும் ஐரோப்பிய மொழிகளில் எழுதினர். மெகரெரேயில் 1962இல் கூடிய அந்த முக்கிய சந்திப்பில் பங்கேற்ற படைப்பாளிகள் அனைவரும் அவ்வாறே எழுதிக்கொண்டிருந்தனர்.

“ஆங்கிலத்தில் எழுதும் ஆப்பிரிக்க எழுத்தாளர் மாநாடு” என்ற தலைப்பு, ஆப்பிரிக்க மொழி எழுத்தாளர்களைப் புறந்தள்ளியது. இப்போது 1986இல், சுய பரிசீலனையின் உச்சத்தில் இருந்து கொண்டு நான் பின்னோக்கிப் பார்க்கும்போது அம்மாநாட்டில் இருந்த விநோதமான முரண்பாடுகளை என்னால் புரிந்து கொள்ள முடிகிறது. இரண்டே இரண்டு சிறுகதைகளை வெளியிட்டிருந்த மாணவனாகிய நான் (மூகுமோ என்ற மாணவர் இதழில் வெளியான “அத்தி மரம்” மற்றும் “மாற்றம்” *(Transition)* என்ற புது இதழில் வெளியான திரும்புதல் *(The Return)* ஆகிய இரு கதைகள்) இம்மாநாட்டில் பங்கேற்கத் தகுதி பெற்றவனாக இருந்தேன். ஆனால், கிழக்கு ஆப்பிரிக்காவின் மிகச்சிறந்த கவிஞரும், உரைநடை எழுத்தாளருமான ஷபான் ராபர்ட் *(Shabaan Robert)* பங்கெடுக்க முடியவில்லை; ஏனெனில் அவர் கிஸ்வாஹிலி மொழியில் எழுதுபவர். அதேபோல யொரூபா மொழி எழுத்தாளரான சீஃப் ஃபகுன்வாவும் *(Chief Fagunwa)* பங்கெடுக்க முடியவில்லை.

நாவல், சிறுகதை, கவிதை, நாடகம் தொடர்பான விவாதங்கள் ஆங்கிலப் படைப்புகளின் அடிப்படையில் நடத்தப்பட்டன. எனவே ஸ்வாஹிலி, ஸுலு, யொரூடா, அராபிக், அம்ஹரிக் மற்றும் பிற ஆப்பிரிக்க மொழிப் படைப்புகள் கணக்கில் கொள்ளப்படவில்லை.

ஆப்பிரிக்க மொழி இலக்கியம் மற்றும் படைப்பாளிகளை ஒதுக்கிய போதிலும், ஆரம்ப கட்ட அறிமுகங்கள் முடித்தவுடன் மாநாட்டின் முதல் அமர்வு தொடங்கியபோதே, விவாதம் சூடு பிடித்தது. முதல் அமர்வின் தலைப்பு: ஆப்பிரிக்க இலக்கியம் என்றால் என்ன? என்பதாகும்.

ஆப்பிரிக்க இலக்கியம் என்பது ஆப்பிரிக்காவைப் பற்றியோ, ஆப்பிரிக்க அனுபவத்தைப் பற்றியோ எழுதுவதா? அல்லது ஆப்பிரிக்கர்களால் எழுதப்படும் இலக்கியமா? ஆப்பிரிக்கர் அல்லாத ஒருவர், ஆப்பிரிக்காவைப் பற்றி எழுதுவதை ஆப்பிரிக்க இலக்கியம் எனக் கொள்ளலாமா? கிரீன்லாந்தில் குடியேறிய ஆப்பிரிக்கர் ஒருவரின் படைப்பு ஆப்பிரிக்க இலக்கியத்தில் சேருமா? ஆப்பிரிக்க மொழிகளில் எழுதுவது என்பதை அளவுகோலாகக் கொள்ள முடியுமா? அப்படியானால், அராபிய மொழியை எடுத்துக் கொண்டால், அது ஆப்பிரிக்காவிற்கு அந்நியமான மொழி அல்லவா? ஒரு ஐரோப்பியர், ஆப்பிரிக்க மொழி ஒன்றில், ஐரேப்பாவைப்பற்றி எழுதினால் அதை எதில் சேர்ப்பது? இப்படியானால், அப்படியானால், இதுவானால், அதுவானால்... என்று பல ‘ஆனால்கள்’ பேசப்பட்டன. மையச் சிக்கல் மட்டும் பேசப்படவில்லை. ஏகாதிபத்திய ஐரோப்பிய மொழிகளும், பண்பாடும் தமது ஆப்பிரிக்க மொழிகள், பண்பாட்டை ஆதிக்கம் செய்வது பற்றி ஒருவரும் மூச்சுவிடவில்லை. புரிபடாத, ஊகங்கள் அடிப்படையிலான விவாதங்களில் இருந்து மாநாட்டை நடைமுறை நிகழ்விற்குக் கொண்டு வரக்கூடிய ஃபகுன்வாக்கள், ஷபான் ராபர்ட்டுகள் மற்றும் வேறெந்த ஆப்பிரிக்க மொழி எழுத்தாளர்களும் அங்கு இல்லை என்பதும் ஒரு காரணம். நாங்கள் எழுதியது / எழுதுவது ஆப்பிரிக்க இலக்கியமா? என்ற வினா சிரத்தையாக எழுப்பப்படவே இல்லை. இலக்கியத்துக்கும் வாசகருக்குமான உறவு, தேசிய, வர்க்க வாசகர் மட்டத்தைத் தீர்மானிக்கும் மொழி போன்ற கேள்விகள் கிளப்பப்படவில்லை. விவாதங்கள் படைப்புகளின் உள்ளடக்கம், மற்றும் படைப்பாளிகளின் இனம் மற்றும் வசிப்பிடம் சார்ந்தவையாகவே இருந்தன.

பிரெஞ்சு, போர்த்துக்கீசிய மொழிகளைப் போலவே ஆங்கிலமும் ஆப்பிரிக்க மக்களுக்கு இடையே இயல்பாகத் தொழிற்படக்கூடிய இலக்கிய மொழியாகக் கருதப்பட்டது. அரசியல் தொடர்பாடலுக்குக் கூட ஆங்கிலமே ஏற்றது என்ற ஊகம் செயல்பட்டது. ஒரே தேசத்திற்குள் வாழ்ந்த ஆப்பிரிக்க இனங்கள், ஆப்பிரிக்காவிற்குள் இருந்த பல நாடுகள் மற்றும் பிற கண்டங்களுடன் தொடர்பு கொள்ள ஏற்ற சாதனமாக ஆங்கிலம் கருதப்பட்டது. சில சமயம், ஒரே நிலப்பரப்பின் கீழ்க்காணப்பட்ட பல்வேறு ஆப்பிரிக்க மொழிகளுக்கு இடையே இருந்த பிரிவினைப் போக்குகளை நீக்கி ஆப்பிரிக்க மக்களை ஒருங்கிணைக்கும் வலு ஐரோப்பிய மொழிகளுக்கு

இருந்ததாகக் கருதப்பட்டது. எனவேதான், இசெகில் ம்ஃஹலெலெ (Ezekied Mhahlele) பின்னொரு சமயம் மாற்றம் (Transition) இதழ் எண் 11 க்கு எழுதிய கடிதமொன்றில், ஆங்கிலமும் பிரெஞ்சும் வெள்ளை ஆதிக்கத்திற்கு எதிரான தேசிய முன்னணியைக் கட்டமைக்க ஏதுவான பொது மொழிகள் என எழுதினார். "வெள்ளையர் பின்வாங்கிவிட்ட, விடுதலை பெற்ற பகுதிகளில் கூட, இவ்விரு மொழிகளும் இன்றும் கூட, ஒருமிப்புக்கான சக்தியாக" விளங்குவதாகவும் அவர் குறிப்பிட்டார்.[3] இலக்கியப்பரப்பில் ஆப்பிரிக்க மொழிகளைத் தமக்குள்ளான மோதல்களில் இருந்து காத்துக் கொள்வதற்கான வழியாக இம்மொழிகள் கருதப்பட்டன. பிராகோ டியோப்பின் (Birago Diop) நூலொன்றுக்கு (Contes d' Amadou Koumba) முன்னுரை எழுதிய செங்கோர் (Sedar Senghor) ஆப்பிரிக்கப் பழம் மரபு நீதிக்கதைகள் மற்றும் தொல்கதைகளின் ஆன்மாவையும் பாணியையும் பாதுகாக்க பிரெஞ்சு மொழியைப் பயன்படுத்தியமைக்காக அவரைப் பாராட்டுகிறார். "இவற்றை பிரெஞ்சு மொழியில் வழங்கும்போது அவர் அவற்றைப் புதியதொரு கலையாகப் புதுப்பிக்கிறார். பிரெஞ்சு மொழியின் மேன்மையை மதிக்கும்போது, அதன் நயத்தையும் வாய்மையையும் தக்கவைக்கும் அதே நேரத்தில், நீக்ரோ - ஆப்பிரிக்க மொழிகளின் அனைத்து பண்புகளையும் ஒருசேரப் பாதுகாக்கிறது அவரது கலை".[4] ஆங்கிலம், பிரெஞ்சு மற்றும் போர்த்துக்கீசிய மொழிகள் எம்மைக் காப்பாற்ற முன்வந்தன. எதிர்பாராத அந்தப் பரிசை நாங்கள் நன்றியறிதலோடு ஏற்றுக் கொண்டோம். 1964இல் சினுவா அச்சிபி தனது "ஆப்பிரிக்க எழுத்தாளரும், ஆங்கில மொழியும்" என்ற உரையில்,

> பிறிதொரு மொழிக்காக ஒருவர் தனது தாய் மொழியைக் கைவிடுவது சரியா? அது மிகப் பெரிய துரோகச் செயலாகத் தோன்றுகிறது. பெரும் குற்ற உணர்வைத் தோற்றுவிக்கிறது. ஆனால், எனக்கு வேறு வழியேதும் இல்லை. எனக்கு இம்மொழி கொடுக்கப்பட்டது. நான் அதைப் பயன்படுத்த எண்ணியுள்ளேன்[5]

என்று கூறினார். இந்த நகைமுரணைக் கவனியுங்கள்: தாய் மொழிப் பயன்பாடு குறித்த கருத்தைத் தெரிவிக்கும் போது 'பயங்கர நம்பிக்கைத் துரோகம்' 'குற்றவுணர்வு' போன்ற சொற்கள் விடலைத்தனமாகப் பயன்படுத்தப்படுகின்றன. ஆனால், அந்நிய மொழியைப் பற்றிப் பேசும் போது உறுதியான அரவணைப்பு வெளிப்படுகிறது. பத்தாண்டுகளுக்குப் பின்னர் அச்சிபியே இதைப்பற்றி விவரிக்கும் போது, "எமது இலக்கியத்தில் ஆங்கிலத்தின் அசைக்க முடியாத நிலை பற்றிய அழிவுக்கான தர்க்கம்" என்று குறிப்பிட்டார்.[6]

ஐரோப்பிய மொழிகளில் எழுத முற்பட்ட அனைவரும் - மாநாட்டுப் பங்கேற்பாளர்கள் மற்றும் அவர்களைத் தொடர்ந்த தலைமுறையினர். இந்த அழிவைநோக்கிய தர்க்கத்தை ஏதோ ஓர் அளவில் ஏற்றுக் கொண்டவர்களாக இருந்தோம் என்பது தான் உண்மை. வேறுபாடுகள் விகிதாசாரத்தில் மட்டுமே இருந்தது. இந்த தர்க்கமே எங்களை வழி நடத்தியது. எங்களை ஆக்கிரமித்த ஒரே கேள்வி இந்தக் கடன் வாங்கிய மொழிகளை எப்படி எங்களது ஆப்பிரிக்க அனுபவத்தையும் சுமக்க வைப்பது என்பது மட்டுமே. எனவே ஆப்பிரிக்கப் பழமொழிகள், நாட்டார் கதைகள் மற்றும் ஆப்பிரிக்கப் பேச்சு மொழியின் சிறப்புக் கூறுகளை இம்மொழிகள் எப்படி உள்வாங்கும் என்பது எங்கள் சிந்தனையாக இருந்தது. இதற்கான வழி முறைகளைக் காண அச்சிபி *(Things Fall Apart; Arrow of God)* அமோஸ் டுடூவோலா *(The Palm - Wine Drinkard; My Life in the Bush of Ghosts)* மற்றும் கேப்ரியல் ஒகாரா *(The Voice)* ஆகிய மூவரும் மூன்றுவித மாற்று வரைவுகளை வழங்குவதாகக் கருதினோம். இந்த அந்நிய மொழிகளை வளப்படுத்த, செங்கோரிய 'கறுப்பு இரத்தத்தை' துருப்பிடித்த அவர்களின் மூட்டுக்களில் பாய்ச்ச நாங்கள் எவ்வளவு தூரம் முனைப்பு காட்டினோம் என்பதற்கான எடுத்துக்காட்டாக கேப்ரியல் ஒகாராவின் கட்டுரையைக் காணலாம். இது *மாற்றம்* இதழில் மறுபிரசுரம் செய்யப்பட்டது.

> ஆப்பிரிக்கச் சிந்தனை, தத்துவம், நாட்டார் கதைகள் மற்றும் படிமங்களை முழுமையாகப் பயன்படுத்துவதில் நம்பிக்கை கொண்ட படைப்பாளி என்ற வகையில் நானறிந்த வழி ஒன்று தான். எழுத்தாளனின் சொந்த ஆப்பிரிக்க மொழியிலிருந்து அவற்றை அப்படியே அவர் வெளிப்பாட்டு மொழியாகக் கொண்டுள்ள ஐரோப்பிய மொழியில் மொழிபெயர்க்க வேண்டும். ஒரு சொல், பல சொல், ஒரு வாக்கியம் அல்லது ஏதாவதொரு ஆப்பிரிக்க மொழியில் புழங்கும் பெயர் ஆகிய வற்றில் இருந்து ஓர் இனத்தின் சமூக விதிகள், கண்ணோட்டங்கள், மதிப்பீடுகளை நம்மால் கண்டடைய முடியும்.
>
> ஆப்பிரிக்கப் பேச்சு மொழியின் படிமங்களை வசப்படுத்த, நான் எனது எண்ணங்களை ஆங்கிலத்தில் வெளிப்படுத்தும் பழக்கத்தை ஒதுக்கித் தள்ள வேண்டியிருந்தது. முதலில் அது சிரமமாக இருந்தது. ஆனால், நான் அதனைப் பயின்றேன். நான் பயன்படுத்திய இஜா (Ijaw) மொழிச் சொல் ஒவ்வொன்றையும் நுணுகி ஆராய வேண்டியிருந்தது. அச்சொல் எத்தகைய சூழலில் பயன்படுத்தப்படுகிறது என்பதைக் கண்டறிந்து, ஆங்கிலத்தில் அதற்கான நெருக்கமான பொருளைத் தர முயன்றேன். இப்பயிற்சி என்னை மிகவும் கவர்ந்தது.[7]

ஒரு ஆப்பிரிக்கப் படைப்பாளி, அல்லது எந்தப் படைப்பாளியும் தனது தாய்மொழியின் வளங்களைக் கொண்டு இன்னொரு மொழியைச்

செழுமைப்படுத்துவது பற்றி ஏன் அக்கறை காட்ட வேண்டும் எனக் கேட்கலாம். அதைத் தனது முக்கியப் பணியாக ஏன் காண வேண்டும்? நமது மொழிகளை எப்படி வளப்படுத்தலாம் என்ற கேள்வியை நாங்கள் எங்களுக்குள் எழுப்பவே இல்லை. வளமார்ந்த மனிதாய, சனநாயக மரபுகளைக் காட்டும் பிற நாடுகள், பிற காலங்களைச் சேர்ந்த மக்களின் போரட்டங்களைக் காட்டும் இலக்கிய வளங்களை எமது மொழிகள் தம்வயப்படுத்துவது எப்படி என்று நாங்கள் ஏன் சிந்திக்கவில்லை? ஏன் பால்சாக், டால்ஸ்டாய், ஷோலகோவ், பிரெக்ட், லூசூன், நெரூடா, எச்.சி. ஆண்டர்சன், கிம் சி ஹா, மார்க்ஸ், லெனின், ஆல்பர்ட் ஐன்ஸ்டைன், கலிலியோ, எஸ்கைலஸ், அரிஸ்டாட்டில், பிளேட்டோ போன்றவர்களை ஆப்பிரிக்க மொழிகளில் கொண்டுவரக் கூடாது? ஏன் எமது மொழி களில் சிறப்பான இலக்கியப் படைப்புகளைப் படைக்கக்கூடாது? இஜா மொழியில் தத்துவ ஆழமும் பல்வகைப்பட்ட கருத்துகளும் உள்ளதென ஏற்றுக் கொள்ளும் ஒகாரா ஏன் இஜா மொழியில் தனது படைப்புக்களை வழங்க உழைக்கக் கூடாது? ஆப்பிரிக்க மக்களின் போராட்டத்தில் எமது கடமை என்ன? இந்தக் கேள்விகள் எதையும் நாங்கள் கிளப்பவில்லை.

எனது மொழிகளின் வளங்களை ஆங்கிலம் மற்றும் பிற ஐரோப்பிய மொழிகளில் வசப்படுத்த நாங்கள் மேற்கொண்ட இலக்கிய கழைக் கூத்தாடி வித்தைகளுக்குப் பின்னர், எங்கள் கவலையெல்லாம் இவை 'நல்ல' ஆங்கிலம் அல்லது பிரெஞ்சாக ஏற்கப்படுமா என்பதாகவே இருந்தது. அம்மொழிகளின் சொந்தக்காரர்கள் எமது பயன்பாட்டை ஏற்பார்களா? விமரிசிப்பாளர்களா? இந்த விஷயத்தில் நாங்கள் எங்கள் உரிமைகளை ஆணித்தரமாக வலியுறுத்தினோம்! சினுவா அச்சிபி பின்வருமாறு கூறினார்:

> எனது ஆப்பிரிக்க அனுபவத்தின் கனத்தை ஆங்கில மொழியால் சுமக்க இயலும் என நான் நினைக்கிறேன். ஆனால், அது புதிய ஆங்கிலமாக இருக்க வேண்டும்; தனது மூதாதையர் வீட்டோடு உறவு கொண்டிருக்கும்; ஆனால் புதிய ஆப்பிரிக்கச் சூழலுக்கு ஏற்ற வகையில் மாறியிருக்கும்.[8]

கேப்ரியல் ஒகாரா இது தொடர்பாக எமது தலைமுறையின் பிரதிநிதியாக இருந்தார்!

இவ்வகை ஆங்கில எழுத்து அம்மொழியின் தூய்மையைக் கெடுப்பதாகச் சிலர் கருதலாம். அது உண்மையல்ல. வளரும் மொழிகள் எல்லா உயிர்கள் போலவே தொடர்ந்து வளரக்கூடியவை. ஆங்கிலம் செத்த மொழி அல்லவே? அமெரிக்க, மேற்கிந்திய, ஆஸ்திரேலிய, கனடிய, நியூசிலாந்து வகை ஆங்கிலங்கள் நடைமுறையில் உள்ளன. அவை மொழிக்கு ஊக்கமும் வலுவும் தந்து,

தத்தம் பண்பாடுகளையும் பிரதிபலிக்கின்றன. எனவே நைஜீரிய, மேற்காப்பிரிக்க ஆங்கிலம் நமது சொந்தக் கருத்துகள், சிந்தனை, தத்துவத்தை நமது வழியில் வெளிப்படுத்தக் கூடிய மொழியாக ஏன் அமையக் கூடாது?[9]

'எமது இலக்கியத்தில் ஆங்கிலத்தின் அசைக்க முடியாத இடம் பற்றிய அழிவு நோக்கிய தர்க்கத்'தை நாங்கள் எங்கள் பண்பாடு மற்றும் அரசியலில் எப்படி ஏற்க முன்வந்தோம்? 1884 இல் பெர்லினிலிருந்து உருவாகி 1962 மெகரெரே வழியாக இன்று வரை, ஒரு நூற்றாண்டுக் காலம் கடந்து, நீடித்து நிலைக்கும் தர்க்கம் எப்படி எம்மை வந்தடைந்தது? அதுவும் எம்மைக் காலனியப்படுத்திய மொழிகள், பிற மொழிகள் மீதான எமது உரிமைகள் பற்றி இவ்வளவு தூரம் வன்மையான அக்கறை காட்டிய ஆப்பிரிக்க எழுத்தாளர்களாகிய நாங்கள் எமது மொழிகள் எம் மீது செலுத்தும் உரிமைகள் பற்றி இவ்வளவு பலவீனமாக இருந்தது ஏன்?

1884 பெர்லின் தனது உரிமையை வாள்களாலும் குண்டுகளாலும் நிறுவியது. ஆனால் வாள்கள், குண்டுகளோடு வந்த இரவு, கரும் பலகை- சாக்பீஸ் துண்டோடு விழித்தது. போர்க்கள வன்முறை, வகுப்பறையாகத் தொடர்ந்தது, முன்னதன் காயங்கள் கொடூரமானவையாக, வெளிப்படையாகத் தெரிந்தன. ஆனால், பின்னது மேலுக்கு மென்மையாகத் தெரிந்தது. செயிக் ஹமிதௌ கானேயின் (Cheikh Hamidoy Kane) Ambiguous Adventure என்ற நாவல் அந்த அணுகு முறையைச் சிறப்பாக விவரிக்கிறது. ஏகாதிபத்தியத்தின் காலனிய கட்டத்தில் கொல்வதற்கும் சுகப்படுத்துவதற்கும் ஒரே கலையைப் பயன்படுத்தும் வழிமுறைகள் எப்படித் தொழிற்பட்டன என்பதைப் பற்றிப் பேசுகிறார்.

கருப்புக் கண்டத்தில் அவர்களது உண்மையான சக்தி பீரங்கிகளில் இல்லை; அதைத் தொடர்ந்த வழிமுறைகளில் இருந்தன என்பதைப் புரிந்து கொண்டோம். பீரங்கிகளுக்குப் பின்னால், புதிய பள்ளிகள் இருந்தன. அப்பள்ளி பீரங்கியிலிருந்து போரிடும் ஆயுதத்தின் வலுவைப் பெற்றது. ஆனால் பீரங்கியை விட நிரந்தரமான வெற்றியை ஈட்டித்தந்தது. பீரங்கி உடலைப் பணிய வைக்கிறது. பள்ளி ஆன்மாவை ஈர்க்கிறது.[10]

என்னைப் பொருத்தவரை, ஆன்மாவை ஈர்த்துக் கைது செய்வதில் மொழி மிக முக்கிய ஊடகம் ஆகும். துப்பாக்கி ரவை உடலை வருத்திப் பணிய வைக்கும் சாதனம். மொழி ஆன்மீக அடிமைப் படுத்தலுக்கு வழி வகுக்கும். எனது சொந்தக் கல்வி அனுபவத்தின் அடிப்படையில் - மொழி மற்றும் இலக்கியக்கல்வி - இதனை விளக்க முற்படுகிறேன்.

III

நான் பெரியதொரு விவசாயக் குடும்பத்தில் பிறந்தேன். அப்பா, அவரது நான்கு மனைவியர், சுமார் இருபத்தெட்டு குழந்தைகள் கொண்ட குடும்பம். அந்தக் காலத்தில் நிலவிய வழக்கப்படி, கூட்டுக் குடும்பத்தையும் இனக்குழுச் சமூகம் முழுதையும் சேர்ந்தவனாகவே நான் இருந்தேன்.

நாங்கள் வயற்புறத்தில் வேலை செய்த போது கிகூயூ மொழி பேசினோம். வீட்டிற்குள்ளும், வெளியேயும் கிகூயூவில் தான் பேசினோம். குளிர் காயும் நெருப்பைச் சுற்றி அமர்ந்தபடி கதை கேட்ட மாலைப் பொழுதுகள் என் மனதில் ஆழப்பதிந்துள்ளன. பெரியவர்கள் குழந்தைகளுக்குக் கதை சொல்லும் நிகழ்வு அது. ஆனால், எல்லோருக்கும் அதில் ஈடுபாடு இருந்தது. அனைவரும் ஆர்வம் காட்டினர். மறுநாள் குழந்தைகளாகிய நாங்கள் வேலை செய்து கொண்டே பிற குழந்தைகளுக்கு அக்கதைகளை மீண்டும் சொல்வோம். நாங்கள் ஐரோப்பிய, ஆப்பிரிக்கப் பண்ணையார்களின் தோட்டங்களில் சவ்வந்திப்பூ, தேயிலைக் கொழுந்து அல்லது காப்பிக் கொட்டை சேகரிக்கும் பணியில் ஈடுபட்டிருந்தோம்.

கிகூயூவில் சொல்லப்பட்ட பெரும்பாலான கதைகளில் மையப் பாத்திரங்களாக மிருகங்களே இருந்தன. அவற்றில் முயல்தான் எங்கள் கதாநாயகன். உருவத்தில் சிறிய, பலவீனமான முயலுக்கு இருந்த புத்தி கூர்மையும் குயுக்திகளும் எங்களுக்குப் பிடித்திருந்தன. சிங்கம், சிறுத்தை, கழுதைப் புலி போன்ற கொடூரமான மிருகங்களை எதிர்த்துப் போராடிய முயலோடு நாங்கள் எங்களை அடையாளப்படுத்திக் கொண்டோம். முயலின் வெற்றிகள் எமது வெற்றிகளாயின. வலுவானவர்களை வெல்லமுடியும் எனக் கற்றுக் கொண்டோம். பகைமை மிக்க இயற்கையை எதிர்த்த விலங்குகளின் போராட்டத்தை நாங்கள் புரிந்து கொண்டோம். வறட்சி, மழை, வெப்பம், காற்று ஆகியவற்றை எதிர்கொள்ளும் முயற்சிகள், அவ்விலங்குகளின் கூட்டுறவு சார்ந்த வடிவங்களை நோக்கிய தேடலுக்குள் தள்ளின. மிருகங்களுக்குள்ளே தொழிற்பட்ட உள்முகப் போராட்டங்களிலும் நாங்கள் ஆர்வம் காட்டினோம். பெரிய மிருகங்களுக்கும் அவைகளுக்குப் பலியாகும் சிறுமிருகங்களுக்கும் இடையே உள்ள உறவைக் கவனித்தோம். இயற்கை மற்றும் பிற விலங்குகளுடனான இருநிலைப் பட்ட போராட்டங்கள் மனித வாழ்வின் உண்மையான போராட்டங்களைப் பிரதிபலித்தன.

நாங்கள் மனிதர்களைப் பாத்திரங்களாகக் கொண்ட கதைகளை புறக்கணிக்கவில்லை. மனித மையம் கொண்ட கதையாடல்களில் இரண்டுவிதப் பாத்திரங்கள் இருந்தன. மனிதப் பண்புகளான துணிவு, அன்பு, கருணை, தீயவற்றின் பால் வெறுப்பு, பிறிதின் பால் அக்கறை

ஆகியவற்றைக் கொண்ட உண்மையான மனிதப் பாத்திரங்கள், மற்றும் மனிதனை உண்ணும் இரண்டு வாய் கொண்ட பிறவிகள் பேராசை, சுயநலம், தனிநபர் மையம், பரந்த சமூகத்தின் ஒற்றுமைக்கு ஏற்ற தன்மைகள் மேல் வெறுப்பு ஆகியவை கொண்ட பாத்திரங்கள் ஆகியவையே அவை. மனித இனச் சமூகத்தின் அடிப்படையான நன்மைக்கு ஒத்துழைப்பு அவசியம் என்பது தொடர்ந்து பேசப்பட்ட கருப்பொருள். எனவே மனிதர்கள் மிருகங்களோடு இணைந்து அரக்கனை எதிர்ப்பார்கள். ஆமணக்கு விதைகளை உண்ண வைத்த புறாவொன்றை தூது அனுப்பிய கதையில் அப்படித்தான் வரும். வீட்டை விட்டு வெகு தொலைவில் பணியாற்றும் கொல்லனைக் கூட்டி வருமாறு இந்தப் புறா அனுப்பப்படும். வீட்டிலோ, அவனது கருவுற்ற மனைவி நரமாமிசம் உண்ணுவாள்; இரண்டு வாய் கொண்ட அரக்கர்கள் மிரட்டிக் கொண்டிருப்பார்கள்.

கதை சொல்லிகளில் தேர்ச்சி பெற்றவர்களும் உண்டு; மோசமானவர்களும் உண்டு. நல்ல கதை சொல்லி ஒரே கதையைத் திரும்பத் திரும்பச் சொன்னாலும் கேட்பவர்களுக்கு அது எப்போதும் புதிதாக இருக்கும். வேறொருவர் சொன்ன கதையை மீண்டும் சொல்லும்போது அதற்கு மேலும் உயிரூட்டி, நாடக நயத்தோடு சொல்வார்கள். உண்மையில், கதை சொல்லலில் பயன்படுத்தப்படும் சொற்கள், படிமங்கள், குரலின் ஏற்ற இறக்கங்கள் காட்டும் வேறுவேறான தொனி ஆகியவைதான் வேறுபட்ட அனுபவத்தைச் சாத்தியமாக்கின.[11]

இப்படியாக நாங்கள் சொற்களை, அவற்றின் பொருள் மற்றும் நுட்பமான நயங்களை மதிக்கக் கற்றுக் கொண்டோம். மொழி வெறும் சொற்களின் கோர்வை அல்ல. உடனடியான அகராதிப் பொருளைத் தாண்டிய உள்ளூறை மொழியில் சாத்தியம். நாங்கள் விளையாடிய வார்த்தை விளையாட்டுகள் - புதிர்கள், பழமொழி, ஒலி உச்சரிப்பை மாற்றுதல் அல்லது பொருளற்ற ஆனால் இசை நயத்தோடு அமைக்கப்படும் சொற்கள் போன்றவை - மொழியின் உள்ளூறைப் பொருள், மற்றும் மந்திர சக்தியைப் பாராட்டும் போக்கை மேம்படுத்தி மீண்டும் மீண்டும் உறுதிப்படுத்தியது. எனவே உள்ளடக்கத்துக்கு மேலாக எங்கள் மொழியின் படிமங்கள், குறியீடுகள் போன்றவை ஒரு குறிப்பிட்ட உலகப் பார்வையை எங்களுக்கு வழங்கியது. அதற்கெனத் தனி ஒரு அழகு இருந்தது. வீடும், வயலும் எங்களது ஆரம்பக்கல்விக்கு முந்தைய பள்ளியாக இருந்தது. இங்கு வைக்கப்படும் விவாதத்திற்கு முக்கியமானது எதுவெனில் எங்களது மாலை நேரப் பயிற்சி மொழி, உடனடியான பரந்த சமூகத்தின் மொழி மற்றும் வயற்காட்டுப் பணியில் ஈடுபட்ட போது பயன்படுத்தப்பட்ட மொழி ஆகிய அனைத்துமே ஒன்றாக இருந்தது என்பதுதான்.

பிறகு நான் பள்ளிக்குப் போனேன். அது ஒரு காலனியப் பள்ளி. அங்கு இந்த மொழிசார் ஒத்திசைவு அறுந்து போனது. எனது படிப்பு மொழி, எனது பண்பாட்டு மொழியாக இல்லை. நான் மதகுருமார்களால் நடத்தப்பட்ட காமாந்துரா பள்ளிக்குச் சென்றேன்.பிறகு மாங்கூ பள்ளியில் சேர்ந்தேன். இப்பள்ளி சுதந்திர கிகூயு மற்றும் கரீங்கா பள்ளிச் சங்கத்தின் கீழ்த் திரண்ட தேசியவாதிகளால் நடத்தப்பட்டது. எங்கள் படிப்பு மொழி கிகூயூவாகவே இருந்தது. எனது எழுத்துக்கு முதன்முதலில் கிடைத்த பாராட்டு கிகூயு மொழியில் நான் எழுதிய கட்டுரைக்குக் கிடைத்ததுதான். எனவே எனது கல்வி மொழிக்கும், லிமூரு விவசாய சமூகத்திற்கும் இடையே ஒத்திசைவு இருந்தது.

1952 இல் கென்யாவில் நெருக்கடி நிலை அமுல்படுத்தப்பட்டது. நாட்டுப்பற்று கொண்ட தேசியவாதிகளால் நடத்தப்பட்ட பள்ளிகளைக் காலனிய ஆட்சி கைப்பற்றியது. ஆங்கிலேயர்களால் தலைமை தாங்கப்பட்ட மாவட்ட கல்வி வாரியத்தின் கீழ் இப்பள்ளிகள் அனைத்தும் கொண்டுவரப்பட்டன. முறைசார் கல்வி மொழி ஆங்கிலமாக்கப்பட்டது. கென்யாவில், ஆங்கிலமும் ஒரு பயன்பாட்டு மொழி என்ற அளவில் இருக்கவில்லை. அது மட்டுமே மொழியாக இருந்தது. மற்ற மொழிகள் அதற்குப் பணிந்து மண்டியிட வேண்டியதாயிற்று.

எனவே, பள்ளி வட்டாரத்தில் கிகூயூ மொழியில் பேசிப் பிடிபடுவது அதிமோசமான, அவமானம் நிறைந்த அனுபவமானது. அப்படி மாட்டிக் கொள்ளும் மாணவருக்குக் கடும் தண்டனை வழங்கப்பட்டது. அம்மணமாகப் புட்டத்தில் நான்கைந்து பிரம்படி அல்லது கழுத்தில் 'நான் ஒரு முட்டாள்' என்றோ 'நான் ஒரு கழுதை' என்றோ பொறிக்கப்பட்ட உலோகத் தகட்டை மாட்டிக் கொண்டு திரிவது போன்ற தண்டனைகள் இதில் அடங்கும். சிலசமயம் அவர்களால் தாங்கமுடியாத தண்டத் தொகை வசூலிக்கப்பட்டது. ஆசிரியர்கள், இக்குற்றவாளிகளை எப்படிப் பிடித்தார்கள் தெரியுமா? முதலில் ஒரு பொத்தான் ஒரு மாணவர் கையில் தரப்படும். அதனை அவர் தாய்மொழியில் பேசி மாட்டிக் கொள்ளும் இன்னொரு மாணவரிடம் கொடுக்க வேண்டும். ஒரு நாளின் இறுதியில் பொத்தான் வைத்திருக்கும் நபர் தன்னிடம் அதைத் தந்தவரின் பெயரை வெளியிட, ஒவ்வொருவராய் அன்றைய குற்றவாளிகள் அனைவரும் பிடிபடுவார்கள். இவ்வாறாக, குழந்தைகள் சூனிய வேட்டையில் ஈடுபடுத்தப்பட்டார்கள். இந்த வழிமுறை மூலம் தமது உடனடிச் சமூகத்தைக் காட்டிக் கொடுப்பதால் கிடைக்கும் பலன்கள் பற்றியும் கற்றுக் கொண்டார்கள்.

இதற்கு எதிர்மாறான பார்வை ஆங்கிலம் தொடர்பாக இருந்தது. ஆங்கிலத்தில் சாதனைக்குரிய வகையில் பேசுவதும் எழுதுவதும் மிகப் பெரிய அளவில் பாராட்டப்பட்டது. பரிசு, கௌரவம்,

கைதட்டு எல்லாம் கிடைத்தது. ஆங்கிலம்தான் உயர்தளங்களுக்கு இட்டுச் செல்லும் நுழைவுச் சீட்டாக இருந்தது. ஆங்கிலம் அறிவின் அளவு கோலானது. கலை, அறிவியல் மற்றும் பிற பயில்துறைகளின் அளவுகோலாக ஆங்கிலம் கருதப்பட்டது. முறையான கல்விப் படியில் ஒரு குழந்தை மேன்மேலும் செல்ல ஆங்கிலம் தான் முக்கியமான தீர்மானிக்கும் சக்தியாக இருந்தது.

காலனியக் கல்வி அமைப்பு அதன் நிறவெறி சார்ந்த இனப் பிரிவினை மட்டுமல்லாது, பிரமிட் அமைப்பையும் கொண்டிருந்தது. அகலமான தொடக்கநிலை அடிப்படை, இரண்டாம்நிலை மத்தியக் கல்வியில் சற்றுக் குறுகி, பல்கலைக்கழக உச்சத்தை எட்டும் போது மிகமிகக் குறுகிய அமைப்பைக் கொண்டிருந்த கல்வி அமைப்பு அது. தொடக்கக் கல்வியிலிருந்து நடுநிலைக்குச் செல்வதற்கு ஒரு தேர்வு வைக்கப்படும். எனது காலத்தில் அதன் பெயர் கென்யா ஆப்பிரிக்க தொடக்க கல்வி தேர்வு எனப்பட்டது. ஆறு பாடங்களில் - கணிதம் முதல் இயற்கையியல், கிஸ்வாஹிலி வரை - தேர்ச்சி பெற வேண்டும். எல்லாத் தாள்களும் ஆங்கிலத்தில் எழுதப்பட வேண்டும். பிற பாடங்களில் எவ்வளவு மதிப்பெண்கள் பெற்றிருந்தாலும், ஆங்கில மொழிப் பாடத்தில் தேர்ச்சி பெறாவிட்டால் அடுத்த நிலைக்குச் செல்ல முடியாது.

1954 இல் எனது வகுப்பில் ஒரு பையன் பிற பாடங்களில் 75%க்கு மேல் எடுத்திருந்தான். ஆங்கிலத்தில் தேர்ச்சி பெறாததால், முழுத் தேர்விலும் அவன் தோற்றுப் போனது எனக்கு நினைவிருக்கிறது. பஸ் கம்பெனியில் உதவியாளனாக அவன் பணியாற்றப் போனான். ஆனால், நான் பிற பாடங்களில் வெறும் தேர்ச்சி மட்டுமே பெற்றிருந்தேன். ஆங்கிலத்தில் நல்ல தகுதி பெற்றிருந்ததால், காலனிய கென்யாவில் ஆப்பிரிக்கர்களுக்கான மேட்டிமை நிறுவனங்களுள் ஒன்றான அலயன்ஸ் மேல்நிலைப் பள்ளியில் இடம் கிடைத்தது. மெகரெரே பல்கலைக்கழகக் கல்லூரியில் இடம் பெறுவதற்கான தகுதிகளும் கிட்டத்தட்ட இதே மாதிரிதான். பட்டப்படிப்புக்கான சிவப்பு உடை அணிய ஒருவர் பிற பாடங்களில் எவ்வளவு தேர்ச்சி பெற்றிருந்தாலும் போதாது. ஆங்கிலத்திலும் தேர்ச்சி மட்டும் பெற்றால் போதாது. சிறப்புத் தகுதி (credit) பெற்றிருக்க வேண்டும். அப்போதுதான் பட்டப்படிப்பு சாத்தியம். எனவே பிரமிட் அமைப் பின் உச்சி இடம் ஆங்கிலமொழியில் சிறப்புத் தகுதி பெற்றவருக்கு மட்டுமே கிடைத்தது. காலனிய மேட்டுக்குடிமைக்குச் செல்லும் தாரக மந்திரமாகவும் நிர்வாக சாதனமாகவும் ஆங்கிலம் இருந்தது.

இலக்கியக் கல்வியைத் தீர்மானித்து ஆதிக்கம் செலுத்தும் மொழிதான். அதுவே ஆதிக்கத்தை மேலும் வலியுறுத்தவும் செய்தது. கென்ய மொழிகளில் வாய்மொழி மரபு காணாமல் போனது. தொடக்கப் பள்ளியில் நான் ரைடர் ஹாகர்டுடன் டிக்கன்ஸ், ஸ்டீவன்சன்

போன்றோரின் படைப்புகளின் சுருக்கங்களைப் படித்தேன். ஜிம் ஹாக்கின்ஸ், ஆலிவர் ட்விஸ்ட், டாம் பிரவுன் போன்றோர் எனது கற்பனை உலகின் தினசரிக் கூட்டாளிகள் ஆயினர். முயல், சிறுத்தை, சிங்கம் போன்றோர் மறைந்தனர். நடுத்தரப் பள்ளியில் ரைடர் ஹாகர்ட், ஜான் புச்சன், ஆலன் பேடன், காப்டன் டபிள்யூ. இ. ஜான்ஸ் ஆகியோரோடு ஸ்காட், ஜி.பி. ஷா போன்றோர் போட்டியிட்டுக் கொண்டு என்னை ஆக்கிரமித்தனர். மெகரெரேயில் நான் சாசர் முதல் டி.எஸ். எலியட் வரை, கொஞ்சம் கிரஹாம் கிரீனோடு சேர்த்துப் படித்தேன்.

இவ்வாறாக, மொழியும் இலக்கியமும் எங்களை எங்களிடமிருந்து, வேறு பாத்திரங்களுக்குத் தள்ளிக் கொண்டு சென்றது. எங்கள் உலகிலிருந்து பிற உலகங்களுக்கு இட்டுச் சென்றது.

காலனிய அமைப்பு, கென்ய குழந்தைகளாகிய எங்களை என்ன செய்து கொண்டிருந்தது? ஒரு புறம் எங்கள் மொழிகளை, இலக்கியங்களை அமைப்பு ரீதியாக அடக்கி வைத்து, மறுபுறம் ஆங்கிலம் மற்றும் அதன் இலக்கியத்தை உயர்த்தி வைத்ததன் விளைவுகள் என்ன? இக்கேள்விகளுக்குப் பதில் காணும் முன்பு, மொழிக்கும் மனித அனுபவம், பண்பாடு மற்றும் எதார்த்தம் குறித்தப் புரிதல் ஆகியவற்றுக்குமான உறவை முதலில் பரிசீலிப்போம்.

IV

எந்த மொழிக்கும் இரண்டு பண்புகள் உண்டு. தொடர்பாடல் ஊடகம் மற்றும் பண்பாட்டுக்களமாகச் செயல்படும். எடுத்துக் காட்டாக, ஆங்கிலத்தை எடுத்துக் கொள்வோம். அது பிரிட்டனில், வழக்கில் உள்ளது. ஸ்வீடன், டென்மார்க் நாடுகளிலும் புழக்கத்தில் உள்ளது. ஆனால் ஸ்வீடிஷ் மற்றும் டேனிஷ் மக்களுக்கு ஆங்கிலம் ஸ்கான்டினேவியர் அல்லாதோரோடு தொடர்பு கொள்ள உதவும் ஊடகம் மட்டுமே. பிரிட்ஷாருக்கு, குறிப்பாக ஆங்கிலேயருக்கு, தொடர்பாடல் ஊடகத்திற்கு மேலதிகமாக ஆங்கிலம் அவர்களது வரலாறு மற்றும் பண்பாட்டைச் சுமக்கும் கலம். கிழக்கு மற்றும் மத்திய ஆப்பிரிக்காவில் உள்ள ஸ்வாஹிலி மொழியை எடுத்துக் கொள்வோம். இப்பகுதி வாழ் பல்வேறு தேசிய இனங்களுக்கு இடையே தொடர்பு ஊடகமாகப் பரவலாகப் பயன்படும் மொழி அது. ஆனால், இத்தேசிய இனங்களில் பலவற்றின் வரலாறு மற்றும் பண்பாட்டுக்களனாக ஸ்வாஹிலி மொழி இயங்குவதில்லை. கென்யாவின் சில பகுதிகளில், தான்சானியா, குறிப்பாக சான்ஸிபர் பகுதியில் ஸ்வாஹிலி மொழி தொடர்பு ஊடகமாகவும், பண்பாட்டுக் களனாகவும் பிரித்தறிய முடியாதபடி இயங்குகிறது. அம்மொழியைத் தாய் மொழியாகக் கொண்டவர்களுக்கு ஸ்வாஹிலி மொழி இரு வகைகளிலும் செயல்படுகிறது.

தொடர்பு ஊடகமாகத் தொழிற்படும் மொழிக்கு மூன்று கூறுகள் அல்லது தன்மைகள் உள்ளன. முதல் தன்மை காரல் மார்க்ஸ் ஒருமுறை உண்மையான வாழ்வனுபவ மொழி[12] எனக் குறிப்பிட்ட தன்மையாகும். மொழி என்ற சிந்தனை, அதன் தோற்றம், வளர்ச்சி ஆகியவற்றின் அடிப்படை அது தான். உழைப்பு முறையில் மக்கள் கொள்ளும் உறவின் அடிப்படையில் அது தீர்மானிக்கப்படுகிறது. மனிதர்கள், ஒரு மனித சமூகமாக சொத்து அல்லது வாழ்வுக் தேவைகளான உணவு, உடை, வீடு ஆகியவற்றை உற்பத்தி செய்யும் போது தமக்குள் கொள்ளும் இணைப்புகள் அடிப்படையில் மொழி உருவாகிறது. மனித சமூகம் ஒரு சமூகம் என்ற வகையில் தனது வரலாற்று இருப்பை, ஒத்துழைப்பு மிக்க உற்பத்தியில் வேலைப் பிரிவினை மூலம் ஈடுபடுவதிலிருந்தே தொடங்குகிறது. சிக்கல் மிக்க சமூகப் பிரிவுகள் உற்பத்தித்துறையில் தனித்த வேட்டைக்காரர், தனித்த பழம் சேகரிப்பவர்கள் அல்லது உலோகத் துறையில் தனித்து ஈடுபடும் உழைப்பாளிகள் ஆகியோர் மத்தியில் தோன்றும். அதைக் காட்டிலும் கூடுதல் சிக்கல்கள் நிறைந்த பிரிவுகள் நவீனத்தொழிற்சாலைகளில் ஒரு தனிப் பொருளை - சட்டை அல்லது காலணியை - பல கரங்களும் மனங்களும் இணைந்து உருவாக்கும் போது உண்டாகும். உற்பத்தி, ஒத்துழைப்பு, தொடர்பாடல் மொழி, மனித உறவுகளின் வெளிப்பாடு சார்ந்தது. தனிப்பட்ட விதத்தில் மனிதத் தன்மை மிக்கது.

மொழியின் இரண்டாவது கூறு பேச்சு. அது உண்மை வாழ்வை அப்படியே காட்டுவது. தொடர்பாடலை உற்பத்தி செய்வது வாய் மொழிக் குறியீடுகள். அவை தொடர்பாடலைப் பிரதிபலிக்கிறது; அதற்கு உதவுகிறது. மனிதர்களுக்கு இடையே வாழ்வுக்கான மூலங்களை உற்பத்தியைச் சாத்தியப்படுத்துவதில் மொழி என்ற சொற்குறியீடுகள் சார்ந்த அமைப்பிற்கு முக்கிய இடமுண்டு. மனிதர்களுக்கும், இயற்கைக்குமான உறவில் கைக்கு இருக்கும் பங்கு, மனிதர்களுக்கு இடையே உள்ள உறவுகளில் வாய்ச் சொல்லுக்கு உண்டு. கரங்கள் கருவிகள் மூலம் மனிதர்களுக்கும், இயற்கைக்கும் இடையே ஊடாட்டம் செய்து நிசவாழ்வின் மொழியை உருவாக்குகிறது. வாய் மொழிச் சொற்கள் மனிதர்களுக்கு இடையே ஊடாடி, பேச்சு மொழியை உருவாக்குகிறது.

மூன்றாவது அம்சம் எழுத்துக் குறியீடுகள். எழுத்து பேச்சைப் பிரதிபலிக்கிறது. தொடர்பூடகமாக மொழியின் முதல் இரு கூறுகளான சைகை மற்றும் பேச்சு வரலாற்று ரீதியாகக் கிட்டத்தட்ட ஒரே சமயத்தில் உருவாயின. எழுத்துக்கூறு பின்னர் உருவான வளர்ச்சி. எழுத்து ஒலிக் கூறுகளைக் காட்சிக் குறிகளாகக் காட்டுவது. இடையர்கள் மத்தியில் ஒரு மந்தையில் உள்ள ஆடுகளின் எண்ணிக்கையைக் குறிக்கும் சிறு முடிச்சு முதல், அகீகூயூ கிசாண்டி பாடகர்களின் பொருள் வடிவ எழுத்து *(Hieroglyphic)*, கென்யக்

கவிஞர்கள் வரை இன்றைய உலகில் உள்ள சிக்கலான வெவ்வேறு எழுத்து / பட அமைப்புகள் வரை இப்படி உருவானதுதான்.

பெரும்பாலான சமூகங்களில் எழுத்து மற்றும் பேச்சு மொழி ஒன்றாகவே இருக்கும். ஒன்றையொன்று பிரதிநிதித்துவப்படுத்தும். காகிதத்தில் உள்ளதை ஒருவர் படித்தால், அம்மொழி பேசி வளர்ந்தவர் எவரும் அதனைப் புரிந்து கொள்ள முடியும். அத்தகு சமூகத்தில் வளரும் குழந்தைக்குத் தொடர்பாடல் ஊடகமான மொழியின் மூன்று கூறுகளிலும் மிகுந்த ஒத்திசைவு இருக்கும். இயற்கை மற்றும் பிற மனிதர்களோடு கொள்ளும் தொடர்பு எழுத்து மற்றும் பேச்சு மொழியில் குறியீடுகளாக/சின்னங்களாக வெளிப்படும். இரட்டை ஊடாட்டத்தின் விளைவாகவும் அதன் பிரதிபலிப்பாகவும் இவை அமையும். ஒரு குழந்தையின் உணர்வறிதல் அதன் வாழ்வனுபவ மொழி சார்ந்தே அமையும்.

இதைவிட மேலதிகமான விஷயம் மனிதர்களுக்கு இடையே உள்ள தொடர்பாடல் பண்பாட்டு உருவாக்கத்தின் அடிப்படையும் வழி முறையும் ஆகும். செய்த பணிகளை, ஒரே மாதிரி மீண்டும் மீண்டும் அதே சூழலில் செய்வதன் மூலம், நகர்வுகளின் ஒத்த தன்மை காரணமாகச் சில குறிப்பிட்ட கட்டமைப்பு, நகர்வுகள், லயங்கள், பழக்கங்கள், கோணங்கள், அனுபவங்கள் மற்றும் அறிவு மேலெழும்புகிறது. மதிப்பீடுகள் சிறுகச் சிறுக ஒன்றிணைந்து காலப்போக்கில் அவர்களது எண்ணங்களை வழி நடத்தி அனைவரும் அறிந்த உண்மைகளாக நிலைபெறுகின்றன. அவை சரி / தவறு, நல்லது / தீயது, அழகு / அழகற்றது, துணிச்சல் / கோழைத்தனம், பரந்த மனப்பான்மை / கேவலத்தன்மை ஆகியவற்றை அச்சமூகத்தின் உள்முக, வெளிப்புற உறவுகளில் தீர்மானிக்கும். காலப் போக்கில், பிறவாழ்வியல் முறைகளில் இருந்து வேறுபட்ட தனிப்பட்ட வாழ்வியல் உருவாகிறது. தனித்துவமான பண்பாடு மற்றும் வரலாறு வளர்கிறது. பண்பாடு நல்லொழுக்க, அறவியல், அழகியல் மதிப்பீடுகளை உள்ளடக்கியது. ஒரு மக்கள் கூட்டம் தம்மையும், இப்பிரபஞ்சத்தில் தமது இடத்தையும் நோக்கும் அவ்வினத்தின் ஆன்மீகக் கண்ணாடி பண்பாடுதான். ஒரு மக்கள் குழுவின் அடையாளம் அவர்களது மதிப்பீடுகள் அடிப்படையில் எழுவது. மனித இனத்தின் உறுப்பினர்கள் என்ற வகையில் தமது குறிப்பிட்டத் தன்மைகள் குறித்த அவர்களது புரிதலைத் தீர்மானிப்பது மதிப்பீடுகள்தான். இவை அனைத்தையும் தாங்கிச் செல்வது மொழி. வரலாற்றில் மக்கள் அனுபவத்தின் கூட்டு நினைவுகளின் வங்கி மொழிப் பண்பாடு. ஒரு பண்பாட்டின் தோற்றம், வளர்ச்சி, சேமிப்பு, வெளிப்பாடு, தலைமுறைகளுக்கு இடையே நடைபெறும் மரபுப் பகிர்வு ஆகியவற்றை மொழியிலிருந்து பிரித்தறிவது சிரமமான காரியம்.

மொழிப் பண்பாட்டிலும் மூன்று முக்கிய அம்சங்கள் உண்டு. பண்பாடு வரலாற்றின் விளைவு; அதே சமயம் வரலாற்றைப் பிரதி பலிப்பது. அதாவது மனிதர்கள் வளங்களை உருவாக்கி, அவற்றைக் கட்டுப்படுத்த நடத்தும் போராட்டத்தில் ஒருவருக்கொருவர் கொள்ளும் தொடர்பாடலின் விளைவும், பிரதிபலிப்புமே பண்பாடு எனப்படும். ஆனால், பண்பாடு வரலாற்றை வெறுமனே பிரதிபலிப்பதில்லை. இயற்கை மற்றும் உலகைக் குறித்த படிமங்கள் அல்லது காட்சிப் படங்களை உருவாக்குவதன் மூலமே பண்பாடு தனது பிரதிபலிப்பைச் செய்கிறது. மொழிப்பண்பாட்டின் இரண்டாவது கூறு குழந்தையின் மனதில் படிமங்களை உருவாக்கும் காரணகர்த்தாவாக இருப்பதாகும். நாம் நம்மைக் குறித்துக் கொள்ளும் கருத்தாக்கம், தனிப்பட்ட வகையிலும் குழுவாகவும் அப்படிமங்கள் காட்சி உருக்கள் சார்ந்தே இயங்கும். அவை இயற்கை மற்றும் பேணுதல் சார்ந்து எதார்த்தத்தில் நடக்கும் போராட்டத்தைக் காட்டுவதாகவும் இருக்கலாம்; சில சமயம் காட்டாமலும் போகலாம். நாம் உலகைப் படைப்பு மனநிலையுடன் எதிர்கொள்ளும் சக்தி இப்படிமங்கள் எதார்த்தத்தை ஒட்டியோ, மறுத்தோ கொள்ளும் உறவைப் பொருத்தே அமையும். நமது போராட்டங்களின் எதார்த்தத்தை தெளிவுறுத்தியோ, குழப்பியோ காட்டும் படிமங்களைப் பொருத்தே நமது உலகப் பார்வை அமையும். இவ்விதம் மொழிப்பண்பாடு எனக்கும் எனது தன்னிலைக்கும் இடையே ஊடாட்டம் நடத்துகிறது. எனது தன்னிலைக்கும் பிற தன்னிலைகளுக்குமான மற்றும் எனக்கும் இயற்கைக்குமான ஊடாட்டத்தைச் செய்கிறது. இதன் மூலம் மொழிப் பண்பாட்டின் மூன்றாவது அம்சத்தை அடைகிறோம். பண்பாடு, உலகம் மற்றும் எதார்த்தம் குறித்த இப்படிமங்களைப் பேச்சு அல்லது எழுத்து மொழி மூலம் வழங்குகிறது. ஒரு குறிப்பிட்ட மொழி மூலம் வெளிப்படுத்துகிறது. வேறு வார்த்தைகளில் சொன்னால் பேசும் திறன், ஒலிகளைக் குறிப்பிட்ட விதத்தில் கோர்த்து மனிதர்களுக்கு இடையே புரிதலை சாத்தியமாக்கும் திறன், பொதுமையானது. இது மொழியின் பொதுமை. மனிதர்களுக்கான குறிப்பிட்ட பண்பு நலன். இயற்கையுடனும், மனிதர்களுக்கிடையேயும் நடக்கும் போராட்டங்களின் பொதுமையை ஒத்தது இது. ஆனால், ஒலிகளின் தனித்தன்மை, சொற்கள், சொற்களின் கோர்வை, வாக்கியங்களைக் குறிப்பிட்ட முறையில் கட்டமைப்பது, அதற்கான விதிகள் ஆகியவை ஒரு மொழியிலிருந்து இன்னொன்றை வேறுபடுத்துகின்றன. ஒரு குறிப்பிட்ட பண்பாடு மொழியின் பொதுமை மூலம் பகிரப்படுவதில்லை. தனிப்பட்ட வரலாற்றோடு கூடிய தனிமொழியின் தனித்தன்மைகள் மூலம்தான் அதன் பண்பாடு கையளிக்கப்படும். எழுதப்பட்ட இலக்கியமும் வாய்மொழி இலக்கியமும்தான் மொழி சுமக்கும் பண்பாட்டின் உலகம் குறித்த படிமங்களை அடுத்தவருக்கு அளிக்கும் முக்கிய சாதனங்கள்.

எனவே தொடர்பாடலுக்கான மொழியும் மொழிப் பண்பாடும் ஒன்று மற்றொன்றின் விளைபொருளாகும். தொடர்பாடல் பண்பாட்டைச் சுமக்கிறது. பண்பாடு வாய்மொழி மற்றும் இலக்கியம் மூலம் மதிப்பீடுகளைச் சுமக்கிறது. அவற்றின் மூலமே நாம் நம்மையும் உலகில் நமது இடத்தையும் உணர்கிறோம். மக்கள் தம்மை உணரும் முறை, அவர்கள் தமது பண்பாட்டை அணுகும் விதத்தைத் தீர்மானிக்கிறது. அவர்களது அரசியல், சமூக உற்பத்தி, இயற்கை மற்றும் மனிதருடனான உறவு ஆகியவற்றைத் தீர்மானிக்கிறது. மனிதர்களால் ஆன சமூகம் என்ற வகையில், தனித்ததொரு உருவம், பண்பு, வரலாறு, உலகுடனான உறவுகொண்ட நம்மிலிருந்து மொழியைப் பிரித்தறிய முடியாது.

V

காலனிய அந்நிய மொழித் திணிப்பு குழந்தைகளாகிய எங்களை என்ன செய்தது?

காலனியத்தின் உண்மையான நோக்கம் மக்களது வளங்களை ஆதிக்கம் செலுத்துவது: அவர்களது உற்பத்தி, உற்பத்தி முறைமை மற்றும் விநியோகத்தைக் கட்டுப்படுத்துவது. அதன் மூலம் நிச வாழ்வின் முழுமையான பரப்பையும் தனது ஆதிக்கத்தின் கீழ்க்கொண்டு வருவது. சமூக உற்பத்தியைக் காலனியம், இராணுவக் கைப்பற்றல், அதைத் தொடர்ந்த அரசியல் சர்வாதிகாரம் மூலம் அமுல்படுத்தியது. ஆனால் அதன் மிக முக்கிய ஆதிக்கப் பரப்பு காலனியப்படுத்தப்பட்ட மக்களது மனப் பிரபஞ்சத்தை ஆக்கிரமிப்பதாகும். அதற்கான வழி மக்கள் தம்மைத் தாமே உணரும் விதத்தையும் உலகத்தோடு கொள்ளும் உறவையும் கட்டுப்பாட்டிற்குள் கொண்டு வருவது. அதாவது ஒரு பண்பாட்டை ஆதிக்கம் செலுத்துவது. அரசியல், பொருளாதார ஆதிக்கம், சிந்தனை ஆதிக்கம் இன்றி முழுமையாகவும் வலுவானதாகவும் இருக்க முடியாது. மக்களது பண்பாட்டைக் குலைப்பது, அவர்கள் பிறருடன் கொள்ளும் உறவுகளில் சுயவரையறை செய்துகொள்ளப் பயன்படுத்தும் கருவிகளைத் தனது கட்டுப்பாட்டிற்குள் கொண்டு வருவதாகும். - காலனியத்தின் இம்முயற்சிக்கு இரண்டு கூறுகள் உள்ளன. வேண்டுமென்றே ஒரு மக்கள் குழுவின் பண்பாட்டைக் கீழ்மைப்படுத்துதல், அதன் கலை, நடனங்கள், மதங்கள், வரலாறு, புவியியல், கல்வி, வாய்மொழி மரபு, இலக்கியம் ஆகியவற்றை மதிப்பற்றதாக்குதல் ஒரு புறம்; மறுபுறம் காலனிய மொழியைத் திட்டமிட்டு உயர்த்துதல் ஆகிய இரண்டும் ஒரே சமயத்தில் நடத்தப்படும். காலனியப்படுத்தப்பட்ட மக்களது மொழியை, காலனிய நாட்டு மக்களது மனப்பரப்பை ஆக்கிரமிப்பது மிக முக்கியமானதாகும்.

தொடர்பாடல் மொழியை எடுத்துக் கொள்வோம். அந்நிய மொழித் திணிப்பும் உள்நாட்டு மொழிகளின் பேச்சையும் எழுத்தையும் ஒடுக்குவதும் ஆப்பிரிக்கக் குழந்தைக்கு தொடர்பாடல் மொழியின் மூன்று அம்சங்களுடனும் ஏற்கனவே இருந்த ஒத்திசைவைக் குலைத்தது. புதிதாகத் தொடர்பாடலுக்கான ஊடகமாக அறிமுகப்படுத்தப்பட்ட புதிய மொழி, வேறொரு இடத்தின் 'வாழ்வியல் எதார்த்தத்தை'ப் பிரதிபலிப்பதாகும். காலனியப்பட்ட சமூகத்தின் நிச வாழ்வை அம்மொழி வெளிப்படுத்தவோ, பிரதி பலிக்கவோ முடியாது. பேச்சு, எழுத்து இரண்டிலும் அது சாத்திய மில்லை. அதனால்தான், தொழில் நுட்பம் எங்களுக்கு எப்போதுமே ஓரளவு அந்நியமானதாகவே தோன்றுகிறது. அது அவர்களின்' பொருள்; 'எங்களுடையது' அல்ல என்ற உணர்வு மிஞ்சுகிறது. 'ஏவுகணை' *(missile)* என்ற சொல் தொலைதூர அந்நிய ஒலியாகவே எனக்குப் பலகாலம் இருந்தது. சமீபத்தில்தான் நான் அதன் கிகூயூ சொல்லை அறிய நேர்ந்தது. ngurukuhi என்ற அச்சொல் எனது பார்வையை வேறுபடுத்தியது. காலனியக் குழந்தைக்கு படிப்பு, மூளைசார் செயல்பாடாகவே இருந்தது; உணர்வுசார் அனுபவமாகப் படியவில்லை.

புதியதாகக் திணிக்கப்பட்ட மொழிகள் உள்நாட்டு மொழிகளின் பேச்சு மொழியை முழுமையாக அழிக்கமுடியாது. எனவே அவற்றின் ஆதிக்கம் தொடர்பாடல் மொழியின் மூன்றாவது அம்சமான எழுத்து வடிவத்தில் வலுவாக இருந்தது. ஆப்பிரிக்கக் குழந்தையின் முறைசார் கல்வி மொழி அந்நிய மொழியாக இருந்தது. அவன் படிக்கும் புத்தகங்களின் மொழி அந்நியமொழி. அவனது கருத்துருவாக்க மொழி அந்நிய மொழி. சிந்தனை, அவனுள் அந்நிய மொழியின் பருவுருவில் வடிவெடுத்தது. குழந்தையின் பள்ளியில் உள்ள எழுத்து மொழியும் (பள்ளி எல்லைக்குள் பேச்சு மொழியும்) அவன் வீட்டில் பேசும் மொழியும் வேறுபட்டுப் போனது. பெரும்பாலும் குழந்தையின் எழுத்து உலகத்திற்கும் அதாவது அவன் பள்ளியில் புழங்கிய மொழிக்கும் அவனது உடனடிச் சூழலுக்கும் - குடும்பம், சமூகத்திற்கும் - இடையே ஒட்டுறவு கூட இல்லாமல் போனது. காலனியக் குழந்தைக்கு தொடர்பாடல் மொழியின் மூன்று கூறுகளுக்கு இடையே இருந்த ஒத்திசைவு சரி செய்ய முடியாத அளவு முறிந்து போனது. எனவே இயல்பான சமூகச் சூழலில் இருந்து அவனது உணர்வறிதல் தொடர்பிழந்தது. அதனைக் காலனிய அந்நியமாதல் எனலாம். பூர்ஷ்வா ஐரோப்பாவைப் பிரபஞ்சத்தின் மையமாகக் கண்ட வரலாறு, புவியியல், இசை ஆகியவற்றைக் கற்பிப்பதன் மூலம் இந்த அந்நியமாதல் மீண்டும் நிலைநிறுத்தப்பட்டது.

உடனடிச் சூழலோடு தொடர்பின்மை, முறிவு அல்லது அந்நியமாதல் காலனிய மொழியைப் பண்பாட்டு மொழியாக அணுகும் போது இன்னமும் தெளிவாக விளங்கும்.

பண்பாடு மக்களது வரலாற்றின் விளைவும் பிரதிபலிப்பும் என்பதைப் பார்த்தோம். அந்த வகையில் ஆப்பிரிக்கக் குழந்தைக்கு வெளியே இருந்த உலகின் பண்பாடு மட்டுமே அறிமுகப்படுத்தப்பட்டது. அவன் தன்னைப் பார்க்கவேண்டுமெனில், தனக்கு வெளியே நின்று கொண்டுதான் பார்க்க வேண்டும் எனச் சொல்லித் தரப்பட்டது. பாப் டிக்சனின் பிஞ்சிலேயே படிய வைத்தல்' *(Catching them young)* என்ற நூல் குழந்தை இலக்கியத்தில் இனவாதம், வர்க்கம், பால் மற்றும் அரசியல் குறித்துப் பேசுகிறது. பிஞ்சிலேயே படிய வைத்தல்' என்ற நோக்கம் காலனியக் குழந்தையைப் பொருத்த வரை மேலும் உண்மையானது. உலகம் மற்றும் அதில் தனது இடம் பற்றி இக்குழந்தையின் மனதில் பதியவைக்கப்பட்டப் படிமங்களை வேரறுக்கப் பல காலம் ஆகும். முழுமையாக வேரறுக்க முடியுமா என்பதும் அய்யத்திற்குரியதே.

பண்பாடு உலகைப் படிமங்களாகப் பிரதிபலிப்பது மட்டுமல்லாமல், அதே படிமங்கள் மூலம் ஒரு குழந்தை உலகைப் பார்க்கும் விதத்தையும் கட்டுப்படுத்துகிறது. எனவே காலனியக் குழந்தைத் தன் மீது திணிக்கப்பட்ட மொழியின் பண்பாடு பிரதிபலிக்கும் விதத்தில் உலகையும் அதில் தனது இடத்தையும் பார்க்குமாறு நிர்ப்பந்திக்கப் படுகிறது.

இப்படிமங்கள் பெரும்பாலும் வாய்மொழி மற்றும் இலக்கியம் மூலமே கையளிக்கப்படுகிறது. எனவே இக்குழந்தை உலகை தான் வரித்துக் கொண்ட மொழி, இலக்கியம் மூலம் மட்டுமே பார்க்கத் தொடங்குகிறது. அந்நியப்படுத்தப்பட்ட இக்கண்ணோட்டம் ஒருவனைத் தன்னைத்தானே, வெளியே நிறுத்தி பிறிதொருவனைப் பார்ப்பது போலத் தன்னையே பார்க்க வைக்கிறது. இந்த இறக்குமதி இலக்கியத்தில் மிகச் சிறந்த மனிதாய மரபு கொண்ட ஷேக்ஸ்பியர், கதே, பால்சாக், டால்ஸ்டாய், கார்க்கி, பிரெக்ட், ஷோலகோவ், டிக்கன்ஸ் என்று எவராக இருந்தாலும் இந்த அந்நியமாதல் தொழிற்படுகிறது. இவற்றின் கற்பனை உலகின் சிறந்த கண்ணாடி வெளி ஐரோப்பாவாகவே இருந்தது. ஐரோப்பிய வரலாறு, பண்பாடு அடியொற்றிய உலகம் அது. இன்னபிற உலகத்தை அந்த மையத்திலிருந்தே கண்டது.

அதைவிட மோசமான நிலை காலனியக் குழந்தை தனது உலகை காலனிய மொழி எழுத்துகள் மூலம் அறிய நேர்ந்ததுதான். பசிய நெஞ்சில் பதிந்துபோன தனது சொந்த மொழிகள் குறித்த கீழ்நிலை, அவமானம், கடும் தண்டனை, மந்த புத்தி, முட்டாள்தனம்,

புதிர்த்தன்மை, காட்டுமிராண்டித்தனம் ஆகியவற்றை இனவாத எழுத்துக்களில் கை தேர்ந்த ரைடர் ஹாகர்ட் அல்லது நிக்கோலஸ் மான் சர்ராட் போன்றோரின் படைப்புகள் உறுதிப்படுத்தின. கூடுதலாக, மேலை அறிவுலக அரசியல் நிறுவன ஜாம்பவான்களின் அழிக்க முடியாத தீர்ப்புகள் வேறு இருந்தன. ஹியூம் ("-- நீக்ரோ, வெள்ளையனை விட இயல்பாகவே கீழானவன்...)[13], காமன் ஜெஃபர்சன் (... உடல், மனம் சார்ந்த பண்புகளில் கறுப்பர்கள் வெள்ளையரைவிடத் தாழ்ந்தவர்கள்...)[14] போன்றோர் கருத்துகள் அவனை ஆக்கிரமித்தன. ஹெகல் ஆப்பிரிக்காவைக் குழந்தைமை நிலமாக வர்ணித்தார்; ஓர்மை மிக்க வரலாற்றைப் பொருத்தவரை இரவின் கறுப்பு அங்கி அணிந்த வளராத பகுதியாக ஆப்பிரிக்காவைக் கண்டார். ஆப்பிரிக்கப் பண்பு நலனில் மனித சமூகத்தோடு ஒத்திசைவு மிக்க எதுவும் இல்லை என்ற ஹெகலின் வாக்குமூலம் ஆப்பிரிக்கா மற்றும் ஆப்பிரிக்கர்கள் குறித்த இனவாதப் படிமங்களுக்கான சான்று. காலனிய மொழி இலக்கியங்களில் காலனியக் குழந்தை எதிர்கொள்ளும் பிம்பங்கள் இவைதான்.[15] இவற்றின் விளைவு நாசகரமானவையாக இருக்கும்.

1973இல் நைரோபியில் பள்ளியில் ஆப்பிரிக்க இலக்கியம் கற்பித்தல் தொடர்பான மாநாட்டில் கென்ய எழுத்தாளரும் அறிஞருமான பேரா. மீசெரெ மூகோ (*Micere Mugo*) "எழுத்து இலக்கியமும் கறுப்பினப் படிமங்களும்"[16] என்ற கட்டுரை வாசித்தார். சிறு பெண்ணாக ரைடர் ஹாகர்டின், சாலமன் அரசனின் சுரங்கங்கள்' (*King Solomon's Mines*) நாவலில் வரும் ககூல் என்ற ஆப்பிரிக்கக் கிழவி பாத்திரத்தின் வர்ணனையைப் படித்த பாதிப்பு வெகுகாலம் அவருள் இருந்ததையும் எந்த ஆப்பிரிக்கக் கிழவியைக் கண்டாலும் அவருள் மரணபயம் ஏற்பட்டதையும் அதில் அவர் விளக்கினார். சிட்னி போய்டியர் தனது சுயசரிதை நூலான இந்த வாழ்க்கை (*This life*) நூலில் தான் படித்த இலக்கியங்களின் விளைவாக அவர் ஆப்பிரிக்காவைப் பாம்புகளின் இடமாகக் கருதியதை விவரிக்கிறார். எனவே அவர் ஆப்பிரிக்காவிற்கு வந்து, நவீன நகர விடுதியில் தங்க வைக்கப் பட்டபோது தூங்கமுடியாமல் தவித்தார். கட்டில் அடிப்பகுதி உட்பட அறையெங்கும் பாம்புகளைத் தேடிக் கொண்டே கழித்தார். இவ்விருவருக்கும் தமது பயங்களின் மூலத்தைக் குறிப்பிட்டுச் சொல்ல முடிந்தது. ஆனால், பெரும்பாலானவர்களுக்கு இத்தகு எதிர்மறை பிம்பம் உள்ளுக்குள்ளேயே ஊறிவிடுகிறது. அவர்களது சராசரி வாழ்வின் பண்பாட்டு, அரசியல் தெரிவுகளை இப்பிம்பம் பாதிக்கிறது.

அதனால்தான் லியோபோல்ட் செடார் செங்கோர் காலனிய மொழி தன்மேல் திணிக்கப்பட்டது என்பதை ஏற்றுக் கொண்ட போதிலும் தனது மொழியைத் தேர்ந்தெடுக்க வாய்ப்பு கிடைத்தாலும் தான் பிரெஞ்சு மொழியைத்தான் தேர்ந்தெடுப்பேன் எனக் கூறினார்.

பிரெஞ்சு மொழிபால் தனக்குள்ள அடிமைத்தனத்தை கவித்துவமாக வெளிப்படுத்துகிறார்.

பிரெஞ்சு மொழிக்கு உலகப் பொதுமையான தொழில் தேர்ச்சி உள்ளது; எனவே நாங்கள் எங்களை பிரெஞ்சு மொழியில் வெளிப்படுத்துகிறோம். எங்களது செய்தி பிரெஞ்சு மக்கள் மற்றும் பிறருக்கானது. எங்களது மொழிகளில் (ஆப்பிரிக்க மொழிகள்) சொற்களைச் சுற்றியுள்ள ஒளிவட்டம் இரத்தம் மற்றும் சாறுகளால் மட்டுமே ஆனது. பிரெஞ்சு சொற்களோ வைரங்கள் போல் ஆயிரம் கதிர்களை வீசுகின்றன.[17]

இப்போது பிரெஞ்சு அகாதமியில் சிறப்பான இடம் செங்கோருக்கு வழங்கப்பட்டுள்ளது. பிரெஞ்சுமொழித் தூய்மையைக் காக்கும் நிறுவனம் அது.

மலாவியில் பண்டா (Banda) தனது நினைவுச் சின்னத்தை தானே ஒரு நிறுவனமாகக் கட்டியெழுப்பி உள்ளார். கமுசு அகாதமி என்ற அந்நிறுவனத்தில் மலாவியில் ஆங்கிலத்தில் சிறப்பிடம் பெறும் சிறந்த மாணவர்களுக்கு உதவி வழங்கப்படுகிறது.

ஹார்வர்ட், சிகாகோ, ஆக்ஸ்போர்ட், கேம்பிரிட்ஜ், எடின் பரோ போன்ற பல்கலைக்கழகங்களுக்குச் செல்லக்கூடிய சிறுவர்களையும் சிறுமிகளையும் உருவாக்குவதற்கென்றே அமைக்கப்பட்ட பள்ளி இது. உலகெங்கிலும் உள்ள மற்றவரோடு சரி சமமாகப் போட்டியிடக் கூடிய தகுதி இம்மாணவர்களுக்கு உண்டு.

இப்பள்ளியின் பாடத்திட்டத்தில் இலத்தீன் மொழிக்கு மையமான இடம் கொடுக்கவேண்டும் எனப் பள்ளித் தலைவர் குறிப்பிட்டுள்ளார். இப்பள்ளி ஆசிரியர்கள் அனைவரும் அவர்களது கல்விப் பயிற்சியில் சிறிதளவாவது இலத்தீன் மொழி படித்திருக்க வேண்டும். டாக்டர் பண்டா அவர்கள் பலமுறை கூறுவது: இலத்தீனும், பிரெஞ்சும் இல்லாமல் ஆங்கில மொழியை முழுமையாக அறியமுடியாது என்பதாகும்...[18]

பெரும்பாலும், இந்த அகாதமியில் மலாவியைச் சேர்ந்த எவரும் ஆசிரியராக இருக்க அனுமதி கிடையாது. அவர்கள் எவரும் தேர்ச்சி பெற்றவர்களாகக் கருதப்படுவதில்லை. எல்லா ஆசிரியர்களும் பிரிட்டனிலிருந்து தேர்ந்தெடுக்கப்படுகிறார்கள். மலாவிய ஆசிரியர் தரத்தைக் குறைத்து விடக்கூடும். அதாவது ஆங்கில மொழியின் தூய்மையை அழித்துவிடக்கூடும், இதைவிட தேசிய வெறுப்புக்கு வேறெந்த எடுத்துக்காட்டு வேண்டும்? செத்துப்போன சவமான பின்னும் அந்நிய சரக்கிற்கு அடிமை விசுவாசம் காட்டுவதற்கு இன்னும் எடுத்துக்காட்டுகள் வேண்டுமா?

வரலாற்று நூல்களும் ஆப்பிரிக்கா பற்றிய குறிப்புகளும் வெவ்வேறு காலனிய சக்திகளுக்குள் இருந்த கொள்கை வேறுபாடுகள் பற்றி விலாவாரியாகப் பேசுகின்றன. பிரிட்டிஷாரின் மறைமுக ஆட்சி (கலாச்சாரத் திட்டம் இல்லாமல் இருந்த அவர்களது நடைமுறைத் தந்திரம் என்றும் கூறலாம்!) மற்றும் பிரெஞ்சு, போர்த்துக்கீசிய ஆட்சிகளின் பண்பாட்டு ஒருங்கிணைப்புத் திட்டம் ஆகியவை பற்றிப் பேசுகிறார்கள். இவை நுணுக்கம் மற்றும் அழுத்தம் சார்ந்த வேறுபாடுகள். இறுதி விளைவு எல்லாவற்றிலும் ஒன்றுதான். செங்கோர் பிரெஞ்சு மொழியை உலகப்பொதுமை கொண்டதென அணைத்துக் கொண்டார். அதே போலவே 1964 இல் சினுவா அச்சிபி ஆங்கிலத்திற்குத் தன் நன்றியறிதலைத் தெரிவித்தார். "ஆங்கில மொழியை முழுவதுமாகப் பெற்ற எங்களுக்கு அதன் மதிப்பைப் போற்றத் தெரியாமல் இருக்கலாம்."[19] எமது தாய்மொழிகளைப் புறக்கணித்துவிட்டு ஐரோப்பிய மொழிகளை எமது படைப்பாக்க ஊடகமாகத் தழுவிக் கொண்ட எங்களைப் போன்ற படைப்பாளிகளின் ஊகங்களுக்கும் இதற்கும் வித்தியாசம் இல்லை.

எனவே 1962 மாநாடு 'எமது இலக்கியத்தில் ஆங்கிலத்தின் அசைக்கமுடியாத இடம் பற்றிய அழிவு நோக்கிய தர்க்கத்தை நாங்கள் ஆமோதித்துப் பெருமையோடு அங்கீகரிக்கும் மாநாடாகவே அமைந்தது. பல ஆண்டு கால தேர்ந்தெடுக்கப்பட்ட கல்வி மற்றும் தீவிரப் பயிற்சி காரணமாக நாங்கள் அதனை ஏற்கனவே ஏற்றுக் கொண்டிருந்தோம். இந்த தர்க்கம் ஏகாதிபத்தியத்தில் வேரூன்றியது. ஆனால், மெகரெரே மாநாட்டில் நாங்கள் ஏகாதிபத்தியம் மற்றும் அதன் விளைவுகள் பற்றிப் பரிசீலிக்கவில்லை. ஆதிக்க அமைப்பின் இறுதி வெற்றி, ஆதிக்கத்திற்கு ஆளானவர்கள் அதன் பெருமைகளைப் பாடத் தொடங்குவதுதான்.

VI

மெகரெரே மாநாட்டைத் தொடர்ந்து வந்த இருபது ஆண்டுகள் தனித்துவம் மிக்க இலக்கியத்தை உலகிற்குத் தந்தது. ஆப்பிரிக்கர்கள் ஐரோப்பிய மொழிகளில் எழுதிய நாவல், சிறுகதை, கவிதை, நாடகம் போன்றவை புதியதொரு மரபை உருவாக்கின; அதற்கெனத் துணை நூல்களும் அதையொட்டிய ஆய்வுத் தொழிற்சாலைகளும் உருவாகின.

தொடக்கத்தில் இருந்தே இந்த இலக்கியம் காலனியப் பள்ளி, பல்கலைகளில் உருவான குட்டி முதலாளித்துவவாதிகளின் இலக்கிய மாகவே இருந்தது. அதன் மொழிஊடகத்தை வைத்துப் பார்க்கும் போது, இந்த இலக்கியம் வேறு உள்ளடக்கத்தோடு இருக்க முடியாது. இந்த இலக்கியத்தின் வளர்ச்சி, இந்த வர்க்கத்தின் அரசியல், பொருளாதார அதிகார வளர்ச்சியைப் பிரதிபலித்தது. ஆப்பிரிக்கக் குட்டி முதலாளித்துவ வர்க்கத்திற்குள் பல பிரிவுகள் இருந்தன.

நிரந்தரமாக ஏகாதிபத்தியத்தோடு உறவு கொண்டு, மேலைய நகர்சார் பூர்ஷ்வாக்களுக்கும் காலனிய மக்களுக்கும் இடையே தரகு வேலை செய்ய முயன்றது ஒரு பிரிவு; இந்தப் பிரிவு பற்றி நான் எனது "*கடுங் காவல்: ஒரு எழுத்தாளின் சிறைக் குறிப்பு*" நூலில் விவரித்துள்ளேன். ஆப்பிரிக்க தேசிய பொருளாதாரத்தை ஆப்பிரிக்க முதலாளித்துவம் அல்லது ஏதோ ஒரு வித சோஷலிசம் மூலம் மேம்படுத்தலாம் என்று தீவிரமாக நம்பிய பிரிவினரும் இதில் அடங்குவர். அவர்களை நான் தேசிய அல்லது நாட்டுப்பற்றுடைய பூர்ஷ்வாக்கள் என்று குறிப்பிடுவேன். ஐரோப்பிய மொழிகளில் படைக்கப்பட்ட இந்த ஆப்பிரிக்க இலக்கியம் படைப்பாளிகள், படைப்புகளின் உள்ளடக்கம் மற்றும் வாசகத் தன்மைகளில் தேசிய பூர்ஷ்வா வர்க்கத்தின் இலக்கியமாகவே இருந்தது.[20]

சர்வதேசிய அளவில் இந்த வர்க்கம் அரசியல், வணிகம், கல்வி போன்ற துறைகளில் புதிதாகக் காலனியத்திலிருந்து விடுபட்டு வளரத் தொடங்கிய நாடுகளில் தலைமைப் பொறுப்பேற்கத் தொடங்கி இருந்தது; அல்லது வளர்ச்சிக்கான போராட்டத்தில் ஈடுபட்டுக் கொண்டிருந்தது. இந்த இலக்கியம் ஆப்பிரிக்காவை உலகிற்கு விளக்க உதவியது. ஆப்பிரிக்காவிற்கு ஒரு கடந்த காலம் உண்டு; மதிப்பும் மனிதாய சிக்கல்களும் கொண்ட பண்பாடு உண்டு என அறிவித்தது.

உள்நாட்டில், இந்த இலக்கியம் இந்த வர்க்கத்திற்குத் தொடர்ச்சி யான மரபைக் கொடுத்தது. பொதுவான இலக்கியச் சான்றுகளைக் கொடுத்தது. விவசாயப் பண்பாட்டில் ஊன்றிய பிடிப்பற்ற வேர்களி லும், நகர்ப்புற பூர்ஷ்வா பண்பாட்டிலும் அவர்களுக்குக் கிடைக்காத மரபை இந்த இலக்கியம் கொடுத்தது. இலக்கியம் இவ்வர்க்கத்திற்கு நம்பிக்கை தந்தது. குட்டி முதலாளித்துவவாதிகளுக்கு இப்போது ஒரு கடந்த காலம், பண்பாடு, இலக்கியம் ஆகியவை கிடைத்தன. அவற்றைக் கொண்டு ஐரோப்பாவின் இனவாத வெறித்தனத்தை எதிர்கொள்ள முடிந்தது. இந்த நம்பிக்கை படைப்புகளின் தொனி, ஐரோப்பிய பூர்ஷ்வா நாகரிகத்திற்கெதிரான கூர்மையான விமரிசனம், அதன் விளைவுகள், நீக்ரோவிய மாதிரி வடிவம் போன்றவையாக உருக்கொண்டன. உலகிற்கு புதிதாக ஒன்றைத் தர ஆப்பிரிக்காவால் முடியும் எனக் காட்டியது. விடுதலைக்கு முன்பும் விடுதலை கிடைத்த உடனேயும் குட்டி முதலாளித்துவவாதிகளில் நாட்டுப்பற்று மிக்க தேசியவாதப் பிரிவினர் அரசியலில் பெற்ற இடத்தைப் பிரதிபலித்தது.

போருக்குப் பிந்தைய உலகில் தேசிய, சனநாயக, புரட்சிகர, காலனிய எதிர்ப்பு சீனா, இந்தியா போன்ற நாடுகளில் வலுப்பெற்றன; கென்யா, அல்ஜிரியாவில் ஆயுத எழுச்சிகள் ஏற்பட்டன. கானா, நைஜீரியா நாடுகள் விடுதலையை எதிர்நோக்கி இருந்தன. ஆசியா, ஆப்பிரிக்கா, இலத்தீன் அமெரிக்கா எதிர்ப்பு எழுச்சிகளின் பகுதியாகவே தொடக்கத்தில் இந்த இலக்கியம் செயற்பட்டது. அப்போது நிலவிய

அரசியல் விழிப்புணர்வால் இந்த இலக்கியம் எழுச்சி பெற்றது; விவசாயிகளிடமிருந்து தனது வலு மற்றும் வடிவத்தைக் கூடப் பெற்றது. அம்மக்களின் பழமொழிகள், நீதிக்கதைகள், காலனிய, ஏகாதிபத்திய எதிர்ப்பு எழுச்சிகளின் பகுதியாகவே தொடக்கத்தில் இந்த இலக்கியம் செயற்பட்டது. அம்மக்களின் பழமொழிகள், நீதிக் கதைகள், கதைகள், விடுகதைகள், மூத்தோர் மொழிகளை ஏற்றுக் கொண்டது. நம்பிக்கைமிக்க எழுத்தாக வெளிப்பட்டது. ஆனால், நாளடைவில் இந்தத் தரகு முதலாளித்துவப் பிரிவு அரசியலில் வளர்ச்சி பெற்ற பின்னர் ஏகாதிபத்தியத்துடனான பொருளியல் உறவு பலவீனப்படாமல், மேலும் வலுப்பெற்றதை உணரத் தொடங்கியது. இந்த நவ காலனிய திட்டம் காரணமாக இந்த இலக்கியம், விமரிசனம் நிறைந்த, கடும் கண்டனம் கொண்ட, நம்பிக்கை இழந்த, கசப்பான தொனியோடு வெளிவரலாயிற்று. விடுதலைக்குப்பிந்தைய நம்பிக்கைத் துரோகத்தை இவை ஒருமுகமாக வெளிப்படுத்தின. விவரணைகள், அழுத்தம், மற்றும் பார்வைத்தெளிவு ஆகியவற்றில் விகிதாசார அளவில் வேறுபட்டு இருந்தன. ஆனால் தனது தவறுகளின் பட்டியல், குற்றங்கள், செவிமடுக்கப்படாத புகார்கள் அல்லது மதிப்பீடுகளின் திசைமாற்றத்துக்கான அறைகூவலை இவ்விலக்கியம் யாரை நோக்கி வீசியது? ஏகாதிபத்திய பூர்ஷ்வாவையா? அல்லது அதிகாரத்தில் இருந்த குட்டி முதலாளித்துவ வர்க்கத்தை நோக்கியா? இவ்வர்க்கத்தின் ஒரு பகுதியான இராணுவத்தை நோக்கியா?

அது வேறொரு வாசகவட்டத்தைத் தேடியது. விவசாயிகள், தொழிலாளர் வர்க்கம் நிறைந்த ‘மக்கள்’ என்று பொதுவாக அறியப் பட்டவர்களை எட்ட விரும்பியது. புதுவாசகர்கள், புதுதிசைகளை நோக்கிய தேடல், புதிய எளிய வடிவங்களுக்கான தேடலில் பிரதிபலித்தது. அதன் நேரடித்தொனி செயல்பாட்டுக்கான அறைகூவலில் வெளிப்பட்டது. உள்ளடக்கத்திலும் இம்மாற்றம் தெரிந்தது. ஆப்பிரிக்காவை எந்த வித வித்தியாசங்களும் இல்லாத வரலாற்று ரீதியாக தவறு இழைக்கப்பட்ட கருப்பினமாகச் சித்திரிக்காமல், ஏதோ ஒரு வித வர்க்க ஆய்வைச் செய்ய முயன்றது. நவகாலனிய சமூகத்தன்மைகளைப் பரிசீலிக்க முயன்றது. ஆனாலும் இந்தத் தேடல் ஐரோப்பிய மொழிகளின் எல்லைக்குள்ளாகவே நடந்தது. அம்மொழிகளின் பயன்பாட்டைக் குறைந்த வன்மையோடும் நம்பிக்கைக் குறைவோடும் ஆதரித்தது. அவர்களது இந்த மொழித் தேர்வே தேடலைப் பாதித்தது. மக்களை நோக்கிய அதன் பயணத்தில் மாணவர்கள், ஆசிரியர்கள், செயலர்கள் போன்றோர் அடங்கிய குட்டி முதலாளித்துவப் பிரிவினரை மட்டுமே அந்த இலக்கியம் எட்ட முடிந்தது. இந்தப் பிரிவினர் மக்களோடு இன்னமும் நெருங்கிய உறவு கொண்டிருந்தனர். குறிப்பிட்ட கால எல்லைக்குள் அடைபட்டு, காலனிய முதுசமான மொழிவேலிக்குள் தங்கிப் போய்விட்டது.

இவ்விலக்கியத்தின் மிகப் பெரிய பலவீனம் அதன் வாசகரிடம்தான் இருந்தது. எப்போதுமே அப்படித்தான் இருந்துள்ளது. மொழித் தேர்வினால் தன்னியல்பாகக் குட்டி முதலாளித்துவ வாசகத்தளமே உருவாகியது. போட்டியிட்டுக் கொண்டிருந்த வர்க்கங்களுக்கு இடையே உறுதியான பொருளாதாரத் தன்மை இல்லாததால், குட்டி முதலாளித்துவ வர்க்கத்திற்கு ஊசலாட்டமான உளவியல் தன்மை வளர்ந்தது. இவ்வர்க்கம் தனக்கு நெருக்கமான, தன்னைக் கருணையோடு அணுகும் முக்கிய வர்க்கத்தின் நிறத்திற்குப் பச்சோந்தி போல் தாவியது. புரட்சி அலை வீசும்போது மக்களால் உந்தப்பட்டு நடவடிக்கைகளில் ஈடுபடும்; அல்லது மௌனம், அச்சம், நம்பிக்கை வறட்சி, சுய சிந்தனைக்குள் ஆழ்தல், இருத்தலியல் சோகம் அல்லது பிற்போக்கு அலைகளின்போது பதவிகளில் இருப்பவரோடு இணைந்து நிற்றல் ஆகியவற்றில் ஆழ்ந்து போகும். ஆப்பிரிக்காவில் இந்த வர்க்கம் ஏகாதிபத்திய பூர்ஷ்வா மற்றும் ஆளும் நவகாலனிய தரகு முதலாளித்துவத்திற்கும் விவசாய, தொழிலாள மக்களுக்கும் இடையே எப்போதுமே ஊசலாடிக் கொண்டே இருந்தது. இந்த வர்க்கத்தின் சமூக, உளவியல் உருவாக்கத்தினால் ஏற்பட்ட அடையாள மின்மை அதன் இலக்கியத்திலும் வெளிப்பட்டது. மெகரெரே மாநாட்டில் அடையாள வரையறை குறித்த நெருக்கடிகளில் வெளிப்பட்ட ஊகங்கள் இன்னமும் தொனித்தன. அரசியலைப் போலவே, இலக்கியத்திலும் தனது அடையாளம் அல்லது அடையாள நெருக்கடியைச் சமூகம் முழுமைக்குமானதாகப் பேசியது. ஐரோப்பிய மொழிகளில் உருவாக்கப்பட்ட இந்த இலக்கியத்திற்கு ஆப்பிரிக்க இலக்கிய அடையாளம் வழங்கப்பட்டது. அதை விட்டால் ஆப்பிரிக்க இலக்கியமே இருந்ததில்லை என்று கருதப்பட்டது. மொழிச் சிக்கலுக்கு நேரடியாக முகம் கொடுக்காமல், அடையாளத்தின் பொய்யான ஆடையை அணிந்து கொண்டிருந்தது. ஆப்பிரிக்க மைய நீரோட்ட இலக்கியச் சிம்மாதனம் தனக்கானது என்று நடித்துக்கொண்டிருந்தது. ஜேன்ஹெயின்ஸ் ஜெகான் (Janheinz Jahn) நவகாலனிய இலக்கியம் என்று வழங்கிய இலக்கிய வகை படைப்பாளிகள் தங்களது ஊசலாட்டத்திலிருந்து வெளியே வர ஐரோப்பிய மொழிகள் உண்மையிலேயே ஆப்பிரிக்க மொழிகள்தான் என்று அழுத்தம் திருத்தமாகக் கூறினர். ஆங்கிலம் அல்லது பிரெஞ்சு பயன்பாட்டை ஆப்பிரிக்கமயமாக்கினர். ஆனால் அதே சமயம் ஆங்கிலம், பிரெஞ்சு, போர்த்துக்கீசிய மொழிகளின் சாயலை இழக்காமல் இருக்க முயற்சித்தனர்.

இந்த அணுகுமுறையால் இந்த இலக்கியம் பொய்யான, அபத்தமான முறையில் ஆங்கிலம் பேசும் (பிரெஞ்சு / போர்த்துக்கீசிய மொழி பேசும்) ஆப்பிரிக்க விவசாய, தொழிலாள வர்க்கத்தை உருவாக்கியது. இதனால் வரலாற்றுப் பூர்வமான எதார்த்தம் மறுக்கப்பட்டது அல்லது

பொய்யாக்கப்பட்டது. இந்த ஐரோப்பிய மொழி பேசும் விவசாயியும் தொழிலாளியும் நாவல் அல்லது நாடகங்களில் மட்டுமே இருந்தனர். சில சமயம் அவர்கள் ஊசலாட்ட மனநிலை, தட்டிக்கழிக்கும் சுயசிந்தனை, மனிதநிலை குறித்த இருத்தலியல் சோகம், இரு உலகங்களுக்கு இடையே மாட்டிக் கொண்ட மனிதனின் நிலை ஆகிய குட்டி முதலாளித்துவ பண்புகளோடு வெளிப்பட்டனர். சொல்லப்போனால், இந்த வர்க்கத்திடம் முழுமையாக ஒப்படைத்தால், விடுதலை பெற்றதோடு ஆப்பிரிக்க மொழிகள் ஒட்டு மொத்தமாக அழிந்திருக்கும்.

VII

ஆப்பிரிக்க மொழிகள் சாக மறுத்தன. இலத்தீன் மொழி போல மொழியியல் தொல்பொருள் ஆய்வாளர்கள் தோண்டி எடுத்து, வகைப்படுத்திச் சர்வதேச மாநாடுகளில் விவாதிக்கப்படும் மொழியின் கதியைப் பெற மறுத்தன.

ஆப்பிரிக்காவின் தேசிய மரபுகளான இம்மொழிகள் விவசாய மக்களால் உயிரோட்டமாக வைக்கப்பட்டிருந்தன. விவசாயிகளுக்குத் தமது தாய் மொழிகளைப் பேசியபடியே பரந்த தேசிய அல்லது கண்டம் சார் நிலப்பரப்பின் பகுதியாக இருப்பதில் எந்த முரண்பாடும் இருக்கவில்லை. தமது உடனடி தேசிய இனம் மற்றும் பெர்லினால் வரையப்பட்ட பன்னாட்டு எல்லைகளுக்கு உட்பட்ட அரசு மற்றும் ஆப்பிரிக்காவிற்கு இடையே எதிர் மறையான சிக்கல்கள் கட்டாயம் இருக்கும் என அவர்கள் கருதவில்லை. அவர்கள், ஒலோஃப், ஹௌசா, யொரூபா, ஈபோ, அராபியம், அம்ஹரிக், கிஸ்வாஹிலி, கிகூயூ, லுவோ, லுஹ்யா, ஷோனா, டெபெலே, கிம்புண்டு, ஸுலு அல்லது லிங்காலா மொழிகளைப் பேசினர். ஆனால், பன்னாட்டு எல்லைகள் வகுத்த அரசுகளை இதன் காரணமாகச் சின்னாபின்ன மாக்கவில்லை. காலனிய எதிர்ப்புப் போராட்டத்தின் போது ஏகாதிபத்திய நிலைப்பாட்டை வலுவாகவும் தொடர்ந்தும் எடுத்த தலைவர் அல்லது கட்சியின் கீழ் ஒன்று திரளக்கூடிய சக்தி தமக்குண்டு என நிரூபித்தனர். ஆனால் குட்டி முதலாளித்துவவாதிகள், குறிப்பாகத் தரகு முதலாளிகள், தமது பிரெஞ்சு, ஆங்கிலம், போர்த்துக்கீசிய மொழிப் பின்னணியோடு, தமக்குள்ளான குறுகிய தகராறுகள், இனவாத குறுகிய பற்று ஆகியவை காரணமாக, இப்பிரிவுகளை வளர்த் தெடுத்தனர். சிலசமயம் மோதல்களுக்கு இட்டுச் செல்லும் அளவுக்கு இவை ஊக்குவிக்கப்பட்டன. ஆனால், விவசாயிகளுக்கு தமது மொழிகள், பண்பாடுகள் குறித்து எந்தவித உள்மனச்சிக்கல்களும் இருக்கவில்லை.

சொல்லப்போனால் நிர்ப்பந்தத்தின் காரணமாகவோ வரலாற்றுக் கட்டாயத்தின் பேரிலோ எசமானர்களின் மொழியை ஏற்குமாறு

நிர்ப்பந்திக்கப்பட்டபோது, விவசாய, தொழிலாள வர்க்கத்தினர் அதனை ஆப்பிரிக்க மயப்படுத்தினர். அந்த அந்நிய மொழியின் மரபுசார் பெருமை குறித்து செங்கோர், அச்சிபி போன்றவர்களைப் போல எந்த மரியாதையும் காட்டவில்லை. எனவே புதிய ஆப்பிரிக்க மொழிகள் உருவாக்கப்பட்டன. சியோரா லியோனில் கிரியோல், நைஜீரியாவில் பிட்ஜின் போன்ற புதிய மொழிகள் தமது அடையாளங்களை ஆப்பிரிக்க மொழிகளின் தொடரமைப்பு மற்றும் தாள லயத்திலிருந்து பெற்றன. இம் மொழிகள் தினசரி பேச்சில் உயிரோட்டமாக வைக்கப்பட்டன. சடங்குகள், அரசியல் போராட்டங்கள் ஆகியவற்றில் இடம் பெற்றன. அதை விடச் சிறப்பாக வாய்மொழி மரபின் பழமொழி, கதைகள், கவிதை மற்றும் விடுகதைகளில் இடம் பெற்றன.

விவசாய, நகர்ப்புற உழைக்கும் வர்க்கம் பல பாடகர்களைத் தந்தது. அவர்கள் பழைய அல்லது புதிய பாடல்களை இசைத்தனர். தொழிற்சாலைகளின் புதிய அனுபவங்கள், நகர்ப்புற வாழ்வு, தொழிலாள வர்க்க அமைப்பு மற்றும் போராட்டங்கள் இப் பாடல்களில் இடம் பெற்றன. இப்பாடகர்கள் மொழியைப் புதிய எல்லைகளுக்கு உந்தினர். புதிய சொற்கள், பயன்பாடு மூலம் அவற்றைப் புதுப்பித்துப் புத்துயிர் ஊட்டினார்கள். ஆப்பிரிக்கா மற்றும் உலகின் புது நிகழ்ச்சிகளை இணைக்கும் வலுவைப் பெறுமாறு அம்மொழிகளை விரிவுப்படுத்தினர்.

விவசாய, தொழிலாளர் வர்க்கம் தனது புதிய படைப்பாளிகளை உருவாக்கியது; அல்லது குட்டி முதலாளித்துவ அறிவுஜீவிகளைத் தம்பால் ஈர்த்தது. அவர்கள் ஆப்பிரிக்க மொழிகளில் எழுதினர். இத்தகு எழுத்தாளர்களை ஆல்பர்ட் ஜெரார்ட்டின் ஆப்பிரிக்க மொழி இலக்கியங்கள்' *(1981)* என்ற நூல் பாராட்டியது. அந்நூல் முதன் முதல் வெளி வந்த ஆப்பிரிக்க மொழி இலக்கியம் குறித்த விவர அட்டவணை ஆகும். பத்தாம் நூற்றாண்டு முதல் இன்று வரை வந்துள்ள படைப்புகளை அந்நூல் பட்டியலிட்டது. ஹெருயி வால்டா செலாஸி, ஜெர்மகாவ் தக்லா ஹவார்யட், ஷபான் ராபர்ட், அப்துல் லதீஃப், இப்ராஹிம் ஹுசைன், யூஃபிரேஸ் கெஸில்லாஹபீ, பி.எச். விலாகாசி, ஒகோ பி பிடெக், ஏ.சி. ஜார்டன், ப். ம்போயோ, டி.ஓ. ஃபகுன்வா, மஸிசி குனெனே (*Heruy Walda Sellassie, Germacaw Takla Hawaryat, Shabaan Robert, Abdullatif Abdaalla, Ebrahim Hussein, Euphrase Kezilahabi, B.H.Vilakazi, Okot p'Bitek, A.C. Jordan, P. Mboya, D.O. Fagunwa, Mazisi Kunene*) மற்றும் பலர் இதில் இடம் பெற்ற படைப்பாளிகள் ஆவர். இவ்வாறு உள்முக, வெளிப்புற அழுத்தங்கள் இருந்த போதும் அழிந்து போகாமல் நமது மொழிகள் அச்சில் வெளிவந்ததன் மூலம் சாகாமல் காப்பாற்றப்பட்டன.

கென்யாவில் ககாரா வா வாஞ்செள பற்றி நான் சிறப்பாகச் சொல்லியாக வேண்டும். கிகூயூ மொழியில் எழுதியமைக்காக 1952-62 வரை பிரிட்டிஷாரால் சிறைப்படுத்தப்பட்டார் இவர். அரசியல் கைதியாகக் கடுங்காவல் சிறையில் இருந்தபோது இரகசியமாக வைத்திருந்த இவரது நூல் *ம்வாண்டிகி வா மௌ மௌ இதாமிரியோனி* (*Mwandiki wa Mau Mau Ithaamirioini*) ஹெயினமென் கென்யாவால் வெளியிடப்பட்டது. 1984 இல் நோர்மா விருதையும் பெற்றது. கிகூயூ மொழி உரைநடையின் பரப்பை விரிவுபடுத்திய சக்தி வாய்ந்த இந்த நூல், அவர் 1946 இல் தொடங்கிய பணிக்கு சிகரம் வைத்த படைப்பு. அவர் ஏழ்மை, சிறைக்கொடுமை ஆகியவற்றை அனுபவித்தார். விடுதலைக்கு பிந்தைய கென்யாவில் பள்ளிகளில் மழலையர் பள்ளி முதல் பல்கலைக்கழக மட்டம் வரை ஆங்கிலம் ஆதிக்கம் செலுத்தியது. தேசிய அச்சகச் சூழலில் ஆங்கிலம்தான் முழு ஆதிக்கம் செய்தது. ஆனால், அவர் கென்யாவின் தேசிய மொழிகளின் சாத்தியங்களில் அவருக்கு இருந்த நம்பிக்கையை எப்போதும் இழக்கவில்லை. அவர் கென்ய மக்களின் காலனிய எதிர்ப்பு அமைப்புகளின் மூலம் எழுச்சி பெற்றார். 1952 இல் ஆப்பிரிக்காவில் நவீன கொரில்லாப் போராட்டத்தை அறிமுகப்படுத்திய மௌமௌ போராட்டத்தின் இராணுவப் பிரிவு மற்றும் கென்ய நாட்டு விடுதலை இராணுவம் ஆகியவற்றினால் எழுச்சி பெற்றார். விழிப்புணர்வு பெற்ற விவசாய தொழிலாள வர்க்கத்தின் வெகுசன அரசியல் இயக்கத்தால் உருவான எழுத்தாளர்களுக்கு அவர் தெளிவான எடுத்துக்காட்டாவார்.

இறுதியாக, ஐரோப்பிய மொழி பேசும் ஆப்பிரிக்கக் குட்டி முதலாளித்துவவாதிகளிலிருந்து புதிதாக உருவான ஒரு சிலர் எமது இலக்கிய இருத்தலில், ஐரோப்பிய மொழிகளின் பங்கு பற்றிய 'அழிவு நோக்கிய தர்க்கத்தை' குழூவாக உச்சரித்தவர்களோடு, ஒன்று சேர மறுத்தனர். இந்த வெகுசிலரில் ஒருவர் தான் ஒபி வாலி (*Obi Wali*). 1962இல் மெகரெரேயில் கூடியவர்களின் இலக்கியப் பாதங்களின் கீழ் இருந்த கம்பளத்தை இழுத்து எறிந்தவர் அவர் தான். 'மாற்றம்' இதழில் (செப், 10-1963) வெளியான அவரது கட்டுரையில், தமது பார்வையைத் தெளிவாக அறிவித்தார்: "படிப்பறிவு பெற்ற ஆப்பிரிக்கர்களின் படைப்புக்கான ஊடகமாக ஆங்கிலம் அல்லது பிரெஞ்சு மொழியை எந்தவித விமர்சனமும் இன்றி ஏற்றுக் கொள்வது தவறு. ஆப்பிரிக்க இலக்கியம், பண்பாட்டு வளர்ச்சிக்கு இதனால் எப்பயனும் இல்லை". ஆப்பிரிக்க மொழிகளில் எழுதப்பட்ட படைப்புகளே உண்மையான ஆப்பிரிக்க இலக்கியம் என்று எழுத்தாளர்கள் ஏற்கும் வரை, அவர்கள், போகாத ஊருக்கே பயணப்படுகிறார்கள் என்றார் அவர்.

வருங்கால ஆப்பிரிக்க இலக்கிய மாநாடுகள், ஆப்பிரிக்க மொழி படைப்புகள் பற்றி விவாதிக்கத் தம்நேரத்தைச் செலவிட

வேண்டும். அதன் மூலம் உருவாகக் கூடிய உண்மையான ஆப்பிரிக்க உணர்வு பற்றி அக்கறை காட்ட வேண்டும்.[21]

ஒபி வாலிக்கும் முன்னோடிகள் இருந்தனர். செனகலைச் சேர்ந்த டேவிட் டியோப் போன்றவர்கள், காலனிய மொழி பயன்பாட்டிற்கு எதிராக வலுவான வாதத்தை முன்வைத்தனர்.

> ஆப்பிரிக்கப் படைப்பாளி, தனது மக்களிடமிருந்து துண்டிக்கப்பட்டு தனது மொழியைப் பயன்படுத்துவதிலிருந்து மறுக்கப்பட்டிருக்கிறார். எனவே வெற்றி கொண்ட தேசத்தின் இலக்கியப் போக்கின் பிரநிதியாக அவர் உருவாகக்கூடும். (எந்தவித கைமாறும் தராத செயல்பாடாகவும் இது இருக்கும்.) அவரது படைப்புகள் கற்பனை மற்றும் நடை மூலம் காலனிய இணைப்புக் கொள்கைக்கு மிகச் சரியான எடுத்துக்காட்டாக அமையும். ஒரு சில விமர்சனக் குழுக்களின் பாராட்டையும் நிச்சயம் பெறக்கூடும். உண்மையில் இந்தப் பாராட்டு காலனியத்தைச் சேரும். தமது குடிமக்களை அடிமைகளாக வைத்துக் கொள்ள முடியாத போது, அவர்களைப் பணிவு மிக்க, மேலைய இலக்கியப் பாணிகளைப் பின்பற்றும் அறிவு ஜீவிகளாக மாற்றும் வேலை இது. ஒருவித நுண்ணிய சோரத்தனம்தான் இது.[22]

டேவிட் டியோப் ஆங்கில மற்றும் பிரெஞ்சுப் பயன்பாட்டைத் தற்காலிக வரலாற்றுத் தேவையாகக் குறிப்பிட்டது மிகச் சரியானது ஆகும்.

> காலனிய ஆதிக்கத்திலிருந்து விடுதலை பெற்ற ஆப்பிரிக்காவில் எந்தப் படைப்பாளிக்கும் மீள்கண்டுபிடிப்பு செய்யப்பட்ட தனது மொழித் தவிர வேறு எந்த மொழியிலும் தன் உணர்வுகளையும் தம் மக்களது உணர்வுகளையும் வெளிப்படுத்தத் தோன்றாது.[23]

ஒபி வாலியின் இடையீடு, அதன் தொனி மற்றும் தருணம் காரணமாக மிகுந்த முக்கியத்துவம் பெறுகிறது. ஆங்கிலத்தில் எழுதும் ஆப்பிரிக்க எழுத்தாளர்களின் மாநாடு, மெகரெரேயில் 1962 ஆம் ஆண்டு நடந்து முடிந்தவுடன் அவரது கட்டுரை வெளியானது. அதன் தொனி விவாதத்தைத் தூண்டுவதாகவும் வேகமானதாகவும் இருந்தது. ஆங்கிலம், பிரெஞ்சு மொழியைத் தேர்வு செய்ததைக் கேலி செய்தது. அதே சமயம் ஆப்பிரிக்க மொழிகளின் பயன்பாட்டை எந்த சமரசமும் இன்றி ஆதரித்தது. இக்கட்டுரை வெறுப்பையும் மௌனத்தையும் சந்தித்ததில் வியப்பொன்றும் இல்லை. ஆனால், இருபது ஆண்டுகள் ஐரோப்பிய மொழி இலக்கியங்கள் தங்கு தடையின்றி ஆதிக்கம் செலுத்திய பின்னர், ஆப்பிரிக்காவின் அரசியல் பொருளாதார நிகழ்வுகள் பிற்போக்கானவையாக மாறத் தொடங்கிய பின்னர், நவகாலனிய நிலைப்பாட்டிற்கு எதிராக, புரட்சிகர உடைப்பைத் தேடும் முயற்சி தொடங்கிய பின்னர், படைப்பாளிகள் மத்தியில்

ஆன்மத் தேடல் அவசியமானது. ஆப்பிரிக்க இலக்கியத்தின் மொழி குறித்த முழுக் கேள்வியும் மீண்டும் கிளப்பப்பட்டது.

VIII

எங்கள் முன்னிருந்த கேள்வி இதுதான்: ஆப்பிரிக்க எழுத்தாளர்கள் என்ற முறையில், நவகாலனிய அரசியல் பொருளாதார உறவுகளுக்கு நாங்கள் ஐரோப்பிய, அமெரிக்காவைச் சுட்டிக் காட்டினோம். அது சரிதான். ஆனால், அந்நிய மொழிகளில் தொடர்ந்து எழுதுவதன் மூலம், அவற்றைப் போற்றுவதன் மூலம், நாங்கள் பண்பாட்டுத் தளத்தில் நவகாலனிய அடிமைத்தனத்தையும் சுருங்கிய உணர்வையும் வெளிப்படுத்துவதாகத் தோன்றவில்லையா? ஏகாதிபத்தியம் இல்லாமல் ஆப்பிரிக்கா இல்லை என்று சொல்லும் அரசியல்வாதிக்கும் ஐரோப்பிய மொழிகள் இல்லாமல் ஆப்பிரிக்கா இல்லை என்று சொல்லும் எழுத்தாளனுக்கும் என்ன வித்தியாசம்?

நாங்கள் விவசாயத் தொழிலாளி வர்க்கத்தினரைப் புறந்தள்ளி வைக்கும் ஒரு மொழியில், விவாதத்தை நடத்திக் கொண்டிருந்தோம். ஆளும் வட்டாரங்களைக் கண்டனம் செய்து கொண்டிருந்தோம். அதே சமயத்தில் ஏகாதிபத்தியப்பண்பாடும் ஆப்பிரிக்கப் பிற்போக்குச் சக்திகளும் கொண்டாட்டத்தில் ஈடுபட்டன. சின்னஞ்சிறு ஆப்பிரிக்க மொழியில் கூட, பைபிள் அளவிறந்த எண்ணிக்கையில் கிடைத்தது. ஆளும் தரகு முதலாளித்துவக் குழுக்களும் விவசாய - தொழிலாள மக்களை அவர்களுக்குரிய இடத்தில் வைப்பதில் முனைப்புக் காட்டின. சர்வாதிகார ஆணைகள், அரசக் கட்டளைகள், திரிபுகள் போன்றவை அருங்காட்சியகப் பாணியில் ஆப்பிரிக்கப் பண்பாடென வலம் வந்தன. நிலவுடமைக்கெதிரான மூடநம்பிக்கைகள், பொய்கள் இன்னும் பிற பிற்போக்குத்தன்மைகள், ஆப்பிரிக்க மக்களுக்கு அவர்களது மொழிகளிலேயே வழங்கப்பட்டன. எதிர்காலம் பற்றிய மாற்றுப் பார்வைகள் கொண்ட எவரும், இவற்றை எதிர்க்கவில்லை; ஏனெனில் அவர்கள் ஆங்கிலம், பிரெஞ்சு, போர்த்துக்கீசிய மொழிகளில் தம்மைத் தாமே கூட்டுப்புழுக்களாக்கிக் கொண்டனர். மிகவும் பிற்போக்கான ஆப்பிரிக்க அரசியல்வாதி, தனது நாட்டை ஐரோப்பாவுக்கு விற்கத் தலைப்படும் ஒருவனாக இருப்பான். ஆனால், அவன் தான் ஆப்பிரிக்க மொழி வல்லுநனாக இருக்கிறான் என்பது தான் காலத்தின் முரண்நகை. ஆப்பிரிக்காவைத் தன்னிடமிருந்தே காப்பாற்றிக் கொள்ள வைக்கும் முயற்சிகளில் ஈடுபாடுகொண்ட ஐரோப்பிய மதகுருமார்கள், ஆப்பிரிக்க மொழி காட்டும் உருவ வழிபாட்டிலிருந்து அவர்களை மீட்க நினைப்பார்கள். இருந்தாலும் அவர்கள்தான் ஆப்பிரிக்க மொழிகளில் தேர்ச்சி பெற்றவர்களாக இருந்தனர். ஆனால், அம்மொழிகளை எழுத்து மொழிகளாகச் சுருக்கவும் செய்தனர். ஐரோப்பிய மதகுருமார்கள், தமது வெற்றியில் மிகுந்த நம்பிக்கை கொண்டிருந்ததால் அதனை மக்களிடம்

புழக்கத்தில் இருந்த மொழிகளில் வெளிப்படுத்துவதில் அக்கறை காட்டவில்லை. ஆப்பிரிக்கப் படைப்பாளி 'ஆப்பிரிக்க இலக்கியத்தில்' அதி நம்பிக்கை கொண்டிருந்தால், விவசாயிகளின் இனம் சார்ந்த பிரிவினை ஏற்படுத்திய, வளர்ச்சி பெறாத ஆப்பிரிக்க மொழிகளில் எழுதத் தலைப்படவில்லை!

இதில் கூடுதல் முரண் யாதெனில், அவர்கள் உருவாக்கிய படைப்புகள் ஆப்பிரிக்க இலக்கியங்கள் அல்ல; அவர்கள் தான் அப்படிச் சொல்லிக் கொண்டார்கள். ஆங்கில இலக்கியத்திற்கான பெலிக்கன் வழிகாட்டிகள், தமது சமீபத்திய தொகுதிகளில், இந்த இலக்கியத்தை இருபதாம் நூற்றாண்டு ஆங்கில இலக்கியமாக விவாதித்ததில் தவறில்லை. பிரெஞ்சு அகாதமி செங்கோரை, அவரது பிரெஞ்சு மொழி மற்றும் இலக்கியத்திற்கான நேர்மை, திறமை மிக்க பங்களிப்பிற்காகக் கௌரவப்படுத்தியது எவ்வளவு சரியோ அது போல் தான் இதுவும். உண்மையில், நாங்கள் உருவாக்கியது, ஒரு கலப்பின மரபு. மாறிக்கொண்டிருக்கும் ஒரு மரபு. ஆப்பிரிக்க - ஐரோப்பிய இலக்கியம் என்று பெயரிடப்படக்கூடிய சிறுபான்மை மரபு தான் அது. அதாவது, ஐரோப்பிய மொழிகளில் ஆப்பிரிக்கர்கள் எழுதிய இலக்கியம்.[24] இம்மரபில் வந்த திறமை வாய்ந்த எழுத்தாளர்கள் பலர். சினுவா அச்சிபி, வோலே சொயிங்கா, அயி க்வெய் அர்மா, செம்பெனே அவுஸ்மானே. அகஸ்டினோ நெடோ, செடார் செங்கோர் *(Chinua Achebe, Wole soyiaka, Ayi Kwei Armah, Sembene Ousmane, Agostino Neto, Sedar Senghor)* அடங்குவர். அவர்களது திறமையை யாரால் மறுக்க முடியும்? அவர்களது படைப்புகளில் தென்படும் கற்பனை வளத்தின் ஒளி, ஆப்பிரிக்க இருப்பின் முக்கியமான கூறுகளை வெளிப்படுத்தியுள்ளது என்பது உண்மைதான். பெர்லினுக்கு பிந்திய அரசியல் பொருளதாரப் போராட்டங்களைக் குறித்து இவை புதிய ஒளி பாய்ச்சின. ஆனால், கூழுக்கும் ஆசை மீசைக்கும் ஆசை என்று எப்படி இருக்கமுடியும்? அவர்களது படைப்புகள், ஆப்பிரிக்க ஐரோப்பிய இலக்கிய மரபைச் சேர்ந்தவை. ஆப்பிரிக்கா நவகாலனிய அமைப்பில் ஐரோப்பிய முதலீட்டின் ஆதிக்கத்தின் கீழ் இருக்கும் வரை இம்மரபு நிலைத்திருக்கும். எனவே, இம்மரபு ஏகாதிபத்திய யுகத்தின் ஐரோப்பிய மொழிகளில் எழுதிய ஆப்பிரிக்கர்களின் படைப்புகளாகும்.

ஆனால், ஒபி வாலி இருபது ஆண்டுகளுக்கு முன் வலுவாகக் கிளப்பிய விவாதத்திற்குத் தவிர்க்க முடியாமல் வந்து சேரும் சிலர் உள்ளனர். ஆப்பிரிக்க இலக்கியம், ஆப்பிரிக்க மொழிகளில் மட்டுமே உருவாக முடியும். நவகாலனியத்தைத் தவிர்க்க முடியாமல் உடைத்தெறியும் புரட்சிகர சக்திகளின் வெளிப்பாடாக ஆப்பிரிக்கத் தொழிலாளி விவசாய வர்க்கத்தின் மொழியில் வெளிப்படும் இலக்கியமாக இது அமையும்.

IX

என்னைப் பொருத்தவரை பதினேழு ஆண்டுகள் ஆப்பிரிக்க - ஐரோப்பிய இலக்கியத்தில் ஈடுபட்ட பின்னர் 1977இல் நான் கிகூயூ மொழியில் எழுதத் தொடங்கினேன். அப்போது தான் நான் கூகி வா மிர்ரீயுடன் சேர்ந்து நாடகம் எழுதுவதில் ஈடுபட்டேன். *காஹிகா டீன்டா* (*I will Marry when I want - ஆங்கிலத்தில்*) இவ்விதம் உருவானது. அதன் பின்னர் *சைதனி மூதரானபைனி (சிலுவையில் அறையப்பட்ட சாத்தான்)* வெளியானது. இசை நாடகமான *மைதூ ஜுகீரா (அம்மா! எனக்காகப் பாடு)* எழுதினேன். குழந்தைகள் நூல்கள் மூன்றும், மற்றொரு நாவலும் (*Matigari Ma Njirungi*) எழுதி முடித்தேன். நான் எங்கு போனாலும், குறிப்பாக ஐரோப்பாவில், என்னிடம் கேட்கப்படும் கேள்வி இதுதான்: ஏன் இப்போது கிகூயூவில் எழுதுகிறாய்? ஏன் ஆப்பிரிக்க மொழியில் எழுதத் தொடங்கிவிட்டாய்? சில கல்வியியல் துறைகளில் "ஏன் எங்களைப் புறக்கணித்து விட்டீர்கள்?" என்று கண்டனம் செய்தனர். கிகூயூவில் எழுத முடிவு செய்தது ஏதோ இயல்புக்கு மாறானது என்பது போல் விசாரிக்கின்றனர். ஆனால், கிகூயூ எனது தாய்மொழி அல்லவா? பிற பண்பாடுகளில் சாதாரணமாக ஏற்கப்படும் இலக்கியச் செயல்பாடு, ஆப்பிரிக்க எழுத்தாளருக்கு சாத்தியமில்லை என்பதே ஏகாதிபத்தியம் ஆப்பிரிக்க வாழ்வை எவ்வளவு சிதைத்துள்ளது என்பதற்கான சாட்சி. அது எங்கள் வாழ்வைத் தலைகீழாக்கிவிட்டது: இயல்பு இயல்பற்றதாகவும் இயல்பற்றது இயல்பாகவும் பார்க்கப்படுகிறது. உண்மையில், ஆப்பிரிக்கா ஐரோப்பாவை வளப்படுத்துகிறது. ஆனால், வறுமையிலிருந்து மீள ஆப்பிரிக்கா ஐரோப்பாவை நம்பி இருப்பதாகக் கருதப்பட்டது. ஆப்பிரிக்காவின் இயற்கை மற்றும் மனிதவளங்கள் ஐரோப்பாவையும் அமெரிக்காவையும் செழிக்க வைக்கின்றன. ஆனால், ஆப்பிரிக்கா அந்நாடுகளில் இருந்து கிடைக்கும் உதவித் தொகைகளுக்கு நன்றிக்கடன் கொண்டிருப்பதாக நம்பவைக்கப்படுகிறது. அந்த நாடுகள் ஆப்பிரிக்காவின் முதுகில் சவாரி செய்துகொண்டிருக்கின்றன. ஆப்பிரிக்காவைத் தலைகீழாகப் பார்ப்பதை நியாயப்படுத்தும் அறிவு ஜீவிகளை இப்போது ஆப்பிரிக்காவே உருவாக்குகிறது.

நான் கிகூயூ என்ற கென்ய, ஆப்பிரிக்க மொழியில் எழுதுவது, கென்ய மற்றும் ஆப்பிரிக்க மக்களின் ஏகாதிபத்திய எதிர்ப்புப் போராட்டத்தின் ஒரு பகுதி என நம்புகிறேன். பள்ளி மற்றும் பல்கலைக்கழகங்களில் எங்களது கென்ய மொழிகள், கென்யாவின் பகுதிகளான பல தேசிய இனங்களின் மொழிகள் எதிர்மறையாகவே பார்க்கப்பட்டன. வளர்ச்சியின்மை, பின்னடைவு, அவமானம், தண்டனை ஆகியவற்றோடு தொடர்புபடுத்தப்பட்டன. அப்பள்ளி அமைப்பில் வளர்ந்த நாங்கள் எங்கள் மக்கள் மற்றும் பண்பாட்டின் மீது வெறுப்போடு வளர்வோம் என்று எதிர்பார்க்கப்பட்டது.

எங்களது தினசரி அவமானம் மற்றும் தண்டனைக்குக் காரணமான எங்கள் மொழியின் மதிப்பீடுகளை மறுதலிப்போம் என்று எதிர்பார்க்கப்பட்டது. கென்யக் குழந்தைகள் தமது சமூகமும் வரலாறும் உருவாக்கிய தொடர்பாடல் ஊடகங்களை ஏகாதிபத்திய திணிப்பால் வெறுக்கும் மரபில் வளருவதை நான் காண விரும்பவில்லை. காலனிய அந்நியமாதலை அவர்கள் கடக்க வேண்டும் என விரும்புகிறேன்.

காலனிய அந்நியமாதல் இரு வடிவங்களை எடுக்கலாம். அவை ஒன்றோடொன்று தொடர்பு கொண்டவை: தன்னைச் சுற்றி உள்ள எதார்த்தத்திலிருந்து செயலூக்கத்தோடு (அல்லது செயலூக்கமற்று) விலகி நிற்றல்; அல்லது தனக்கு புறம்பான சூழலோடு தன்னைச் செயலூக்கத்தோடு (அல்லது செயலூக்கமற்று) அடையாளப்படுத்திக் கொள்ளல் ஆகிய இரண்டுதான் அவை. இதன் ஆரம்பக் கட்டம் கருத்துருவாக்கம், சிந்தனை, முறைசார் கல்வி, மனவளர்ச்சி ஆகிய அம்சங்களில் வீட்டிலும் சமூகத்திலும் தினசரி ஊடாடும் மொழியிலிருந்து விலகுவதில் தான் தொடங்குகிறது. தொடர்பற்ற இருமொழிக் களங்களை ஒரே மனிதனுக்குள் வைத்திருப்பதால், உடலும் மனமும் இரண்டாகப் பிரிந்தது போல் ஆகிறது. பரந்த சமூக அளவில் பார்க்கப் போனால், உடல்களற்ற தலைகளையும் தலைகளற்ற உடல்களையும் உருவாக்கும் சமூகத்தைப் போன்றது.

மொழி மூலம் உருவாகும் பிரிவுகளை நீக்கி, ஒத்திசைவை மீண்டும் உருவாக்க எனது பங்களிப்பைச் செய்ய விரும்புகிறேன். கென்யக் குழந்தையை அவனது சூழலோடு மீண்டும் இணைத்து, அனைவரது நலனுக்காக அதனை மாற்றக்கூடிய அளவு அச்சூழலைப் புரிந்து கொள்ள வைக்க வேண்டும் என விரும்புகிறேன். கென்ய மக்களின் தாய்மொழிகள் (எங்கள் தேசிய மொழிகள்) குழந்தையின் பேச்சு மொழி லயத்தை மட்டுமின்றி அவனது இயற்கையுடனான போராட்டம் மற்றும் சமூகப் பண்புகளைக் காட்டக்கூடிய இலக்கியங்களை உருவாக்க வேண்டும் என விழைகிறேன். தனது தன்னிலை, மொழி, சூழலோடு இயைந்த ஒத்திசைவைத் தொடக்கக் காலத்தில் பெற்ற ஒருவன், பிற மொழிகளைக் கற்கலாம். அவற்றின் வளமான, மனிதாயம் மிக்க, சனநாயக, புரட்சிகர அம்சங்களை அறிந்து கொள்ளலாம். எந்த வித மனச்சிக்கலும் இன்றி பிறரது இலக்கியங்களையும் பண்பாடுகளையும் அறிந்து கொள்ளமுடியும். இதன் மூலம் கென்யா முழுமைக்குமான தேசிய மொழி (கிஸ்வாஹிலி), பிற தேசிய மொழிகள் (பிற தேசிய இனங்களின் மொழிகளான லுவோ, கிகூயூ, மாசை, லுஹ்யா, காலெஞ்சின், கம்பா, மிஜிகென்டா, சொமாலி, கல்லா, துர்கானா, அராபிய மொழிகள்) பிற ஆப்பிரிக்க மொழிகள் (ஹௌஸா, வுலோஃப், யொரூபா, இபோ, ஸுலூ, யஞ்சா, லிங்காலா, கிம்புண்டு) அந்நிய மொழிகள் (ஆப்பிரிக்காவிற்கு வெளியே இருந்து வந்தவை - ஆங்கிலம், பிரெஞ்சு,

ஜெர்மன், ரஷியன், சீன, ஜப்பானிய, போர்த்துக்கீசிய, ஸ்பானிஷ் மொழிகள்) ஆகிய அனைத்தும் கென்யக் குழந்தைகளின் வாழ்வில் அதனதன் இடத்தைப் பெறும்.

சினுவா அச்சிபி ஒரு முறை ஆப்பிரிக்க அறிவுஜீவிகள் அருவமான பொதுமைக்குள் தப்பித்துச் செல்வதைக் கடுமையாகக் கண்டித்தார். அது ஆப்பிரிக்க இலக்கிய மொழி பற்றிய விவாதத்திற்குக் கூடுதல் பொருத்தமுடையது.

இந்த உலகில் 'ஆப்பிரிக்க' என்ற அடைமொழியைக் கேட்டவுடனேயே புறக்கணிப்பு தான் கிடைக்கும் என்ற அச்சம் ஏற்படுவது நமது விதியாகிவிட்டது. இந்தச் சொந்த நிலத்துடனான தொடர்பை அறுத்துக் கொண்டு, இந்தக் கடனைத் தொலைத்து விட்டு அசுர வேகத்தில் பாய்ந்து பொது மனிதனாக மாறவேண்டும் என்ற ஆசை எழுவதில் வியப்பில்லை. இந்தக் கவலையை என்னால் புரிந்துக் கொள்ள முடிகிறது. ஆனால் ஒருவன் தன்னிடமிருந்தே தப்பி ஓடுவது, இச்சிக்கலைத் தீர்ப்பதற்குச் சரியான வழி அல்ல என்று படுகிறது. (அழுத்தம் எனது). மேலும் படைப்பாளிகளே தப்பிக்க நினைத்தால் வேறெவரால் சவாலை எதிர்கொள்ள முடியும்?[25]

ஸ்பென்சர், மில்டன், ஷேக்ஸ்பியர் போன்றோர் ஆங்கிலத்திற்குச் செய்ததை புஷ்கின், டால்ஸ்டாய் போன்றோர் ரஷிய மொழிக்குச் செய்ததை ஆப்பிரிக்க எழுத்தாளர்களாகிய நாம் ஆப்பிரிக்காவிற்குச் செய்ய வேண்டிய கடமை உண்டு. உலக வரலாற்றில் எல்லா மொழி எழுத்தாளர்களும் தமது மொழிகளில் இலக்கியம் படைப்பதற்கான சவாலை எதிர் கொண்டுள்ளனர். அதன் மூலம் அம்மொழிகளில் தத்துவம், அறிவியல், தொழில் நுட்பம் மற்றும் பிற மனிதப் படைப்பு முயற்சிகளுக்கு வாசலைத் திறந்து விடுகிறார்கள்.

ஆனால், நமது மொழிகளில் எழுதுவது முதல் அடி மட்டுமே. அது மட்டுமே ஆப்பிரிக்கப் பண்பாட்டு மறுமலர்ச்சியைக் கொண்டு வர முடியாது. அந்த இலக்கியம் மக்களின் ஏகாதிபத்திய எதிர்ப்புப் போராட்டங்களை, தமது உற்பத்தி சக்திகளை அந்நிய கட்டுப் பாட்டில் இருந்து மீட்க எடுக்கும் முயற்சிகளை வெளிப்படுத்தா விட்டால் இம்மறுமலர்ச்சிக்கு சாத்தியமில்லை. உள்முக, வெளிப்புற ஒட்டுண்ணிகளிடமிருந்து விடுதலை பெற்று, தாம் உருவாக்கும் வளங்களைத் தம் கட்டுப்பாட்டில் வைத்திருக்க நடத்தும் போராட்டங்களில் விவசாயிகள், தொழிலாளர்கள் ஒன்றிணைய வேண்டிய தேவை, இத்தகு இலக்கியத்தின் கருப்பொருளாக அமைய வேண்டும்.

அதாவது, ஆப்பிரிக்க மொழிகள் தம்மைப் புரட்சிகர மரபுகளோடு மீண்டும் இணைத்துக் கொள்ள வேண்டும். ஏகாதிபத்தியத்தை முறியடிக்க விவசாய, தொழிலாள வர்க்கத்தினர் ஒன்று திரட்டி அமைப்பாக நடத்தும் போராட்டத்தோடு, தம்மைப் பிணைத்துக் கொள்ள வேண்டும். உலகெங்கும் உள்ள சனநாயக, சோஷலிச சக்திகளோடு இணைந்த உயர் அமைப்பு உருவாக்க ஒன்றிணைய வேண்டும். அப்போராட்டங்களோடு ஒன்றிணைவது, நமது பன்மொழிப் பண்பாட்டில் ஒற்றுமை காண உறுதி செய்யும். அதோடு ஆசியா, தென் அமெரிக்கா, ஐரோப்பா, ஆஸ்திரேலியா, நியூசிலாந்து, கனடா, அமெரிக்கா நாட்டு மக்களுடன் நம்மைப் பிணைக்கும் உண்மையான தொடர்புகளையும் நமக்குக் காட்டும்.

விவசாய, தொழிலாளர் போராட்டங்களோடு தொடர்புகளை ஏற்படுத்திக் கொள்ளும்போது தான் ஆப்பிரிக்க மொழி எழுத்தாளர்கள் மிகப் பெரிய சவாலை எதிர்கொள்வார்கள். தரகு முதலாளித்துவ ஆட்சியாளர்களுக்கு எழுச்சி பெற்ற விவசாய, தொழிலாள வர்க்கமே உண்மையான எதிரி. மக்களது மொழியில் புரட்சிகர ஒற்றுமை, நம்பிக்கையை வெளிப்படுத்தும் படைப்பாளி நிலைகுலைவுப் பண்பு கொண்டவராகக் கருதப்படுகிறார். எனவே ஆப்பிரிக்க மொழிகளில் எழுதுவது குற்றமாகிறது. தண்டனைக் குரியதாகிறது. அந்த எழுத்தாளர் சிறைவாசம், நாடுகடத்தல், மரணம் ஆகியவற்றை எதிர்கொள்ள வேண்டியதாகிறது. அவருக்கு 'தேசிய' விருதுகள் இல்லை; புத்தாண்டு மரியாதைகள் இல்லை; ஆனால், வசவுகளும் அவதூறுகளும் அள்ளி வீசப்படும். ஆளும் சிறுபான்மை இராணுவ சக்திகளின் எண்ணற்ற பொய்கள் அவர்கள் மீது சுமத்தப்படும். இந்த ஆட்சி அமெரிக்க ஏகாதிபத்தியத்தின் கைக்கூலி. சனநாயகத்தை அச்சுறுத்தலாகக் காணும் ஆட்சி இது. மக்கள் தமது வாழ்க்கையில் சனநாயகரீதியாக பங்கேற்றல், தமது வாழ்நிலையைப் புரிந்து கொள்ளக் கூடிய மொழிகளில் விவாதித்தல் போன்றவை பயங்கர செயலாகக் கருதப்படுகின்றன. நாட்டின் ஆட்சி மற்றும் நிறுவனங்களைக் குலைப்பதாகக் கூறப்படுகிறது. மக்களது வாழ்க்கையோடு பேசும் ஆப்பிரிக்க மொழிகள் நவகாலனிய அரசின் எதிரிகளாகின்றன.

குறிப்புகள்:

1. "ஆப்பிரிக்கர்களுக்கு அவர்களது அடையாளங்களை வரையறை செய்ய ஐரோப்பிய மொழிகள் முக்கியமாயின. தம்மைத் தாமே அவர்கள் பிரெஞ்சு பேசும் அல்லது ஆங்கிலம் பேசும் ஆப்பிரிக்கக் கண்டம் முழுவதும் பிரெஞ்சு, ஆங்கிலம், அராபியம் பேசும் மாநிலங்களாகவே பகுத்தறிய நேரிட்டது." அலி A. மஸ்ருய், *ஆப்பிரிக்காவின் சர்வதேச உறவுகள்*, லண்டன்: 1977, ப. 92.

இதில் அராபியம் அடங்காது. அதற்கு பதிலாக போர்த்துக்கீசியம் பேசும் மாநிலங்கள் எனக் குறிப்பிட்டிருக்க வேண்டும். அராபிக் இப்போது ஒரு

ஆப்பிரிக்க மொழி. இல்லையெனில் நாம் வட ஆப்பிரிக்கா, எகிப்து, சூடான் நாடுகளில் வாழும் ஆதிக்குடிகளை ஆப்பிரிக்கர்கள் அல்ல எனக் கழித்துக்கட்ட வேண்டி வரும். அதோடு மஸ்ரூயின் தொனி இதனை மாற்றமுடியாத நிலைமை போல வர்ணிக்கிறது.

2. இம் மாநாடு பாரிசில் இருந்த அமெரிக்கச் சிந்தனை கொண்ட கம்யூனிஸ்டு எதிர்ப்பாளர்களால் ஒருங்கிணைக்கப்பட்டது. இதற்கான நிதி ஆதாரம் 'பண்பாட்டு விடுதலை அமைப்பு' என்ற நிறுவனத்தால் வழங்கப்பட்டது. இந்நிறுவனம் சி.ஐ.ஏ.வால் நடத்தப்பட்டதென பின்னர் கண்டுபிடிக்கப்பட்டது. ஏகாதிபத்தியம் நகர்புற மையங்களில் இருந்து கொண்டு எமது பண்பாட்டு, அரசியல் பொருளாதாரத் திசைவழிகளை எப்படித் திட்டமிடுகிறது என்பதையே இது காட்டுகிறது.

3. காலனிய ஆதரவாளர்களால் முன்வைக்கப்படும் வாதம் இது தான். மஸ்ரூயும்/ மைக்கேல்ருடைடியும் தமது "தேசியமும், ஆப்பிரிக்காவின் புதிய மாநிலங்களும்" (லண்டன் : 1984) நூலில் 15.ஜூலை, 1964 மான்செஸ்டர் கார்டியன் வீக்லி இதழில் ஜியேஃப்ரி மூர்ஹவுஸ் கூற்றாகப் பின்வரும் மேற்கோளைக் கொடுக்கிறார்கள்:

"ஆப்பிரிக்காவின் இருபுறங்களிலும், கானா, நைஜீரியா, உகாண்டா, கென்யாவிலும் கல்வி பரவியதன் காரணமாகத் தொடக்கக் கல்வியில் ஆங்கிலத்திற்கான தேவை அதிகரித்துள்ளது. *ஆங்கிலம் காலனியச் சின்னம் என்று புறக்கணிக்கப்படவில்லை; ஆதிக்குடியியல் மனநிலை எதிர்ப்புகளைக் கடந்து ஆங்கிலம் அரசியல் ரீதியாக நடுநிலை மொழியாக ஏற்கப்பட்டு விட்டது.* இந்தியா, மலேசியாவை விட ஆப்பிரிக்காவில் இக்கல்வி கவர்ச்சிகரமாகச் செயல்பட்டது. ஏனெனில், ஆங்கிலக் கல்வி பரவுவதற்கு முன்பு வெகுசில ஆப்பிரிக்கர்களே தமது தாய்மொழிகளில் முழுமையாகத் தேர்ச்சி பெற்றவர்களாக இருந்தனர்" (அழுத்தம் எனது).

மூர்ஹவுஸ் ஆங்கிலம் நடுநிலை மொழி என்று கூறுகிறாரா? நவகாலனியத்தை எதிர்கொள்ள இது உதவுமா? 1964க்குள் ஐரோப்பிய மொழிகளில் கற்றுத் தேர்ந்தவர்கள், ஆப்பிரிக்க மொழிகளில் தேர்ந்தவர்களைவிடக் கூடுதலாக இருந்தார்கள் எனக் கூறவருகிறாரா?

4. இதன் ஆங்கிலத் தலைப்பு *அமாதௌ கொவும்பாவின் கதைகள்* (OUP) இங்கு உள்ள பகுதி பிரெஞ்சு மொழியிலிருந்து எனக்காக Dr. பச்சீர் டயாக்னே ஆங்கிலத்தில் மொழி பெயர்த்துத் தந்தது.

5. அச்சிபியின் இக்கட்டுரை அவரது தொகுப்பில் உள்ளது. *Morning Yet on Creation Day, London: 1975*

6. மேற்படி நூலின் முன்னுரையில் அச்சிபி அவரது 1964 நிலைப்பாட்டிலிருந்து விமரிசனப் பூர்வமான நிலையை எடுக்கிறார். எமது ஆப்பிரிக்க எழுத்தாளர் தலைமுறைக்குப் பொருத்தமான வாக்கியம் அது.

7. *Transition No.10*, செப்டம்பர் 1963, மறுபதிப்பு *Dialogue*, பாரீஸ்.

8. சினுவா அச்சிபி *The African writer and the English Language'in Morning Yet on Creation Day.*

9. கேப்ரியல் ஒகாரா, *Transition No:10*, செப்., 1963.

10. செயிக் ஹமிடெ கானேயின் நூலின் ஆங்கிலத் தலைப்பு: *Ambiguous Adventure.* இப்பகுதியை மொழிபெயர்த்தது பச்சீர் டயாக்கே.

11. உச்சரிப்புக்கான நாப்பழக்க பயிற்சிக்கு கிகூயூ மொழியில் பல வாக்கியங்கள் புழக்கத்தில் இருந்தன. குழந்தைகள் அவற்றின் சரியான உச்சரிப்பு, தொனி, இடைவெளிகளைப் புரிந்து பயில வேண்டும்.

12. மார்க்ஸ் & ஏங்கெல்ஸ், *German Idelology.* இதன் முதல் பகுதி *Feuerbach: Opposition of the Materialist and Idealist outlooks*, லண்டன். 1973, ப:8.

13. மேற்கோள் எரிக் வில்லியம்ஸ், *A History of the people of Trinidad and Tabago* லண்டன், 1964, ப:32

14. மேற்படி, ப: 31

15. ஹெகல் தனது *The philosophy of History* உரைகளுக்கான முன்னுரையில் ஐரோப்பிய இனவாத கருத்தியலை ஆதரிக்கிறார்.

16. இக்கட்டுரை அகிவாகா சுச்சுகியா, *"The Teaching of African Literature in Schools"* நூலில் இடம்பெற்றுள்ளது.

17. செங்கோர், கவிதை நூலுக்கான முன்னுரை, மற்றும் 1962இல் வெளியான அவரது பேட்டியில் மொழி குறித்த கேள்விக்கான பதில். *(Presence Africaine, 1962)*

18. ஜிம்பாப்வே ஹெரால்ட், ஆகஸ்டு 1981.

19. சினுவா அச்சிபி *'The African Writer and the English Language' in Morning yet on Creation Day. P: 59.*

20. பெரும்பாலான எழுத்தாளர்கள் பல்கலைக்கழகங்களில் உருவானவர்கள். வாசகர்கள் பள்ளி, கல்லூரிகளில் உருவானவர்கள். அந்த இலக்கியத்தின் உள்ளடக்கம் குறித்து அச்சிபியின் கட்டுரையான *"The Novelist as a Teacher"* குறிப்பிடுகிறது.

    "இன ரீதியான சிறுமையை ஏற்கத் துணிந்தது மிகப் பெரிய தவறு. அதைப் பற்றிக் கவலைப்பட்டுக் கொண்டிருக்கக் காலம் இல்லை. பிறரைக் குறை சொல்வதிலும் பலன் இல்லை. நாம் நம் பாதையைப் பின்னோக்கிப் பார்த்து எங்கு தவற விட்டோம் என அறியவேண்டும்."

    'நான் மேற்கொள்ள வேண்டிய புரட்சி, எனது சமூகத்தைத் தன்னைக் குறித்த நம்பிக்கையை மீட்டெடுக்க வைப்பதுதான். ஆண்டாண்டு கால கீழ்மையையும் சிறுமைப்படுத்தல் உருவாக்கியுள்ள உள்மனச் சிக்கலை நீக்குவதுதான்' *Morning yet on Creation Day, ப. 44.*

21. விவசாய, தொழிலாளவர்க்கத்திற்குத் தமது ஆப்பிரிக்கத் தன்மை குறித்து எந்த அய்யமும் இருந்ததில்லை. எனவே அச்சிபி குறிப்பிடும் மாற்றம் குட்டி

முதலாளித்துவ வர்க்கத்திற்கே பொருந்தும். இவ்வர்க்கத்திடம் ஏற்படும் கருத்தியல் புரட்சி சமூக முழுமையையும் எட்டும் என்பது உண்மைதான்.

22. டேவிட்டி யோப் *'Contribution to the Debate on National poetry'. Presence Africaine 6, 1956*

23. மேற்படி

24. ஆப்பிரிக்க-ஐரோப்பிய இலக்கியம் என்ற தொடர், இந்த இலக்கியத்தின் ஐரோப்பியத் தன்மைக்குக் கூடுதலாக அழுத்தம் தெரிவிப்பது போலத் தோன்றலாம். ஐரோப்பிய-ஆப்பிரிக்க இலக்கியம் என்று சொல்லலாமா? இவ்விவாதத்தின் மையம் சிறுபான்மை இலக்கியமாகத் தனித்த மரபு கொண்ட இந்த இலக்கியத்தை ஆப்பிரிக்க இலக்கியம் என்ற தொடரிலிருந்து வேறுபடுத்த வேண்டும் என்பதுதான். இல்லையெனில் இந்த வகை இலக்கியம் அத்தொடரைக் கைப்பற்றிவிடும். அதுதான் நிலவி வரும் இலக்கிய அறிவுப் புலத்தின் பழக்கமாக உள்ளது. சில அறிஞர்கள் ஆப்பிரிக்க மொழிகளில் உள்ள இலக்கியங்களை விட, இவை ஆப்பிரிக்கத் தன்மையினால் எழுச்சி பெற்று உருவானதால், ஆப்பிரிக்காவிற்கு நெருக்கமாக உள்ளது என முரண்டு பிடிக்கிறார்கள். சிறுபான்மை இலக்கியமான இது 'ஆப்பிரிக்க இலக்கியம்' என்ற தொடரை முழுமையாக ஆக்கிரமித்து விட்டதால்தான் ஆல்பர்ட் ஜெரால்ட் தனது காலப் பொருத்தம் மிக்க நூலுக்கு ஆப்பிரிக்க மொழியில் எழுதுபவர்கள் தான் தம்மை தனித்து இனம் காட்டிக் கொள்ள வேண்டியுள்ளவர்களாக உள்ளனர். எனவே, *ஆப்பிரிக்க மொழி இலக்கியங்கள்* என்று தலைப்பிட நேரிட்டது.

25. சினுவா அச்சிபி, *'Africa & Her Writers' in Morning Yet on creations P.27.*

2. ஆப்பிரிக்க அரங்க மொழி

I

1976 ஆம் ஆண்டில், ஒரு நாள் அதிகாலையில் காமிரீத்து கிராமத்திலிருந்து ஒரு பெண்மணி எனது வீட்டிற்கு வந்தார். வந்தவுடன் நேரடியாகத் தனது கருத்தைத் தெரிவித்தார். 'நீங்கள் நிறைய கல்வி கற்றிருக்கிறீர்கள்; புத்தகங்கள் எல்லாம் எழுதுகிறீர்கள் என்று கேள்விப்படுகிறோம். அந்தக் கல்வியின் ஒரு பகுதியை, நீங்களும் உங்களைப் போன்றவர்களும் கிராமத்திற்குக் கொடுக்கக் கூடாதா? முழுக்கக் கொடுக்க வேண்டாம்; கொஞ்சம் போதும்; உங்களின் நேரத்தில் சிறு பகுதி' என்றார் அவர். கிராமத்தில் இளைஞர்கள் மையம் ஒன்று, இயக்கமின்றிக் கிடந்தது. எல்லோருமாகச் சேர்ந்து கூட்டாக முயற்சித்தால், அதனை உயிர்ப்பிக்க முடியும் என்று சொல்லிக்கொண்டே போனார் அவர். என்னால் உதவ முடியுமா என்ற அவரது கேள்விக்கு, நான் யோசித்துச் சொல்வதாகச் சொன்னேன்.

அந்நாட்களில் நான் நைரோபிப் பல்கலைக்கழகத்தின் இலக்கியத் துறைத் தலைவராகப் பணியாற்றிக் கொண்டிருந்தேன். ஆனால், நகரத்திலிருந்து சுமார் 30 கி.மீ. தொலைவில் லிமூரூவைச் சேர்ந்த காமிரீத்துவிற்கருகில் வசித்து வந்தேன். ஞாயிற்றுக்கிழமை தவிர பிறநாட்களில் நைரோபிக்குக் காரில் பயணம் செய்து வந்தேன். எனவே, என்னை வீட்டில் பிடிக்கச் சரியான நாள் ஞாயிற்றுக் கிழமை தான். அப்பெண்மணி தொடர்ந்து நான்கு ஞாயிற்றுக் கிழமைகள் வந்தார். கிட்டத்தட்ட ஒரே விதமான வார்த்தைகளில், அதே வேண்டுதலை முன்வைத்தார். அப்படித்தான் நான் அதில் சேர்ந்தேன். பிறகு அது காமிரீத்து சமூகக் கல்வி, பண்பாட்டு மையம் என வழங்கப்படலாயிற்று.

II

காமிரீத்து போன்ற பல கிராமங்கள் 1950களில் பிரிட்டிஷ் காலனிய நிர்வாகத்தால் மக்களுக்கும் கென்யாவின் நிலமீட்பு விடுதலைப் போராட்ட அமைப்பான மௌ மௌ (Mau Mau) கொரில்லாக்களுக்கும் இடையே உள்ள தொடர்புகளைத் துண்டிக்க ஏற்படுத்தப்பட்டன. 1963இல் கென்யா விடுதலை பெற்ற பின்னரும் இந்தக் கிராமங்கள் மலிவு உழைப்புக் கிடங்குகளாக இருந்தன. 1975வாக்கில், காமிரீத்துவில்

மட்டும் பத்தாயிரம் பேர் வசித்து வந்தனர். காமிரீத்துவில் வசித்த - வாடகை வீட்டிலோ, சொந்த வீட்டிலோ - தொழிலாளர்களை மூன்று பிரிவினராகக் காணலாம். பன்னாட்டுக் காலனிய கம்பெனியான பாடா (Bata) தொழிலாளர்கள், பிளாஸ்டிக் பொருட்கள், பைப் தயாரிக்கும் தொழிற்சாலை, வேறு சிறு உப்புத் தொழிற்சாலை, மரம், தானியத் தொழிற்சாலைகள். சைக்கிள்- மோட்டார் வாகன ரிப்பேர் பட்டறைகளில் பணியாற்றியவர்கள் என்று இவர்களைப் பிரிக்கலாம். வளர்ந்து வந்த தொழிலாள வர்க்கத்தின் பகுதியினர் இவர்கள். அது தவிர உணவகங்கள். பெட்ரோல் நிலையம், போக்குவரத்து, கழுதைவண்டி இழுப்பவர்கள், கைவண்டி இழுப்பவர்கள், தனியார் பணியாளர்கள் போன்றவர்களும் இருந்தனர். விவசாயத் தொழிலாளர்கள், காப்பி-தேயிலைத் தோட்டத் தொழிலாளர்கள் ஆகியோர் மற்றொரு வகை. முன்பு பிரிட்டிஷ் காலனிய காலத்தில் குடியேறியவர்களுக்குச் சொந்தமாக இருந்த பெரும் தேயிலை, காப்பித் தோட்டங்கள் அல்லது பண்ணைகள் இப்போது வெகுசில பணக்காரக் கென்யர்கள் மற்றும் பன்னாட்டு முதலாளிகளான லான்ர்ஹோ போன்றோருக்கு உரியவையாக இருந்தன. அவற்றில் வேலை செய்த விவசாயத் தொழிலாளர்கள் மற்றும் பலவகையான பெரிய, சிறிய பண்ணைகளில் பணியாற்றிய பருவகாலத் தொழிலாளர்களும் இதில் அடங்குவர்.

பெரும்பான்மை மக்கள் விவசாயிகளே. அவர்களுள் குடும்பத்தவர் தவிர பிறரையும் பணிக்கமர்த்தும் பணக்கார' விவசாயிகள்; குடும்ப உழைப்பை மட்டும் நம்பியுள்ள மத்தியதர விவசாயிகள்; தமது சிறுநிலங்களிலும் உழைத்து, பிறர் நிலங்களிலும் கூலி வேலை செய்யும் ஏழை விவசாயிகள்; மற்றும் கணக்கற்ற நிலமற்ற விவசாயக் கூலித் தொழிலாளர்களும் இதில் அடங்குவர். அதோடு வேலை வாய்ப்பற்றவர்கள், பகுதி நேர அல்லது முழுநேர பாலியல் தொழிலாளர்கள், சிறு குற்றங்களை இழைப்பவர்கள் ஆகியோரும் உண்டு. இதுதவிர காமீரீத்துவில் வசித்தவர்களில் தனிப்பட்டுத் தெரிபவர்கள் ஆசிரியர்கள், அலுவலகச் செயலர்கள், சிறு நிர்வாக அதிகாரிகள், சிறு கடைகள், மதுபானக் கடைகள் நடத்துபவர்கள், கைவினைஞர்கள், தச்சர்கள், இசைக்கலைஞர்கள், வணிகச் சந்தையாளர்கள் மற்றும் அவ்வப்போது வணிகத்தில் ஈடுபடுபவர்கள் கொண்ட குட்டி முதலாளித்துவ வர்க்கத்தினர். பெரும்பாலான பணக்கார நிலவுடமையாளர்கள், வணிகர்கள், கம்பெனிகள் அல்லது நிர்வாகத்தில் பெரும் பதவி வகிக்கும் அதிகாரிகள், பெரு நிலவிவசாயிகள் ஆகியோர் கிராமத்திற்கு வெளியே வசித்தனர்.[1]

வெவ்வேறு வர்க்கங்களைக் குறித்துச் சொல்வதற்குக் காரணம் உண்டு. இவர்கள் அனைவரும் காமிரீத்து மையத்தில் பங்கேற்றனர். மையத்தை வழிநடத்தும் குழுவில் விவசாயிகள், தொழிலாளர்கள், பள்ளி ஆசிரியர், ஒரு வணிகர் ஆகியோர் இடம் பெற்றிருந்தனர்.

பல்கலைக்கழகத்தைச் சேர்ந்த கீமனி கேசெள, கபீரு கின்யாஞ்சுய், கூகி வா மீரீ மற்றும் நான் போன்றோரும் இருந்தோம். பின்னால், கூகி வா மீரீ எல்லா நடவடிக்கைகளையும் வழிநடத்தும் ஒருங்கிணைப்பாளராக ஆனார். ஆனால், 1976 இல் ஆரம்பிக்கப்பட்ட மையத்தின் முதுகெலும்பாய் திகழ்ந்தவர்கள் விவசாயிகள், தொழிலாளர்கள் மற்றும் வேலையற்று இருந்தோர் ஆகியோர்தாம்.

எனது கடுங்காவல்: ஒரு படைப்பாளி சிறைக்குறிப்பு மற்றும் *பேனா பீரங்கி: நவகாலனிய கென்யாவில் அடக்குமுறைக்கு எதிரான போராட்டம்* போன்ற நூல்களில் இம்மையத்தின் தொடக்கம், நோக்கம் மற்றும் வளர்ச்சி பற்றிக் குறிப்பிட்டுள்ளேன். வேறு பல வெளியீடுகளிலும் அதைப்பற்றி விவரித்துள்ளேன். செய்தித்தாள்கள், இதழ்கள் மற்றும் ஆய்வுக்கட்டுரைகளிலும் அதைப்பற்றி நிறைய வெளிவந்துள்ளது. ஆனால், ஆப்பிரிக்க அரங்கம் குறித்த நமது விவாதத்திற்கு முக்கியமானது மையத்தின் செயல்பாடுகள் ஒன்றோடொன்று பின்னிப்பிணைந்து வளர்ந்த விதம்தான்.

இளைஞர் மையத்தின் எல்லாச் செயல்பாடுகளையும் இணைக்க வேண்டி இருந்தது. ஒன்றிலிருந்து மற்றொன்று உருவானது. ஆனால், ஒவ்வொன்றும் தனித் திட்டமாகவும் இயங்கியது. அரங்கம், இம்மையத்தின் பண்பாட்டு செயல்பாட்டுத் திட்டத்தின் முக்கிய அம்சமாக இருந்தது. வயதுவந்தோர் கல்வித் திட்டத்தின் மூலம் புதிதாகக் கல்வி பெற்றோரின் செயல்பாடுகளை நோக்கியதாக அரங்கம் தொழிற்பட்டது. அதே சமயம் தொழில் நுட்பக் கல்வி சார்ந்த செயல்பாடாகவும் அமைந்தது. ஆனால், கிராமத்தில் போய் நாடகம் செய்வானேன்? அச்சமூகத்திற்கு அந்நியமான ஒன்றை அறிமுகப்படுத்தினோமா? அப்படித்தான் பின்னர் பிராந்திய கமிஷனர் குறிப்பிட்டார்.

III

அரங்கத்தின் தோற்றம், இயற்கை மற்றும் பிற மனிதர்களுடன் நடத்தப்படும் மனித இனப்போராட்டங்களோடு தொடர்புடையது. காலனியத்திற்கு முந்தைய கென்யாவில் பல்வேறு தேசிய இனங்களைச் சேர்ந்த விவசாயிகள் காடுகளைச் சீர்படுத்தி, பயிர்கள் வளர்த்து, அறுவடை செய்தனர். மண்ணில் புதைந்த ஒரு விதை பல விதைகளாக மீண்டும் மலர்ந்தது. சாவின் மடியில் உயிர்ப்புத் துளிர்விட்டது. அதனைச் சாத்தியமாக்கியது மனிதக் கரங்களும் கருவிகளும். எனவே கருவிகளின் இரகசிய மந்திர சக்தியை வாழ்த்த சடங்குகள் இருந்தன.

ஆடு, மாடு, பிற விலங்குகள் மற்றும் பறவைகள் மனிதர்களைப் போலவே உறவு கொண்டன. அதன் மூலம் மனித உயிர்களை வழி நடத்தும் பல உயிர்கள் உருவாகின. எனவே மண்ணிலிருந்தும் மனிதர்களின் தொடை இடுக்குகளில் இருந்தும் மிருகங்களிடம் இருந்தும்

பொங்கிப்பெருகும் உயிர்ப்பைக் கொண்டாடும் வளமைச் சடங்குகளும் ஆசாரங்களும் இருந்தன. மனித உயிரே ஒரு புதிராக இருந்தது; பிறப்பு, வளர்ப்பு, இறப்பு மற்றும் அதன் பல கட்டங்கள் இருந்தன. எனவே வாழ்வியல் வட்டமான பிறப்பு, சுன்னத்து அல்லது பிறகட்டங்களுக்கான குறியீடுகள், வளர்ச்சி, பொறுப்பு, திருமணம், நீத்தோர் சடங்கு ஆகியவற்றுக்கான சடங்குகளும் / ஆசாரங்களும் இருந்தன.

இயற்கையின் கொடூரம் இருந்தது. வறட்சி, வெள்ளம், நாசங்கள், சாவு ஆகியவை இருந்தன. அச்சமூகம் கேணிகள் வெட்டலாம். சுவர்கள் கட்டலாம், எனவே மேலும் சடங்குகள், சம்பிரதாய ஆசாரங்கள், ஆவிகளும் கடவுளரும் கண்ணுக்குப் புலனாகாமல் இருக்கலாம். ஆனால் அவர்களை மனிதர்கள் அணியும் முகமூடிகள் மூலம் பிரதிநிதித்துவப்படுத்தலாம். உழைப்பு மற்றும் சடங்குகள் மூலம் இயற்கையோடு நட்புறவு கொள்ளலாம்.

மனிதர்கள் புரியும் கொடுமைகள் இருந்தன. ஒரு சமூகத்தின் செல்வமான ஆநிரைகளைக் கவரும் பகைவர்கள் இருந்தனர். தமக்குரியதை மீட்கப் போரிட வேண்டி இருந்தது. குத்தீட்டி வாழ்க! போர் வீரர்கள் வாழ்க! பகைவர்களிடமிருந்து சமூகத்தைக் காப்பவர்கள் வாழ்க! வென்ற வீரர்கள் திரும்பியதும் சடங்குகள், கொண்டாட்டங்கள் இருந்தன. பாடல், ஆடல் மூலம் போர்க்களக் காட்சிகளைப் பிறருக்குச் செய்து காட்டினர். தமது சமூகத்தின் பாராட்டையும் நன்றியையும் பருகியவாறே தமது வெற்றியை அசைபோட்டனர். ஒரு இனத்திற்குள்ளேயும் எதிரிகள் இருந்தனர். தீமை செய்பவர்கள், திருடர்கள், சோம்பேறிகள் போன்றோர் இருந்தனர். சமூக நலனுக்கு அச்சுறுத்தலாக உள்ளவர்களின் கதியைப் பற்றிச் சுட்டிக்காட்டும் கதைகள் இருந்தன. அவை பெரும்பாலும் குழுவின் கூற்றாக வெளிப்பட்டன.

இந்நாடகங்களுள் சில நாட்கணக்கில், வாரக்கணக்கில், மாதக் கணக்கில் கூட நடைபெற்றன. உதாரணமாக, கென்யாவில் உள்ள அகிகூயு மக்கள் மத்தியில் *இடுய்கா* சடங்கு இருந்தது. இருபத்தைந்து வருடங்களுக்கு ஒரு முறை ஒரு தலைமுறையிடமிருந்து அடுத்து தலைமுறைக்கு அதிகாரத்தைக் கையளிக்கும் சடங்கு அது. கென்யாட்டாவின் *கென்ய மனையைப் பார்த்தபடி* என்ற நூலில் இடுய்கா சடங்கு, ஆறு மாத கால விருந்து, நடனம், பாட்டுகளோடு நடத்தப்பட்டது எனக் குறிப்பிடுகிறார். புதிய ஆட்சியின் விதிகள், வரையறைகள் போன்றவை புதிய ஆடல் பாடல்களின் சொற்கள், தொடர்கள், தாளலயம் மற்றும் அசைவுகளில் வெளிப்பட்டன.[2] இடுய்கா எப்படி உருவானது என்பது அரங்கப் பேரணியாக மீண்டும் நடத்திக் காட்டப்பட்டது. இப்பலவகை நாடக வெளிப்பாடுகளின் மையமாகப் பாடல், ஆடல் மற்றும் அவ்வப்போது வெளிப்படும் பாவனை நடிப்பு அமைந்தது.

காலனியத்திற்கு முற்பட்ட கென்ய நாடகம் தனி நிகழ்வாக இருக்கவில்லை. அச்சமூகத்தின் அன்றாட மற்றும் பருவகால வாழ்க்கை லயத்தின் பகுதியாக இருந்தது. வேறு செயல்பாடுகளின் தொடர்ச்சியாக, அவற்றிலிருந்து ஊக்கம் பெற்று உருவாகக் கூடியதாக நாடகம் இருந்தது. அனைவரும் பங்கேற்றுக் களிக்கும் முறையில் அது பொழுதுபோக்குச் சாதனமாக இருந்தது. அதே சமயம் அது, கூர்ந்த நல்லொழுக்கப் போதனை முறையாகவும் இருந்தது. அதையும் விட ஓர் இனக்குழு உயிர்ப்புடன் இருக்கத் தேவையான வாழ்வா/ சாவா என்று தீர்மானிக்கக்கூடியதாகவும் இருந்தது. தனித்து அமைக்கப்பட்ட கட்டிடங்களில் நாடகம் நடத்தப்படவில்லை. மக்கள் மத்தியில் கிடைக்கும் எந்த ஒரு 'காலியான வெளியிலும்' (பீட்டர் புரூக்கின் இந்த வழக்கிற்கு நன்றி) இம் மரபுசார் நாடகம் நடைபெற்றது[3].

IV

இம்மரபை அழித்தது பிரிட்டிஷ் காலனியம்தான். இந்த மரபுகளைச் சாத்தானின் வேலைகளாகப் பார்த்தனர் கிறித்துவமதப் போதகர்கள். அவற்றை வென்றால்தான் மக்கள் மனதில் பைபிளைப் பதிய வைக்க முடியும் என நம்பினர். காலனிய நிர்வாகம் இதற்குத் துணை நின்றது. உள்ளூர் மக்கள் கூடுவதற்கு அரசு அனுமதி தேவைப்பட்டது. இருவர் அல்லது மூவர் கூடினால், கடவுள் அவர்களது கூக்குரலைக் கேட்பார் என்ற பைபிள் வாசகத்தைக் கண்டு காலனிய அரசு அஞ்சியது போலும். மக்களின் குரலை விண்ணுலகக் கடவுளோ, இனக்குழுவின் மத்தியில் புழங்கும் கடவுளர்களோ ஏன் கேட்க வேண்டும்? எனவே எல்லா வழிபாட்டு முறைகளும் தடை செய்யப்பட்டன. 1925இல் இடுய்கா சடங்கு அப்படித்தான் தடை செய்யப்பட்டது. மௌ மௌ போராட்டம் வலுப்பெற்ற 1952-62 காலத்தில் ஐந்து பேருக்கு மேல் ஓரிடத்தில் கூடினால் அது பொதுக் கூட்டம் எனக் கருதப்பட்டது. அதற்கு அனுமதி தேவைப்பட்டது. மதபோதகர்களும் காலனிய நிர்வாகமும் கல்வி அமைப்பைப் பயன்படுத்தி 'காலி இடம்' என்ற கருத்தாக்கத்தைக் குலைத்தது. அரசு கண்காணிப்புக்குட்பட்ட சமூகக் கூடங்கள், பள்ளி அரங்கங்கள், தேவாலயங்கள், படச் சட்ட மேடை அமைப்பு கொண்ட அரங்குகள் ஆகியவற்றில் எல்லா நிகழ்வுகளையும் அடைத்து வைத்தது. 1952-1962 ஆண்டுகளில், சிறைச்சாலைகள் மற்றும் முகாம்களில் அடைக்கப்பட்டிருந்த அரசியல் கைதிகளைக் காலனிய ஆதரவு, மௌமௌ போராட்ட எதிர்ப்பு நாடகங்களைச் செய்யுமாறு ஊக்கப்படுத்தியது.

சமூகக் கூடங்கள் 'கான்சேர்ட்' எனப்படும் குறுநாடகங்களை ஆதரித்தன. இவற்றின் கதைப்பின்னல் எளிமையானவையாக இருந்தன. பெரும்பாலும் முட்டாள் விவசாயி ஒருவன் பெரு நகருக்கு வருவான். நகரத்தின் நவீன வாழ்வில் திக்குமுக்காடுவான். ஒரு கட்டுப் பணத்தைக் கொண்டு போய் தொலைபேசிக் கம்பத்திற்கு அடியில்

வைத்துவிட்டு, அக்கம்பிகளிடம் தமது உறவினர்களுக்கு பணத்தைக் கொண்டு செல்லுமாறு முறையிடுவான். ஆனால், சட்டத்தின் நீண்டகரங்கள் குற்றவாளியைப் பிடித்து நகரத்தில் அமைதியை நிலைநாட்டிவிடும். பள்ளி மற்றும் மதாலயக் கூடங்களில் மதம் சார் அரங்கம் உருவாக்கப்பட்டது. மனந்திருந்தி வீடு திரும்பும் மகன் மற்றும் ஏசு பிறப்பு நாடகங்கள் பிரபலமாக இருந்தன. பள்ளிகளில் ஆங்கில நாடகங்களும் தயாரிக்கப்பட்டன. நான் படித்த அலயன்ஸ் உயர்நிலைப் பள்ளியில் பேச்சுப்போட்டி தினத்தைப் போல, ஷேக்ஸ்பியரும் ஒவ்வொரு ஆண்டும் நடத்தப்பட்டது. 1955 இலிருந்து 1958க்குள் நான் *ஆஸ் யூ லைக் இட், ஹென்ரி IV பகுதி I & II, கிங் லியர், மிட் சம்மர் நைட்ஸ் ட்ரீம்* (*As you like it, Henry IV Part I & II, King Lear, Mid Summer Night's Dream*) நாடகங்களைக் கிட்டத்தட்ட அதே வரிசையில் பார்த்ததாக நினைவு. ஐம்பதுகளில் பிரிட்டிஷ் கவுன்சில் மற்றும் காலனி முழுமைக்குமாக அரசால் நியமிக்கப்பட்ட நாடக-இசை அலுவலர் மூலம் பள்ளி நாடக விழாக்கள் ஆண்டுவிழாக்களாக வடிவமைக்கப்பட்டன. ஐரோப்பியரால் நிர்வகிக்கப்பட்ட அரங்கக் கட்டிடங்கள், பல பெரு நகரங்களில் உருவாகின. மொம்போசா, நைரோபி, நகுரு, சிசுமு, கிடலெ, எல்டோரெட் போன்ற நகரங்களில் இருந்த அந்த அரங்கங்கள் 1948-1952 காலகட்டத்தில் வெஸ்ட் எண்ட் புகழ் நகைச்சுவை நாடகங்கள் மற்றும் இன்சுவை பொங்கும் இசை நாடக நிகழ்வுகள் ஆகியவற்றில் தேர்ச்சிபெற்றன. எப்போதாவது ஷேக்ஸ்பியர், ஷா போன்றோர் நாடகங்கள் இடம்பெற்றன. இவற்றுள் மிக முக்கியமானவை நைரோபியில் உள்ள டொனவான் மௌல் அரங்கம் மற்றும் கென்ய தேசிய அரங்கம் ஆகியவை ஆகும். முன்னது முழுமையான தொழில்முறை அரங்கமாகும். பின்னது காலனிய அரசால் நிறுவப்பட்ட வருங்காலப் பல்லினப் பண்பாட்டு மையமாகப் பாராட்டப்பட்டது. 1963இல் பெற்ற விடுதலை அரங்கத்தின் நிலையை மாற்றவில்லை. 'காலி இடம்' அதே போன்றே அடைபட்டுக் கிடந்தது. வெஸ்ட் என்ட் இசைநாடக நிகழ்வுகள் பல பிரபலமாக இருந்தன. குடியேறிய சமூகம் தொழில்முறை, பகுதிநேரத் தொழில் முறை மற்றும் தொழில்முறை சாராத அரங்கத்தை ஆதிக்கம் செலுத்திக் கொண்டிருந்தது. ஆசிய மொழி அரங்க மரபு ஒன்றும் இருந்தது. ஆனால், அது கென்ய - ஆசிய இனத்தின் சமூகக் கூடங்களிலும் பள்ளிகளிலும் தங்கிப் போய்விட்டது.

ஆப்பிரிக்கனைக் கோமாளியாகச் சித்திரித்து வானொலி நாடகங்கள் காலனிய ஆட்சியை ஆதரித்தன. ஆப்பிரிக்கன் தனது முட்டாள்தனத்தையும் எளிமையையும் கண்டு சிரித்துக் கொண்டிருந்தால், மெள மெள, விடுதலை போன்ற விவகாரங்களை மறந்து விடுவான் அல்லவா? எந்தச் சிந்தனையும் அற்ற கோமாளி நாடகங்கள் கிபங்கா மற்றும் சில ஆப்பிரிக்க நகைச்சுவை நடிகர்களைச் சுற்றி இயங்கின.

விடுதலைக்குப்பின் பள்ளி மற்றும் பல்கலைக்கழகங்கள் சேர்ந்த பட்டதாரிகளின் எண்ணிக்கை அதிகரித்தது. எனவே சிறுகச் சிறுக எதிர்ப்புகள் கிளம்பின. ஆனால், அவை பெரும்பாலும் பள்ளிகள், சமூகக் கூடங்கள், பல்கலைக்கழகங்களின் நான்கு சுவர்களுக்குள் அடங்கின. ஆங்கில மொழி எல்லைக்குள் தங்கிப் போயின. இந்த ஆப்பிரிக்கக் குட்டி முதலாளித்துவ வர்க்கத்தின் புரட்சி அரங்கத்தைப் பொருத்தவரை அலயன்ஸ், திகா, மாங்கு, ககுமோ போன்ற முக்கியப் பள்ளிகளில் ஐம்பதுகளில் வேர்விடத் தொடங்கியது. மாற்று ஷேக்ஸ்பியர் அல்லது பெர்னார்ட் ஷா நாடகங்களை மேடையேற்றுவதன் மூலம் இப்போக்கு தொடங்கியது. அவர்கள் இவற்றை கிஸ்வாஹிலி மொழியில் தமது பனுவல்களாக மாற்றி அரங்கேற்றினர். அலயன்ஸ் பள்ளியில் ஹென்றி குரியாவின் *நகுபெண்டா லாகினி* (அவர் கியாம்பு இசை விழாவின் அமைப்பாளராகவும் இருந்தார்) (1954); கீமனி யேகேவின் *மைஷா நி நினி* (1955); கெரிஷோன் கூகியின் *நிமலொக்வா நிசி வெ நா பென்ஸி* (1957) போன்றவை அரங்கேறின. இவை அனைத்துமே குடியேறியவர்களின் குவிமையமான நகுருமெனங்கை சமூகக் கூடத்தில் மேடையேறியதோடு நின்று விட்டன.

அறுபதுகளிலும் எழுதுபதுகளின் தொடக்கத்திலும் நடந்த மாற்று முயற்சிகள் கூடுதல் தேசியவாத முனைப்போடு இருந்தன. கென்ய நாடகாசிரியர்களும் (பிரான்ஸ் இம்புகா, கென்னைத் வடெனே, இப்வானா, மீசெரெ மூகொ போன்றோர்) கென்ய இயக்குநர்களும் (செத் அடகலா, டைரஸ் காத்வே, வைக்வா வசீரா, டேவிட் முல்வா போன்றோர்) கென்ய வானொலி, தொலைகாட்சி நிலையங்கள், கென்ய தேசிய அரங்கம் மற்றும் பல்கலைக்கழகம் சார்ந்து வளர்ந்த நடிகர்கள் குழுவோடு தலையெடுத்தனர். பிற நாடுகளைச் சேர்ந்த ஆப்பிரிக்க நாடகாசிரியர்களும் இயக்குநர்களும் பல்கலைக்கழகத்தில் தம்முடன் இயங்கும் கென்யப் படைப்பாளிகளின் முயற்சிகளுக்கு உறுதுணையாக இருந்தனர். ஜான் ருகாண்டா, ஜோடி கிராஃப்ட் போன்றோர் இதில் அடங்குவர். பல தொழில் முறை சாராக் குழுக்கள் உருவாகின. சில ஒரு நாள் மட்டுமே ஒளிர் விட்டு எழுந்தன. ஆனால் தி *யுனிவர்சிடி ப்ளேயர்ஸ்*, மும்பி வா மைனாவின் *தமதுனி ப்ளேயர்ஸ்* போன்ற சில குழுக்கள் கூடுதல் காலம் தாக்குப்பிடித்தன. *தமதுனி பிளேயர்ஸ்* தொடர்ந்த மேடையேற்றங்கள், பொருத்தப் பாட்டிற்கான தேடல் மற்றும் சிறந்த தொழில் தேர்ச்சிக்கு பெயர் பெற்ற குழுவாக இயங்கியது.

அரங்கத்துறையில் இப்புரட்சிகர மாற்றங்கள் பலவகைகளில் செயல்பட்டன. ஆப்பிரிக்கக் குட்டி முதலாளித்துவவாதிகள் எங்களாலும் நாடகங்கள் எழுத, இயக்க, நிகழ்த்த முடியும் என வலியுறுத்துவதற்காக எடுத்த முயற்சிகளும் உண்டு. சில நாடகங்களில் தேசியவாத, நாட்டுப்பற்று, காலனிய எதிர்ப்பு, ஏகாதிபத்திய எதிர்ப்பு கருக்களாகவும் உருப்பெற்றன. மீசிரெ மூகொவும் கூகி வா தியாங்கோவும் உருவாக்கிய டெடன் கீமதியின்

அடையாள மீட்பு | 49

வழக்கு *(The trial of Dedan Kimathi)* கென்யா ஃபெஸ்டக் 77 நாடகக் குழுவால் நிகழ்த்தப்பட்டதை இதற்கு ஒரு எடுத்துக்காட்டாகக் கூறலாம். இதே குழுவால் நைரோபி, லாவோஸ் ஆகிய நகரங்களில் மேடையேற்றப்பட்ட ஃபிரான்சிஸ் இம்புகாவின் *நகரத்தில் துரோகம் (Betrayal in the City)* போன்ற நாடகங்கள் உள்நாட்டு அமைப்பைக் கடுமையாக விமரிசித்தன.

ஆனால், ஐம்பதுகளில் நிறுவப்பட்டு முழுக்க முழுக்க பிரிட்டிஷ் இயக்குநர்கள், பிரிட்டிஷ் தொழில் முறைசாராக் குழுக்களின் ஆதிக்கத்தில் இயங்கிய கென்ய தேசிய அரங்கத்தின் பொறுப்பைக் கையிலெடுப்பதுதான் மிகப்பெரிய புரட்சியாக இருந்தது. 1963இல் கென்யா தனது தேசியக் கொடியையும் தேசிய கீதத்தையும் வென்ற பிறகும் அது பிரிட்டிஷ் குடியேறிகளின் வசம்தான் இருந்தது. முழுக்க முழுக்க குடியேறியவர்களைக் கொண்ட நிர்வாகக்குழு மூலம்தான் இந்த அரங்கம் இயங்கியது. விடுதலை பெற்ற பல ஆண்டுகளுக்குப் பின்னரும் பிரிட்டிஷ் கவுன்சிலின் பிரதிநிதி ஒருவர் அதில் தொடர்ந்து இருந்தார். பல்கலைக்கழகம் சார்ந்த கென்யக் குட்டி முதலாளித்துவ வட்டம் இந்த ஆதிக்கத்தை எதிர்த்தது. இந்த அரங்கத்தின் நிர்வாகம் மற்றும் இயக்குநர் பொறுப்பை கென்ய மயமாக்கக் கோரும் சில தேசப்பற்று மிக்க பத்திரிகையாளர்கள் இவர்களை ஆதரித்தனர். 1970இல் இலக்கியத்துறை வெளியிட்ட அறிக்கை ஒன்று கென்யப் பண்பாட்டு மையம், அந்நிய சக்திகளின் சேவை மையமாக இருப்பதைக் கண்டனம் செய்தது. நாடு முழுதும் ஏகாதிபத்திய சக்திகளின் அரசியல், பொருளாதார ஆதிக்கம் தொடர்வதற்கு எதிரான பண்பாட்டுப் பார்வையின் வெளிப்பாடாக அந்த அறிக்கையைக் காணலாம். ஆப்பிரிக்க அரங்கிற்குக் கூடுதல் நாட்களும் வாரங்களும் ஒதுக்க வேண்டும் என்று கோரப்பட்டது. இந்த சூடுபறக்கும் விவாதங்களின் உச்சகட்டம் 1976இல் நிறவெறி வன்முறையாக வெடித்தது. குடியேறிய வெள்ளைப் பெண்மணி ஒருவர் கருப்பின நடிகரை கருப்பு வேசிமகன் எனத் திட்ட, அந்த நடிகர் அப்பெண்மணியின் மூக்கில் குத்த ஒரே ரகளையானது. காவல்துறை வரவழைக்கப்பட்டது. ஆனால், அடையாளம் காட்டச் சொல்லும் அணிவகுப்பில் அப்பெண்மணியால் ஒரு ஆப்பிரிக்க முகத்தை மற்றொன்றில் இருந்து இனம் காட்ட முடியவில்லை. கென்யா ஃபெஸ்டக் 77 நாடகக் குழுவின் இயக்குநராக செத் அடகலாவும், நானும் பின்னர் புலனாய்வு அலுவலகத்திற்கு அழைக்கப்பட்டோம். ஐரோப்பிய தொழில்முறை சாராக் குழுக்களின் தலைவர்கள், நாங்கள் அவர்களது நாடக முயற்சிகளில் குறுக்கிடு செய்வதாய் புகார் கொடுத்திருந்தனர். அதில் எள்ளவும் உண்மை இருக்கவில்லை. இப்போராட்டம் தேசிய அரங்கம் குறித்த கருத்தாக்கம், வடிவமைப்பு குறித்த முழுமையான விவாதத்திற்கு வழிவகுத்தது. அது வெறும்

கட்டிடமா? இடமா? அங்கு வழங்கப்படுவது நாடகங்களா? அல்லது இயக்குநர் மற்றும் நிர்வாகிகள் நிறத்தை மட்டும் சேர்ந்ததா?

சில குழுக்கள் வேறு இடங்களைத் தெரிவு செய்தனர். *தி யுனிவர்சிட்டி ப்ளேயர்ஸ்* வகுப்பறை மேடையைத் தேர்ந்தெடுத்தது. மேடை அகலமாக இருந்தது. ஆனால் ஆழமில்லை. அறையின் முதல் வரிசை உயரத்தில்தான் மேடை இருந்தது. இந்த அரங்கம் எழுபதுகளில் இரண்டாம் பகுதியில் பல சோதனை முயற்சிகளைக் கண்டது என்று கருதப்பட்டது. இந்த அரங்கம், அரசுக்குச் சொந்தமான ஆனால் அந்நியரால் நடத்தப்பட்ட கென்ய தேசிய அரங்கப், பண்பாட்டு மையத்திற்கு மாற்றாக உருவாகத் தொடங்கியது. தமதுனி மற்றும் பிற குழுக்கள் தொடர்ந்து தமது புதிய முயற்சிகளை இங்கு மேடையேற்றிய வண்ணம் இருந்தனர். தளராத முயற்சி கொண்ட மூம்பி மற்றும் பிற இயக்குநர்களின் வழிகாட்டல் அவர்களுக்கு பக்கபலமாக இருந்தது.

கல்வி அமைச்சகத்தில் பணியாற்றிய குடியேறிய இனத்தைச் சேர்ந்த அதிகாரிகளின் கையிலிருந்து, பள்ளி நாடக விழாக்களை நடத்தும் பொறுப்பு முதல் கென்ய ஆப்பிரிக்க நாடக, மற்றும் இலக்கிய அதிகாரியான திரு. வசம்போ வெரேயின் கைக்கு மாறியது. காலப்போக்கில் இவ்விழா ஆசிரியர் பயிற்சிக் கல்லூரிகளுக்கான தனியான, இணையான விழாவையும் உள்ளடக்கத் தொடங்கியது. நைரோபிப் பல்கலைக்கழக மாணவர்கள் பல்வேறு பள்ளிகளில் ஆசிரியர் பொறுப்பேற்கத் தொடங்கியதும் இவ்விழாக்கள் மேலும் மேலும் தேசியக் கருத்துகளோடு நடைபெறத் தொடங்கின. இவர்கள் நாடகத்தைக் குறித்த புதிய பார்வையைப் பரப்பினார்கள். இப்புதிய அதிகாரியின் தலைமையில், இவ்விழா கடந்த காலத்திலிருந்து முற்றிலும் மாறியது. கென்ய தேசிய அரங்கத்தில் இவ்விழா ஆண்டுதோறும் தொடங்கும். பிறகு கிராமப்புறமான ககமெகாவில் உள்ள இடத்திற்குச் செல்லும். விருதுக்குத் தேர்ந்தெடுக்கப்பட்ட நாடகங்களோடு நாட்டின் பிற பகுதிகளுக்கும் பயணம் செய்யும். நாடகங்களில் ஆங்கில மொழி ஓரங்கட்டப்பட்டு கிஸ்வாஹிலி முக்கிய அரங்க வெளிப்பாட்டு மொழியாக மாறியது.

நைரோபிப் பல்கலைக்கழகத்தின் இலக்கியத்துறை தனது *ஃப்ரீ டிராவலிங் தியேட்டர்* குழுவைத் தொடங்கியது. பல்வேறு நகர்ப்புற, கிராமப்புற சமூகக் கூடங்களிலும் பள்ளிகளிலும் இக்குழுவின் நாடகங்கள் பெரும் வரவேற்பைப் பெற்றன. வேறு சில சிறுசிறு பயணம் செய்யும் நாடகக் குழுக்களும் பள்ளி மற்றும் கல்லூரிகளில் அமைக்கப்பட்டன. எழுபதுகளின் தொடக்கத்திலிருந்து மத்திவரை அரங்கத்தை மக்களிடம் எடுத்துச்செல்வது முக்கிய அழுத்தம் பெற்றது.

பின்னோக்கிப் பார்க்கையில், 1970களில் கென்ய அரங்கம் ஏகாதிபத்திய காலனிய மரபிலிருந்து விடுபட முயற்சித்துக் கொண்டிருந்தது என்பது புலனாகிறது. ஐரோப்பிய ஆக்கிரமிப்பு மிகுந்த கென்ய தேசிய அரங்கம்

(அரசு உதவி பெற்ற நிறுவனம்), நைரோபியில் இருந்த டானோவான் மௌல் அரங்கம் மற்றும் நகர்ப்புறங்களில் இருந்த அரங்கங்கள் காலனியத்தின் குறியீடுகளாகத் திகழ்ந்தன.

கென்ய அரங்கத்திற்கான தேடலில் இருந்த பெரும் குறைபாடு அதன் அடிப்படை இன்னமும் பள்ளி மற்றும் பல்கலைக்கழகக் கல்லூரி மட்டத்தில் இருந்த குட்டி முதலாளித்துவ சிந்தனை கொண்டவர்கள் மத்தியில் இயங்கியதுதான். நடிகர்கள், இயக்குநர்கள், நாடகங்கள் எழுதியோர் எல்லோருமே இங்கிருந்துதான் வந்தனர். எந்த ஏகாதிபத்திய மரபிலிருந்து விடுபட முயன்றதோ, அதன் தளைகளுக்குள்ளேயே சிக்குண்டு கிடந்தது. ஆங்கிலம்தான் கலகத்தின் மொழியாகத் தொடர்ந்தது. மிகவும் தீவிரமான நாடகப் பனுவல்கள் கூட முதலாளித்துவப் பார்வையைத்தான் முன்வைத்தன. நாடகம் இன்னமும் சுவர்களுக்குள் அடங்கிக்கிடந்தது. மூடப்பட்ட சுவர்கள், திரைகளைத் தாண்டி கிராமப்புற, நகர் சார் சமூகக் கூடங்களுக்குள் நாடகம் சென்ற போதும் கூட அவற்றின் நோக்கம் நாடகத்தை மக்களிடம் கொண்டு செல்வதாகவே இருந்தது. நாடகத்தின் நயங்களை நுகர மக்களுக்கு வாய்ப்பளிக்க வேண்டும். மக்களிடம் அரங்க மரபுகள் எதுவும் இல்லை. மக்களிடையே அரங்கத்தைக் கொண்டு செல்லவேண்டும் என்ற எடுகோள், மக்கள் ஒழுங்காக நடந்து கொண்டால் வளர்ச்சித் திட்டங்கள் அவர்களுக்குக் கொடுக்கப்பட வேண்டும் என்ற அரசாங்கத்தின் புனைவிலிருந்து வேறுபட்டதாக இல்லை. ஆனால் விவசாய சமூகத்தினரின் சடங்கு வழிபாட்டு முறைகளில், வேரோடிக்கிடந்த தேசிய அரங்க மரபுகள் இயல்பாக வளராமல் போனதற்குக் காரணம் ஏகாதிபத்தியம் விதித்த தடைகள்தான். உண்மையான ஆப்பிரிக்க அரங்க மொழியை மக்களிடம் - விவசாய மக்களிடம் - உள்ள வாழ்முறை, வரலாறு, போராட்டங்களில்தான் கண்டெடுக்க முடியும்.

V

எனவே காமிரீத்து, துண்டிக்கப்பட்ட ஆப்பிரிக்க நாகரிகம், மற்றும் அரங்க மரபுகளோடு செய்யப்பட்ட மீள்பிணைப்புதானே தவிர விலகல் அல்ல. கிராமத்தில், பல்வகைப்பட்ட வர்க்கங்களைச் சார்ந்த மக்கள் மத்தியில் உருவான காமிரீத்து தேசிய அரங்கத்திற்கான களனாக அமைந்தது. அரங்கம் என்பது கட்டிடமல்ல; மக்கள்தான் அரங்கத்தை உருவாக்குகிறார்கள். அவர்கள் வாழ்வே நாடகத்தின் களம். அந்த வகையில் காமிரீத்து தேசிய மரபான 'காலி வெளி'யோடு மறுபடி தன்னை இணைத்துக் கொண்டது- மொழி, உருவம் உள்ளடக்கம் அனைத்திலும், காலத்தின் அவசியம் இதனை உந்தியது.

காமிரீத்துவில் நிசமான காலி இடம் ஒன்று இருந்தது. 1977இல், இளைஞர் மையத்தின் நான்கு ஏக்கர் நிலப்பரப்பில், இடிந்து விழும் நிலையில், மண்சுவர் மறைப்பு கொண்ட நான்கு அறைகள் இருந்தன.

அவை வயது வந்தோர் கல்விக்குப் பயன்படுத்தப்பட்டன. பிற நிலப்பரப்பு முழுதும் புற்பரப்புதான். வேறெதுவும் இல்லை. கிராமத்து விவசாயிகளும் தொழிலாளர்களும் மேடையை அமைத்தார்கள். அரை வட்டவடிவ மேடை ஒன்று உயர்த்திக் கட்டப்பட்டது. பின்புறம் மூங்கில் சுவர்; மூன்று அறைகள் கொண்ட சிறிய வீடு ஒன்று அதன் பின்புறம். அவை தான் சேமிப்பு மற்றும் ஒப்பனை அறைகளாகப் பயன்பட்டன. பார்வையாளர்கள் பகுதியில் நீண்ட மரப்பலகைகள், படிகள் போல அமைக்கப்பட்டன. மேடையும் பார்வையாளர் பகுதியும் ஒன்றிலிருந்து ஒன்று நீண்டு செல்வதாக அமைந்தது. கூரை வேயப்படவில்லை. மேடை மற்றும் அரங்கைச் சுற்றிலும் நிறைய காலி இடங்கள் கொண்ட திறந்த வெளி அரங்கமாக அது இருந்தது. நடிப்பு மற்றும் பார்வையாளர் பகுதிகளுக்கு இடையே நடிகர்களும் மக்களும் புழங்குவதற்கு தடையேதும் இல்லை. இந்த அரங்கப் பகுதிக்குப் பின்னால் நெடிதுயர்ந்த யூகலிப்டஸ் மரங்கள் நின்றன. பறவைகள் இம்மரங்களில் இருந்தோ, மூங்கில் வேலிச் சுவரிலிருந்தோ நிகழ்ச்சியைக் காணமுடியும். ஒரு நிகழ்வின் போது, ஒத்திகையில் இல்லாத முறையில், சில நடிகர்கள் மரங்களில் ஏறி அங்கிருந்தபடி பாடலில் கலந்து கொண்டனர். அவர்கள் தம்முன் அமர்ந்திருந்தவர்களுக்கு மட்டுமல்லாது, எங்கிருந்தோ தம்மைப் பார்க்கவோ, கேட்கவோ கூடிய அனைவருக்குமாக நடித்தனர். 10,000 பேர் கொண்ட கிராமம் முழுதுமே அவர்களது பார்வையாளர்களாயினர்.

மொழி குறித்த தீர்மானத்தை எடுக்க சூழலின் கட்டாயம் உதவும். கூகி வா மீரியும் நானும் நாடகத்தின் வரைவைக் கொடுக்குமாறு கேட்டுக் கொள்ளப்பட்டோம். அதுதான் பின்னர் காஹிகா டீண்டா (எனக்கு வேண்டும் என்கிறபோது மணம் செய்து கொள்வேன்) என்று அழைக்கப்பட்டது. ஆனால், முதல் கேள்வி எந்த மொழியைப் பயன்படுத்துவது என்பதாகும்.

1960 இலிருந்து, மாணவப்பருவத்தில் கிறுக்கத் தொடங்கிய காலம் முதல் நான் எனது கதைகளையும் நாவல்களையும் ஆங்கிலத்தில்தான் எழுதத் தொடங்கினேன். நாடகங்களும் அப்படியே. 1962 இல் மெகரெரே மாணவர்கள் நாடக மன்றம் உகாண்டா தேசிய அரங்கத்தில் உகாண்டாவின் விடுதலையை ஒட்டி எனது கருப்பு முனிவர் (The Black Hermit) மேடையேற்றப்பட்டது. 1966இல் நைரோபி நகரத்தை உல்லாசப் பயணிகளுக்காகச் சுத்தமாக வைத்திருப்பதற்காக, நகர மையப் பகுதிகளில் வசித்த தொழிலாளர்களை நிர்ப்பந்தமாக இடப்பெயர்வு செய்ததைப் பற்றிய *நாளை இந்நேரம்* (This Time Tomorrow) என்ற நாடகம் எழுதினேன். 1976இல் டெடன் கிமதியின் வழக்கு எழுதும்போது மீசெரெ மூகோவுடன் இணைந்து செயல்பட்டேன். அந்நூல் அச்சேறிய போது, அதற்கு நாங்கள் எழுதிய முன்னுரை கிட்டத்தட்ட ஒரு இலக்கிய அறிக்கையாக அமைந்தது. ஆப்பிரிக்க எழுத்தாளர்களின்

கண்ணோட்டத்தில் தீவிர மாற்றம் தேவை. ஏகாதிபத்தியத்திற்கும் வர்க்க எதிரிகளுக்கும் எதிரான மக்கள் போராட்டங்களில் எழுத்தாளர்கள் மக்களுடன் சேர்ந்து தோள் கொடுக்க வேண்டும் என அறைகூவல் விட்டது. வருவதைச் சமாளிக்கக்கூடிய புரட்சிகர அரங்கத்திற்கான அறைகூவல் அது. அதன் ஒரே பணி 'மக்களை வரலாற்றுப் பூர்வமாகச்' சரியான பார்வையில் எப்படிச் சித்திரிப்பது என்பதுதான். அவர்களை நல்லமுறையில், துணிவுமிக்க நாயகர்களாக, வரலாற்றை உண்மையில் உருவாக்குபவர்களாகக் காட்டுவதுதான்! நல்ல அரங்கம் என்பது மக்கள் பக்கம் நின்று, 'தவறுகளையும் பலவீனங்களையும் மூடிமறைக்காமல், மக்களது முழு விடுதலைக்கான போராட்டத்தில் அவர்களுக்கு துணிவும் கூடுதல் உறுதியும் வழங்குவதுதான்' என்று நாங்கள் வரையறை செய்தோம். ஆனால், ஒரு அந்நியமொழியில் இந்தப் புரட்சிகர அரங்கம் எப்படி மக்களை உறுதிபூண வைக்கும் என்ற கேள்வியை எழுப்பவே இல்லை. *கருப்பு முனிவர், நாளை இந்நேரம், டெடன் கிமதியின் வழக்கு* ஆகிய மூன்று நாடகங்களிலுமே வெளிப்படையான முரண்பாடுகள் இருந்தன. ஆனால், அவை பனுவலைவிட மேடையில்தான் கூடுதலாகத் தெரிந்தன. கருப்பு முனிவரின் முதல் வரியில் விவசாயக் குடும்பத்து அன்னை டி.எஸ்.எலியட்டின் தொனியில் கவிதைமொழியைப் பேசினார். கிராமப்புறத்திலிருந்து தமது மகனை கருப்பு முனிவர் காண நகரத்துக்கு வரும் பெரியவர்கள் தவறற்ற ஆங்கிலத்தில் பேசினார்கள். அதே போல கிமதியும் கொரில்லா படை, நீதிமன்றத்தில் இருந்த விவசாயிகள், தொழிலாளர்களை நோக்கி உரை நிகழ்த்திய போது, ஆங்கிலத்தில் பொழிந்து கட்டினார். இப்பாத்திரங்கள் ஆப்பிரிக்க மொழியில்தான் பேசுகிறார்கள் எனப் புரியும் என்பது உண்மைதான். ஆங்கிலத்தில் வெளிப்படுத்தப்படுவதால் இப்படிப் பேசுகிறார்கள் என்பது ஒரு பிரமை என்பது எவருக்கும் புரியும். இதுதவிர, வேறு முரண்களும் இருந்தன; இப்பாத்திரங்கள் பேசியது ஆங்கிலத்தில்; ஆனால், பாட்டு என்று வந்ததும் அவர்கள் தமது சொந்த மொழிகளுக்குள் புகுந்து விடுவார்கள். எனவே இவர்களுக்கு ஆப்பிரிக்க மொழி தெரியும்! அதன் காரணமாக ஆப்பிரிக்க மொழிக்கு பதிலாக ஆங்கிலத்தில் பேசுவதான பிரமை உடைந்து போய்விடும். அரங்கத்தின் எதார்த்தம் அது பிரதிபலித்த வரலாற்று எதார்த்தத்தோடு கலந்து விட்டது. இப்பாத்திரங்கள் குட்டி முதலாளித்துவ பாத்திரங்களே. பள்ளி, பல்கலைக்கழகங்களுக்குச் சென்று பயின்றவை. அவர்கள்தான் ஒரே வாக்கியத்தில் அல்லது பேச்சில் ஆங்கிலத்தை, ஆப்பிரிக்க மொழிகளோடு கலந்து பயன்படுத்துவார்கள்.[4]

எனது இலக்கிய வெளிப்பாட்டுச் சாதனமாக, நாடகம், நாவல் முதலிய துறைகளில் ஆங்கிலம் இருப்பது என்னை எப்போதுமே தொந்தரவு செய்துள்ளது. 1967இல் மாணவர்களுக்கான பேட்டி ஒன்றை லீட்ஸில் வழங்கியபோதும், எனது *வீடு திரும்பல்* (Home coming) (1969 நூலிலும் அதைப்பற்றிய கேள்விகளை எழுப்பினேன். ஆனால், செயல்பாட்டில்

தள்ளிப்போட்டுக் கொண்டே இருந்தேன். ஆப்பிரிக்க மொழியைப் பயன்படுத்த வேண்டும் என்பது கனவாகவே இருந்தது. காமிரீத்து தான் அதனை நடைமுறை சாத்தியமாக்கியது.

என்னை கிகூயூ (*Gikuyu*) மொழிக்குத் திருப்பி, எனது கடந்த காலத்திலிருந்து அறிபனுபவ தோற்றத்தில் முறிவு ஏற்படக் காரணமாக அமைந்தது காமிரீத்து தான். குறிப்பாக, அரங்கத்துறையில் இது உறுதியான மாற்றமாக மாறியது. பார்வையாளர்கள், மொழித் தேர்வு குறித்த சிக்கலுக்கு முடிவு கட்டினர். மொழித் தேர்வு பார்வையாளர் தேர்வை உறுதிப்படுத்தியது. இதுதவிர கிகூயூ மொழியைத் தேர்வு செய்தது, அரங்கம் குறித்த வேறுபல அம்சங்களையும் தொட்டது: நாடகக்கரு, நடிகர்கள் தெரிவு, ஒத்திகை முறை நிகழ்ச்சி, நிகழ்ச்சிக்கான வரவேற்பு - மொத்தத்தில் அரங்க மொழியை முழுமையாக மறுவரையறை செய்தது.

காஹிகா டீண்டா (எனக்கு...) நவகாலனிய சமூகத்தில் விவசாயிகள் தொழிலாளர்மயமாக்கம் பெறுவதைச் சித்திரிக்கிறது. ஒரு ஏழை விவசாயியான கீகூண்டான் குடும்பம் தமது ஒன்றரை ஏக்கர் நிலத்தில் உழைப்பதோடு பிறர் நிலங்களிலும் கூலிக்குப் போய் பிழைக்க வேண்டி இருக்கிறது. கடைசியில் அக்குடும்பம் தனது நிலம் முழுதையும் ஜப்பானிய, ஐரோப்பிய-அமெரிக்கக் கூட்டு நிறுவனமான பன்னாட்டு மூலதனத்திற்கும் வங்கிக்கும் இழக்க வேண்டி வருகிறது. இதற்கு உதவியாக இருப்பது உள்நாட்டு தரகு வர்த்தகங்களும் நிலவுடமையாளர்களும்!

கென்ய வரலாற்றையும் சமகால அரசியலையும் புரிந்து கொள்ள நிலச்சிக்கலைப் புரிந்து கொள்ள வேண்டும். இருபதாம் நூற்றாண்டு வரலாற்றில் எங்கெல்லாம் படையெடுப்பு, அசமத்துவ ஒப்பந்தம் அல்லது மக்கள் தொகையின் ஒரு பகுதியினரை வேரொடு அழித்தல் ஆகியவற்றால் மக்கள் நிலங்கள் பிடுங்கப்பட்டதோ, அங்கெல்லாம் இது நடக்கும். கென்ய விடுதலைப் போராட்டத்தை முன்நின்று நடத்திய மௌ மௌ ஆயுதம் தாங்கிய அமைப்பின் அலுவலக ரீதியான பெயர் *கென்ய நிலம் - விடுதலைப் படை* என்பதாகும். *காஹிகா டீண்டா* நாடகம் நிலமீட்பு மற்றும் விடுதலைக்கான போராட்ட வரலாற்றிலிருந்து நிறைய எடுத்துக்கொண்டது. குறிப்பாக, 1952இல் கீமதி தலைமையில் நடந்த ஆயுதப்போராட்டம் தொடங்கியது; அதையொட்டி, பிரிட்டிஷ் காலனிய ஆட்சி எல்லா சிவில் உரிமைகளையும் தடை செய்து அவசரநிலைப் பிரகடனம் செய்தது; 1963இல் கென்யாட்டா தலைமையில் KANU அமைப்பு தேசியக் கொடியேற்றவும், தேசிய கீதம் இசைக்கவும், ஐந்தாண்டுகளுக்கு ஒரு முறை மக்கள் வாக்குப் போடவும் ஒப்பந்தம் போட்டது ஆகியவை நாடக உருவாக்கத்திற்கு முக்கியமாகின. அந்த விடுதலைக்காக ஆயிரக்கணக்கான கென்யர்கள் இறந்தனர்; காணாமல் போயினர் என்பதைக் காட்டியது. அதாவது, பிரிட்டிஷ் ஆதிக்கத்தில்

இருந்த கென்யா, காலனிய கட்டத்திலிருந்து, பரந்த ஏகாதிபத்திய சக்திகளுக்கு - ஐப்பான் முதல் அமெரிக்கா வரை - கதவுகளைத் திறந்து வைக்கும் நவகாலனியாக மாறுவதைச் சித்திரித்தது. அதே சமயம், இந்நாடகம் பன்னாட்டு மூலதன தொழிற்சாலைகள் மற்றும் தோட்டங்களில் தொழிலாளர்களின் சமகால சமூக நிலை குறித்தும் சித்திரித்தது.

காமிரீத்துவில் இருந்த விவசாயிகளும் தொழிலாளர்களும் நிலமீட்பு மற்றும் விடுதலைப் போராட்டத்தில் மறைமுகமாகவோ, நேரடி கொரில்லா பிரிவிலோ பங்கெடுத்தவர்கள். பலர் காடுகளிலும் மலைகளிலும் மறைந்து வாழ்ந்தவர்கள், பலர் காலனிய வதை முகாம்களிலும், சிறைகளிலும் இருந்தவர்கள்; பிரிட்டிஷ் எதிரிகளோடு கைகோர்த்து நின்ற சிலரும் உண்டு. பலர் தம் வீடுகள் எரிக்கப்பட்டதைக் கண்டிருந்தனர்; தமது பெண்கள் பிரிட்டிஷாரால் பலாத்காரம் செய்யப்பட்டதைப் பார்த்திருந்தனர்; தமது நிலங்கள் பறிமுதல் செய்யப்பட்டதைக் கண்டிருந்தனர்; உறவினர் கொல்லப்படுவதை நேரில் கண்டனர். காமிரீத்து காலனிய எதிர்ப்புப் போராட்டத்தின் வீரம் செறிந்த வரலாறு மற்றும் அதைத் தொடர்ந்த நவ-காலனிய ஏமாற்றத்தின் வரலாற்றுச் சின்னம். போராட்ட வரலாற்றைக் கொண்டாடி, அதன் தொடர்ச்சியைக் காட்டுவதாகவே நாடகம் அமைந்தது. எனவே மொழித் தேர்வு முக்கியமாக அமைந்தது. வரலாற்றுக் கருப்பொருளுக்கும், அவர்களது வெளிப்பாட்டு முறைக்கும் இடையே இடைவெளியற்றுப் போனது. மக்கள் புரிந்து கொள்ளக் கூடிய மொழியில் எழுதப்பட்டதால், நாடகத்தின் தொடர்ந்த விவாதத்தில் அவர்கள் பங்கேற்க முடிந்தது. அவர்கள் கருப்பொருள், மொழி, வடிவம், அனைத்தையும் விவாதித்தனர். இந்நாடகத் தயாரிப்பு மற்றும் உருவாக்க நெறிமுறை, எனக்கும் கூகிவா மீரீ, கீமனி கேசெள ஆகியோருக்கும் மிகப் பெரிய படிப்பினையாக இருந்தது. எங்கள் வரலாற்றைக் கற்றுக் கொண்டோம். தொழிற்சாலைகளில், விளைநிலங்களில், தோட்டங்களில் என்னென்ன நடக்கின்றன என அறிந்து கொண்டோம். எங்கள் மொழியைக் கற்றோம். விவசாயிகள்தான் எங்கள் மொழியைத் தொடர்ந்து பயன்பாட்டில் இருத்திக் காத்தவர்கள்! ஆப்பிரிக்க அரங்கக் கூறுகளைப் புதிதாகக் கற்றோம்.

அவ்வரங்கக் கூறுகள் யாவை?

பாட்டும், நடனமும் முதன்மைக் கூறுகள். அவைதான் எல்லா சடங்குகளுக்கும் மையம். மழை, பிறப்பு, இரண்டாம் பிறப்பு, சுன்னத்து விழா, திருமணம், சாவுச் சடங்கு எல்லாவற்றிலும் இவை உண்டு. விவசாயிகளின் தினசரிப் பேச்சு முறையிலேயே பாட்டு கலந்திருக்கும். ஒரு வரியோ, இரண்டு வரியோ, ஒரு செய்யுளோ அல்லது பாடலோ கூட இதன் பகுதியாக அமையும், பாட்டும், நடனமும் அலங்காரம் அல்ல என்பது இதில் முக்கியமான அம்சம்

உரையாடல், குடித்துக் களித்தல், சடங்கு, வழிபாட்டுமுறை ஆகியவற்றோடு பின்னிப் பிணைந்த அம்சங்கள் இவை. "காஹிகா டீண்டா" *(எனக்கு வேண்டும் என்கிற போது மணம் செய்து கொள்வேன்)* நாடகத்தில் பாட்டும் நடனமும் நாடகத்தின் அமைப்பு மற்றும் நடிகர்களின் அசைவோடு ஒன்றிக் கலந்து அமைந்தது. பாடல் ஏற்கனவே நடந்த நிகழ்வில் தொடங்கி, வரப்போகும் நிகழ்வுக்கு இட்டுச் சென்றது. உரையாடல் மற்றும் நடிப்பின் தொடர்ச்சியாகவே பாட்டும் நடனமும் அமைந்தன.

நாடகத்திலிருந்து ஒரு நீண்ட பகுதியை மேற்கோள்காட்டி எப்படி அதன் நகர்வும் அசைவும் ஆடல், பாடல்களில் தங்கியிருக்கிறதென விளக்க முற்படுவேன்.

நாடகம் கீகூண்டாவும் அவர் மனைவி வங்கெசியும் கீவோய்ஜெசெபெல் தம்பதியினரை வரவேற்க ஆயத்தங்கள் செய்வதில் தொடங்குகிறது. கீகூண்டாவும் வங்கெசியும் ஏழை விவசாயக் குடும்பத்தவர்கள். கீவோயும் ஜெசெபெலும் பணக்கார நிலப்பிரபுக் குடும்பத்தவர். மதாலயம், வங்கி, தொழிற்சாலை ஆகியவற்றில் பெரிய இடத்துத் தொடர்புகள் கொண்டவர்கள். கீகூண்டாவும், வங்கெசியும் அவர்களிடம் பணியாற்றுகிறார்கள். ஆனால், இப்போதுதான் முதன்முறையாகக் கீவோய் குடும்பத்தினர் இவர்கள் வீட்டுக்கு வருகின்றனர். அவர்களது வருகை புரியாத புதிராக உள்ளது. ஏன் இந்த முதலாளி இங்கு வரவேண்டும்? திடீரென வங்கெசிக்கு ஒரு யோசனை தோன்றுகிறது. கீவோய் குடும்பம் அவர்களது மகன் ஜான் மூகூனிக்கும் கீகூண்டா -வங்கெசி தம்பதியினர் மகள் கதோனிக்கு மணம் பேச வருகிறார்களோ? முகூனி, கதோனியை சந்தித்துக் கொண்டு இருக்கிறான். கீகூண்டாவிற்கு இது நடக்காத காரியம் எனப்படுகிறது. எனவே பின்வருமாறு பேசத் தொடங்குகிறான்.

கீகூண்டா: அய்யோ! பொம்பளங்க...
எப்போ பார்த்தாலும் கலியாண நினைப்புதானா?

வங்கெசி: ஏன் இருக்கக்கூடாது?
இப்போ நம்ம காலம் போல இல்லை.
இப்போல்லாம், காதலுக்கு அச்சமில்லைன்னு பாடறாங்க.
என்ன இருந்தாலும், உங்க பொண்ணு எவ்ளோ அழகுன்னு பார்த்தா தெரியல? அவள் அப்படியே நான் இருந்த மாதிரி இருக்கிறாள் – முழுமையான அழகி.

கீகூண்டா: (டயர் செருப்புகளைச் சுத்தம் செய்வதை நிறுத்திவிட்டு) நீயா? முழுமையான அழகியா?

வங்கெசி: ஆமாம். நானேதான்.

கீகூண்டா: எனக்கு உன் மேலே பச்சாத்தாபம் தான்னு உனக்குத் தெரியாதா?

வங்கெசி: நீங்கதானே… என்னை எல்லா இடத்திலயும் எப்போதும் மறிச்சவருதானே நீங்க.
… காலையில்
… மாலையில்
ஆற்றிலிருந்து வீடு வரும்போதும்
சந்தையிலிருந்து வரும்போதும்
தோட்டத்தில் வேலை முடித்து திரும்பும்போதும்
எப்படிக் கெஞ்சினீங்கன்னு மறந்திருச்சா?
என்னைப்போல அழகியைக் கண்டதில்லைன்னு
சொன்னதெல்லாம் மறந்து போச்சா?

கீகூண்டா : **(கடந்த கால நினைவுகளில்)**
அது அவசரகாலத்துக்கு முன்னாடி…
உன் குதிகால் பளிச்சிடும்.
உன் முகம் இரவில் நிலவென ஒளிர்விடும்.
உன் கண்கள் சொர்க்கத்து விண்மீன்கள்.
உன் பற்களோ…. பாலில் கழுவினாற்போல்.
உன் குரல் இசைக்கருவியாய் முழங்கும்
உன் மார்பகம் திமிர்ந்து, கூர்முள் போல் குத்திட்டு நிற்கும்
நீ நடக்கையில் அவை பாடல்களை மீட்டுவது போல் தோன்றும்

வங்கெசி : **(இளம்பருவ நினைவுகளில் ஆழ்ந்தவாறு)**
அப்போதெல்லாம் நாம் கீநேனீ காட்டில் ஆடுவோம்.

கீகூண்டா : ஒரு நடனத்துக்கு 25 காசுகள்தான் பிடிக்கும்

வங்கெசி : அந்தக்காலத்தில் டெய்யாவிலிருந்து கீதீகா வரை உன்னோடு ஆடுவதற்காக உயிரையும் கொடுக்கத் தயங்காத ஒரு பெண்கூட இல்லை.

கீகூண்டா : நீயும் உன்பாவாடையைச் சுழற்றுவாய்…
கிடார் வாசிப்பவர் நரம்புகளை அறுக்கும்வரை.
அந்தக் கிடார் இசை
முழுக் காட்டையும் அமைதியாக்கும்
மரங்களையெல்லாம் கேட்க வைக்கும்.

கிடார் மற்றும் பிற இசைக்கருவிகளின் ஒலி. இருவரும் நடனமாடத் தொடங்குகின்றனர். கிடார் மற்றும் பிற இசைக் கலைஞர்களும், நடனமாடுபவர்களும் நுழைகின்றனர். அவர்கள் ஆட, மத்தியில் கீகூண்டாலும் வங்கெசியும் ஆடுகின்றனர்.

யங்வீசு ஆடுவோம் – பாவாடையைச் சுழற்றியபடி
யங்வீசு ஆடுவோம்.
நன்றாய் ஆட்டு சகோதரி,
மிக உயர்ந்த விளைச்சல் கிடைக்கும் (2)

யங்வீசு ஒற்றைக்கால் ஆட்டம்
ஒற்றைக்காலில் ஆடுவோம்.
மற்றக்கால் உடம்பின் அழகுக்காக
மற்றக்கால் உடம்பின் அழகுக்காக.

வங்கெசி ஒரு அழகி
வங்கெசி ஒரு அழகி
யூகலிப்டஸ் போல் நீண்ட உயர்ந்த உடலோடு
வங்கெசி ஒரு அழகி   (2)

கன்னி வங்கெசியைக் கண்டாலே
கன்னி வங்கெசியைக் கண்டாலே
கால்கள் நகராமல் போய்விடுமே   (2)

வங்கெசி! நாம் பழப்பண்ணை உண்டாக்குவோம்.
பழப்பண்ணை உண்டாக்குவோம்.
கீகூண்டா வா கதொனியின் தோட்டம் இது   (2)

வங்கெசி! என் தாயே!
நம் வீட்டில் அடிமையாய் இருக்க
இனியும் நாம் ஒப்போம்   (2)

இது முடிந்தவுடன், வங்கெசி: "எனக்குப் பிடித்த நடனம் வொம்பொகோ" என்கிறாள். கீகூண்டா அதற்கு, "ஓ! அந்தக் காலத்தில் நாங்கள் காற்சட்டையின் இடது அல்லது வலது பக்கத்தை முழங்காலுக்குக் கீழே கிழித்துவிட்டுக் கொள்வோம். அதுதான் எங்கள் பெல்பாட்டம்'. அதில்தான் நாங்கள் வொம்பொகோ நடனம் ஆடுவோம்" என்று பதிலளிக்கிறான். கிடார், அகார்டியன் இசை தொடங்குகிறது. வொம்பொகோ நடனம் ஆடுபவர்கள் நுழைகின்றனர். கீகூண்டா, வங்கெசி அவர்களை நடத்துகிறார்கள்.

கிடார், இரும்பு வளையங்கள், மற்றும் அகார்டியன் ஒலிக்கிறது. ஆட்டம் சூடு பிடிக்கிறது.

வொம்பொகோ ஆட்டம் எளிதானது. இரண்டு எட்டு ஒரு திரும்பல்.

நான் உன்னை அழகாகச் சுழற்றுவேன்; அதில் மயங்கி—
உன் அம்மா வயலில் இருக்க
உன் அப்பா குடியில் மயங்கி இருக்க
நீ உன் அப்பாவின் பணப்பை
ஒளித்து வைத்திருக்கும் இடத்தை சொல்லு!

நீ என்னைப் பார்த்துக்கொள்
நான் உன்னைப் பார்த்துக் கொள்வேன்.
சிக்கல்களைச் சிரிப்போடு தீர்க்கலாம்

லிமூரு எனது ஊர்.
இங்கு சுற்றித் திரிய வந்தேன்.
வங்கெசி, என் இள மயிலே
இருப்பது போலே இருப்பாய்.
உன் அழகிய நடைக்கு
கூடுதல் மடிப்பேதும் தேவையில்லை.

நீ என்னைப் பார்த்துக்கொள்.
நான் உன்னைப் பார்த்துக்கொள்வேன்.
சிக்கல்களைச் சிரிப்போடு தீர்க்கலாம்.

பழுத்த வாழைப்பழத்துக்குப் பெயர்போன
இந்த இடம் உன்னுடையது.
நீ அழும் வரை பாடுவேன்.
அழாவிட்டால் –
உணர்ச்சிவசப்பட்டு உன்
உயிரை மாய்த்துக் கொள்வாய்.

நீ என்னைப் பார்த்துக்கொள்.
நான் உன்னைப் பார்த்துக்கொள்வேன்.
சிக்கல்களைச் சிரிப்போடு தீர்க்கலாம்.

நான் உனக்காகக் கள் காய்ச்சினேன்.
இப்போது நீ எனக்கெதிராய் திரும்பிவிட்டாய்.
உதவி செய்பவருக்கு எதிராக நொண்டி திரும்புவானாம்.
கதொனியின் மகனுக்கு அதிர்ஷ்டம்
எதிர்பாராதவிதமாக வசுவை வயலில் கண்டான்
அவள் விருந்துண்ண வந்தாள்.

நீ என்னைப் பார்த்துக்கொள்.
நான் உன்னைப் பார்த்துக்கொள்வேன்.
சிக்கல்களைச் சிரிப்போடு தீர்க்கலாம்.

நிறைய குடித்து விட்டாயா?
சும்மா போதையில் உளருகிறாயா?
நான் ஏதும் சொல்லமாட்டேன் –
என் வங்கெசியே! இளம்கனியே!
ஏழாண்டுகள் வரை...
ஏதும் சொல்ல மாட்டேன்.

ஆட்களது குரல்கள் மற்றும் இசைக்கருவிகள் ஒலி திடீரென நிற்கிறது. நடனம் ஆடியவர்கள் மேடையை விட்டு அகன்று விடுகின்றனர். கீகூண்டாவும், வங்கெசியும் நடனமாடியபடி உறை நிலையில் நிற்கின்றனர். கீகூண்டா தலையை ஆட்டியபடி கடந்த கால நினைவுகளில் இருந்து மெதுவாக மீள்கின்றனர்.

கீகூண்டா: ஏழாண்டுகள் கூட முடியவில்லை.

நாம் – புதிய குரலில் புதிய பாடல்கள்
இசைக்கத் தொடங்கினோம்
நமது – கென்யாவிற்கு
நமது – தாய்நாட்டிற்கு

விடுதலை கோரும் பாடல்கள், குரல்கள். விடுதலை கீதங்கள் இசைத்தபடி ஒரு பேரணி மேடையில் நுழைகிறது.

விடுதலை
விடுதலை
தாயகத்தின் விடுதலை.
கென்யாவின் விடுதலை.
எல்லையற்ற மகிழ்ச்சி கொண்டநாடு எம்நாடு.
பசிய வயல்கள், காடுகள் நிறைந்த எம்நாடு,
ஆப்பிரிக்கா மக்களின் நாடு கென்யா – எம்நாடு,
சிறையில் அடைத்த போதிலும்
நாடு கடத்திய போதிலும்
நிறுத்த மாட்டோம். நிறுத்த மாட்டோம்
எங்கள் நிலங்கள் மீட்கும் வரை
நிறுத்த மாட்டோம்.
ஆப்பிரிக்க மக்களின் நாடு கென்யா – எம்நாடு.

பாடகர்கள் மேடையைவிட்டு அகன்றதும், வங்கெசி கடந்த கால நினைவுகளைத் தொடர்கிறாள்.

வங்கெசி: ஓலெங்குருரேனி பெண்களை எப்படி மறப்பேன் நான். நகுருவைச் சுற்றியுள்ள நிலங்களைவிட்டு கரும் பாறைகள் கொண்யட்டாவுக்கு கடத்தப்பட்டவர்கள் அவர்கள்.

பல லாரிகளில் கம்பிகளுக்கு இடையே அடைக்கப்பட்டு அவர்கள் லிமூருவைக் கடந்தார்கள். ஆனாலும் அவர்கள் பாடிய பாடல்கள் மனசைக் குத்தீட்டியெனத் தாக்கியது. அப்பாடல்கள் சோகமானவை. உண்மையானவை.

ஆனால், அப்பெண்கள் அச்சமின்றிப்பாடினர். ஒருநாள் இந்த மண் தமக்குக் கிடைக்கும் என்ற நம்பிக்கை இருந்ததால் பாடினர்.

பெண் பாடகர்கள் அணிவகுப்பு ஒன்று மேடையில் நுழைகிறது.

உண்மையின் பேரால் துதிப்போம்.
உண்மையோடு இறைவனை இறைஞ்சுவோம்
நம்முள் உள்ள ங்கை (Ngai) அவர்தான்!
ஒருத்தி சித்திரவதைப்பட்டு இறந்தாள் –
அவள் தன்னை விற்க மறுத்ததால்.

உண்மையின் பேரால் துதிப்போம்...
பெண்களிடமும் குழந்தைகளிடமும்
மகத்தான அன்பைக் கண்டேன்
ஒரு விதை மண்ணில் விழுந்தால்
அனைவரும் பகிரக் கண்டேன்.
உண்மையின் பேரால் துதிப்போம்...

பாடகர்கள் மேடையை விட்டு வெளியேறுகின்றனர்.

கிகூண்டா: அப்போதுதான்
கென்யாவில் நெருக்கடி நிலை அறிவிக்கப்பட்டது.
எமது தேசபக்தர்கள் லிமுருவின் ஆண்கள், பெண்கள்
நாடு முழுதும் சிறையில் அடைக்கப்பட்டனர்.
நெருக்கடிகாலச் சட்டங்கள் நசுக்குபவை.
எமது வீடுகள் எரிக்கப்பட்டன.
நாங்கள் சிறைப்படுத்தப்பட்டோம்
கடுங்காவல் முகாம்களில் வைக்கப்பட்டோம்.
குண்டாந்தடிகளால் ஊனப்பட்டோம் சிலர்,
காயடிக்கப்பட்டனர் சிலர்
கண்ணாடிப் புட்டிகளைக் கொண்டு
பலாத்காரம் செய்யப்பட்டனர் எம் பெண்கள்.
எம் கண்முன்னாலேயே எம் மனைவி, மகள்கள்
சின்னாபின்னப்பட்டனர்.

கசப்பான நினைவுகளில் உந்தப்பட்டு ஒரு சில நொடிகள் கீகூண்டா அமைதியாக இருக்கிறார்.

ஆனால் –
கிமதீ, மாதேங்கே தலைமையில்
மௌ மௌ நடந்தது.
மக்கள் ஒன்றுபட்டதால்
வெள்ளையரை விரட்டினோம்.
விடுதலை வந்தது.
எமது தேசியக் கொடியை
வானுயர உயர்த்தினோம்.

ஆண்கள், பெண்கள், குழந்தைகள் கொண்ட உற்சாகமான ஊர்வலம் விடுதலையைப் போற்றிப் பாடி, ஆடியவாறே மேடையில் நுழைகிறது.

மூவண்ணக் கொடியை
மேலே உயர்த்துவோம்
பச்சை எம் மண்ணுக்கு
மேலே உயர்த்துவோம்

சிவப்பு எம் குருதிக்கு
மேலே உயர்த்துவோம்
கருப்பு எம் ஆப்பிரிக்கா
மேலே உயர்த்துவோம்

புதிய ஆடல் பாடலுக்கு மாறுகிறார்கள்.

தனிக்குரல்: எம் தேசபக்தர்கள் சிறந்தவர்கள்...
வெள்ளையர் வந்தது எங்கிருந்து?

குழு: வெள்ளையர் வந்தது எங்கிருந்து?
வெள்ளையர் வந்தது எங்கிருந்து?
மூரங்கா வழியாக வந்தனர்.
வையகி வீட்டில் ஓரிரவு கழித்தனர்.
இந்த அந்நியர் உருப்படாதவர்கள்
என்றறிய –
உம்மையே கேட்டுக் கொள்வீர்:
இன்று வையகியின் கல்லறை எங்கே?
எமது தேசபக்தர்களைப் பாதுகாப்போம்.
வையகியின் விதி அவர்களுக்கு
நேராமல் பாதுகாப்போம்.

தனிக்குரல்: கீமதியின் தேசபக்தர்கள் வீரர்கள்.
வெள்ளையர் வந்தது எங்கிருந்து?

மேடையிலிருந்து பாடியபடியே வெளியேறுகின்றனர்.

கீகூண்டா: காலம் எப்படிப் பறக்கிறது!
விடுதலை பெற்று
எத்தனை ஆண்டுகள் கடந்துவிட்டன?
பத்தாண்டுகளுக்கு மேல் –
நிறைய ஆண்டுகள்தான்!
என் நிலையைப் பாருங்கள் இப்போது!

கீகூண்டா தன்னையே பார்த்துக் கொள்கிறான். நிலப்பட்டாவைச் சுட்டியவாறே அதனருகே போகிறான்.

தரிசு நிலத்தில் ஒன்றரை ஏக்கர் நிலம். உள்ளூர் காவலருக்கு எமது குடும்ப நிலம் கொடுக்கப்பட்டது. இன்று நான் அஹம் கீவோய் வா கனௌருவின் நிலத்தில் ஒரு கூலி.

எனது காற்சட்டை கிழிந்து கந்தலாகிவிட்டது. உன்னைப்பார்.
வறுமை நிறைந்த விடுதலைக் காலம் உன்னை என்னவாக ஆக்கிவிட்டது பார்!
உனது பழைய மெருகைக் குலைத்துவிட்டது.
உனது முகத்தில் வறுமை குழிகள்.

உனது குதிகாலில் இப்போது பல வெடிப்புகள்.
உனது மார்பகம் பிடிப்பற்றுத் தொங்குகின்றன.
நீ இப்போது உருவழிந்துவிட்ட
பழைய கூடையைப் போல் இருக்கிறாய்.

வங்கெசி: தள்ளிப் போய்யா!
பூவின் வண்ணம், பழம் சுமப்பதால் மறையும்
கேள்விப்பட்டதில்லையா நீ?

(குரலை மாற்றியபடி)

கடந்த காலத்தைப்பற்றிய யோசனையில் ஆழ்ந்து போகும் பழக்கத்தை நிறுத்து. மறந்து தொலைக்க வேண்டியவற்றை நினைத்தபடி தூக்கத்தை அடிக்கடித் தொலைக்கிறாய். நிகழ்காலத்தையும் வருங்காலத்தையும் யோசிப்போம்.

நமது வீட்டைப் பற்றி யோசிப்போம்.
வறுமைக்கு நிரந்தர வேர்கள் இல்லை.
தோண்டும் குச்சிகளைக் கூர்மைப்படுத்த
வறுமை ஒரு வாளாகும்...

(புதிய யோசனை தட்டுப்பட்டாற்போல், பேச்சை நிறுத்துகிறாள்.)

சொல்லு –
கீவோய் குடும்பத்துக்கு நம்மிடம் இருந்து என்ன வேண்டும் இன்றைக்கு?[5]

இக்காட்சி கீவோயின் வருகைக்கு என்ன காரணம் என்பதில் தொடங்கி ஐம்பதுகளின் ஆயுதப் போராட்ட வரலாறு முழுவதையும் கடந்து, தேசியக் கொடியை வென்றதையும் சொல்லி மீண்டும் கீவோய் வருகைக்கு காரணம் எதுவாக இருக்கும் என்பதில் முடிவதைக் கவனித்து இருப்பீர்கள். இந்நாடகம் முழுதிலும் கடந்த காலமும், எதிர்காலமும் ஆடல், பாடல். பாவனை நடிப்பு மூலம் பலமுறை நடத்திக் காட்டப்படுகின்றன.

அபிநய முறை (Mime) இவ்வடிவத்தின் மற்றொரு முக்கிய கூறாகும். கீகூண்டாவின் மதாலய திருமண சடங்கிற்கான தயாரிப்புக் காட்சி இதற்கு ஒரு சிறந்த எடுத்துக்காட்டு. காட்சியின் ஆரம்பத்தில் கீகூண்டாவும், வங்கெசியும் தமது திருமண உடைகளைக் கண்டு இரசித்துக் கொண்டிருக்கிறார்கள். கீவோய் குடும்பத்தைப் பொருத்த வரை இவர்களின் ஆப்பிரிக்க முறைத்திருமணம் பாவகாரியம். எனவே அது சட்டபூர்வமானதல்ல எனக் கருதுகின்றனர். அதற்காக அவர்களது திருமணத்தை மதாலயத்தில் புதுப்பித்துக்கொள்ள முடிவாகிறது. அதற்கான செலவுகளுக்காகத் தமது நிலத்தை வங்கியிடம் அடகு வைக்கிறார்கள். அப்படி வாங்கப்பட்ட உடைகளைப் போட்டுப் பார்த்து அழகு பார்க்கிறார்கள், பாவனை. இசை, ஆடல் அசைவுகளோடு முழுத் திருமணக் காட்சியும் நடிக்கப்பட்டு,

உச்சகட்டமாகக் கற்பனையான ஐந்து அடுக்கு கேக்கை வெட்டுவதில் வந்து முடிகிறது.

இந்தப் பாவனைக் காட்சி சடங்கு நிகழ்வுக்கும் ஒரு எடுத்தும் காட்டாக அமைகிறது. ஆனால், சடங்கிற்குரிய சிறப்பும் கௌரவ இழந்த ஒன்றாக வெளிப்படுகிறது, கிறித்துவ வழிபாட்டு முறை திணிக்கப்பட்ட ஒன்றானதால் மண்சார் குறியீடுகள் அற்றதாக இருக்கிறது. எனவே மரபுசார் வழிபாட்டு முறையின் பகடிப் பிரதிபலிப்பாக இக்காட்சி அமைகிறது. குரரியோ காட்சி இதனை வேறுபடுத்திக்காட்ட உதவும். அதில் கீதீரொ இசை வடிவம் *(Gitiiro opera)* மூலம் ஒரு தேசிய சடங்கின் மதிப்பு புத்தாக்கம் செய்யப்படுகிறது.

பாடல், நடனம், சடங்குகள் குறித்து விவசாயிகள் தேர்ச்சிமிக்க வர்களாக இருந்தனர். எனவே அவற்றின் துல்லியமான சித்திரிப்பில் அக்கறை காட்டினர். மிகச் சிரத்தையான கவனத்தோடு செயல்பட்டனர்.

மொழி குறித்தும் ஆழமான அக்கறை செலுத்தினர். மொழியை வடிவத்தின் மற்றுமொரு முக்கிய பகுதியாகக் கருதினர். பாத்திரங்களின் வயது, தொழில் சார்ந்த உரிய மொழி பேச வேண்டும் என்பதில் குறியாக இருந்தனர்.

‘ஒரு பெரியவர் அப்படிப் பேசமாட்டார்’, ‘அவருக்கு மதிப்பு கூடவேண்டுமென்றால், அவர் இந்தப் பழமொழியைச் சொல்ல வேண்டும்’ என்றெல்லாம் அவர்கள் ஆலோசனை கொடுப்பார்கள். மொழிவகை, பயன்பாடு, சொற்கள் மற்றும் தொடர்களின் நுண்மை ஆகியவைத் தீவிரமாக விவாதிக்கப்பட்டன.

எந்த வடிவத்துக்கும் அதன் நேர்த்தியையும் தனிப்பண்பையும் உருவத்தையும் கொடுப்பது அதன் உள்ளடக்கமே. நாடகத்திற்கு இது கூடுதலாகப் பொருந்தும். கவிதை, புனைகதை வடிவங்களை விட நாடகம் வாழ்வின் இயங்கியலுக்கு நெருக்கமானது. எதிர்வுகளின் உள்ளீடான ஒற்றுமை மற்றும் முரண்களின் அடிப்படையில் கிளம்பும் அசைவுதான் வாழ்க்கை. ஆணும் பெண்ணும் எதிர்வுகளின் ஒற்றுமை நடனத்தில் ஈடுபடுவதன் மூலம் புதிய தனி உயிர் பிறக்கிறது. அது முன்னதான இரண்டில் இருந்தும் வேறுபடுகிறது. ஆனால் இரண்டின் தன்மைகளையும் உள்ளடக்கி உள்ளது. பார்த்தவுடனேயே இன்னின்னாரின் படைப்பு இன்னின்னது என்று சொல்லுமளவு வெளிப்படையாகத் தெரிகிறது. இவ்வுயிரின் வளர்ச்சி சில நுண்ணுயிர்கள் இறந்து, வேறு சில பிறப்பதைச் சார்ந்து உள்ளது. சமூக வாழ்வு மனிதருக்கும் இயற்கைக்குமான முரண்பாட்டில் பிறக்கிறது. ஆனால், மனிதன் இயற்கையின் பகுதி. காரல் மார்க்ஸ் குறிப்பிடுவதுபோல், “மனிதன் இயற்கையை அதன் சக்திகளுள் ஒன்றாக இருந்து எதிர்க்கிறான். தனது கை, கால்கள், தலை, உடலின் இயற்கை சக்திகளை அசைத்து, இயற்கையின் உற்பத்தியைத் தனது

தேவைகளைப் பூர்த்தி செய்வதற்காகத் தன்னகப்படுத்துகிறான். இவ்விதம் இயற்கையின் புறத்தன்மைகளை மாற்றுவதன் மூலம், தனது இயற்கையையும் மாற்றுகிறான்."[6] எதிர்வுகளின் போராட்டம் என்ற கொள்கையை தன்னுள் கொண்டு நாடகம் நகர்வுகளை உருவாக்குகிறது. நாடகத்தில் வெளித்தோற்ற இசைவு ஒரு வகை ஓய்வு மனநிலை கொடுத்து, பிறகு சிக்கல் உருவாகி அதற்கான மகிழ்ச்சியான / சோகமான தீர்வை நோக்கி நகர்கிறது. முடியும்போது, வேறு விதமான இசைவு தோன்றுகிறது; குறுகிய கால ஓய்வாக அமைகிறது. அதிலிருந்து இன்னொரு நகர்வு தொடங்கலாம். எதிரெதிரான கருத்துகள், சமூக சக்திகளுக்கு இடையேயான சமநிலை, எல்லா போட்டிச் சக்திகளுக்கும் இடையே உள்ள சமநிலை, நாடகம் மற்றும் அரங்கத்தின் வடிவத்தை உருவாக்குவதில் முக்கியப் பங்களிக்கிறது.

வரலாற்றை வெளிப்படுத்துவதில் பங்கேற்பாளர்கள் தீவிரமான கவனம் செலுத்தினர். அது அவர்கள் வரலாறு. ஏகாதிபத்தித்திற்கு எதிரான போராட்டத்தில் சித்திரிக்கப்படும் சக்திக்கென தவறான நிலைபாடுகளின் பிரதிநிதித்துவம் குறித்துச் சுட்டிக்காட்டினர். பகைமைச் சக்திகள் குறித்தும் தம் கருத்துகளை வெளிப்படுத்தினர். தமது நிஜ அனுபவங்களோடு ஒப்பிட்டுப் பார்த்தனர். காடுகளில் குண்டுகள் தயாரிப்பதானாலும் பிரிட்டிஷாரிடமிருந்து ஆயுதங்கள் திருடுவதானாலும் எதிரிப் படைகளின் ஊடாகத் துப்பாக்கிகள் கடத்துவதானாலும் அன்றாட வாழ்வியல் பாதுகாப்புக்கான வழி முறைகளானாலும் அது சரியாக வெளிப்படவேண்டும் என விரும்பினர். நிலம், விடுதலை, பொருளாதார அரசியல் விடுதலை, ஆகியவை அவர்களது போராட்டத்தின் நோக்கங்கள். இவற்றை நாடகம் திரித்துவிடக்கூடாது என்பதில் கவனமாக இருந்தனர். காமிரீத்துவின் நாடகத்தில் துப்பாக்கிகள் செய்பவராக நடித்த கலைஞர், மெளமெள, கொரில்லா குழுவிற்கு ஆயுதங்கள் தயாரித்தவர்.

பன்னாட்டு மூலதனத் தொழிற்சாலைகளில் தொழிலாளர்கள் அனுபவிக்கும் மோசமான சுரண்டல்களின் விவரணங்கள் அனைத்தும் அம்பலப்படுத்தப்பட வேண்டும் எனத் தொழிலாளர்கள் விரும்பினர். உதாரணமாக, அருகில் இருந்த பாடா *(Bata)* கம்பெனியின் ஒரு குறிப்பிட்ட பிரிவில் பணியாற்றிய தொழிலாளர் குழு ஒன்று தங்களது சுரண்டலின் பருண்மையை, அதன் தன்மையை எங்களுக்கு விளக்க முற்பட்டது நினைவிருக்கிறது. தொழிற்சாலையில் வேலை பார்த்தறியாத எங்களுக்கு அவர்கள் அதை விளக்க முற்பட்டனர். அங்கு வேலை பார்த்த மூவாயிரம் தொழிலாளர்களுக்கான மாத சம்பளத்துக்குரிய காலணிகளை அவர்கள் ஒரே ஒரு நாளில் உற்பத்தி செய்தனர். எனவே, அவர்கள் தங்களுக்கென உழைத்தது ஒரே ஒரு நாள்தான். மற்ற இருபத்தொன்பது நாட்களில் அவர்கள் யாருக்காக உழைத்தனர்? இயந்திரங்களின் தேய்மானத்திற்கு, முதலீட்டைத்

திருப்பிக்கொடுப்பதற்கு என்று உற்பத்தியில் எவ்வளவு, எதற்குச் சென்றது என்று அவர்கள் கணக்கிட்டுப் பார்த்தனர். அக்கம்பெனி 1938 இலிருந்து இருக்கும் காரணத்தால் ஆரம்பகட்ட முதலீடு வெகுகாலம் முன்பே திருப்பிக் கொடுக்கப்பட்டிருக்கும் என்று கணக்கிட்டனர். அப்படி யென்றால், மீதி எங்கு போனது? கனடாவில் இருந்த தொழிற்சாலை சொந்தக்காரர்களுக்குப் போனது. நிர்வாக சக்திகளுக்கு, மூளை உழைப்புக்கு என்ன கிடைத்தது? நைரோபியிலோ, தொலைதூர கனடாவிலோ அலுவலக அறைகளில் உட்கார்ந்து கொண்டு முழு அமைப்பையும் நிர்வகித்தவர்கள் என்ன செய்தார்கள்? இந்த அமைப்பை நடத்திச் சென்ற பங்குதாரர்களின் பண முதலீட்டுக்கு என்ன பதில்? சரிதான். அந்த மூளை உழைப்போ, பங்குதாரரோ சுத்தியைத்தூக்கி, ஒரு காலணி செய்ததாகத் தொழிலாளர்கள் அறிந்ததில்லை. துப்பாக்கிகள் தயாரித்து வெடிமருந்து தொழிற்சாலைகளைச் சிரமமான காடு முற்றும் மலைப்பகுதிகளில் நிறுவ முடிந்தபோது, ஏன் ஒரு காலணி தயாரிக்கும் தொழிற்சாலை அமைக்க முடியாது? எந்த அந்நிய மூளை உழைப்பையும் பங்குதாரரின் பண முதலீட்டையும் எதிர்பார்க்காமல், தொழிலாளர்கள் அதனைச் செய்தார்களே! இப்படியாக விவாதம் வளர்ந்து கொண்டே போகும். தங்கள் உழைப்புதான் செல்வத்தை உருவாக்குகிறது என்பதில் தெளிவாக இருந்தார்கள். ஆனால், அந்த உழைப்பினால் அவர்களுக்கு மாதம் ஒரு முறையோ, இருமுறையோ கிடைத்ததென்ன? வெறும் சுண்டைக்காய் அளவே கிடைத்தது! அது மட்டுமா? மக்கள் இத்தொழிற்சாலைகளில் செத்துக் கொண்டிருந்தார்கள். உங்களுக்குத் தெரியுமா? மக்கள் செத்தார்கள். செத்திருக்கிறார்கள். "அவர்... இவர்... ஒன்று, இரண்டு...!" ஒரு தொழிலாளி தான் சொன்னதை நிரூபிக்கத் தனது மேற்சட்டையைக் கழட்டியது எனக்கு நினைவிருக்கிறது. அவர் உடல் முழுதும் தீக்காயங்கள். 'வாயுக் கசிவினால் வந்தவை', என்றார் அவர். "எனக்குக் கிடைத்த நஷ்ட ஈடு என்ன? வேலை நீக்கம். ஆட்குறைப்பு. எனது சேவையில் நான் காட்டிய நேர்மைக்குப் பரிசாக ஒரு கைக்கடிகாரம் கூடக் கொடுக்கவில்லை!"

முதலீட்டுக்கும் உழைப்புக்கும் இடையே உள்ள போராட்டங்கள் குறித்த விவரங்கள் கீசாம்பா என்ற தொழிலாளப் பாத்திரத்தின் நீண்ட வசனத்தில் விவரிக்கப்படுகிறது. அந்த விவரணங்கள் இது போன்ற விவாதங்களால் கிடைத்தவையே. கீசாம்பா கீகூண்டாவிடம் சொல்லும் அந்த வசனத்தின் மையக்கருத்து, தொழிலாளர்கள் விவசாயிகளைவிட மேம்பட்ட நிலையில் இல்லை என்பதை விளக்குவதுதான். விவசாயிகள், தொழிலாளர்கள் ஆகிய இரு வர்க்கத்தவருமே ஏகாதிபத்திய முதலாளித்துவ அமைப்பின் கீழ் அவதிப்படுபவர்கள்தான். இருபதாம் நூற்றாண்டில் முதலீட்டிற்கும் உழைப்புக்குமான போராட்டத்தில் இது ஏற்றுக்கொள்ளப்பட்ட விஷயம்.

தொழிற்சாலைகள், பெருந்தொழிற்சாலைகள் கட்டுவது நன்று. மிக நன்று! நாட்டின் முன்னேற்றத்திற்கான வழி அது. ஆனால், கேள்வி என்னவென்றால்: இந்த ஆலைகள் எவருக்குச் சொந்த மானவை? யாருடைய குழந்தைகள் இவற்றால் பலன்பெறுவார்கள்?[7]

நாடகத்தின் கருப்பொருள் கென்ய சமூக அமைப்பு குறித்த பல வினாக்களைக் கிளப்பியது. நாடகம் உருவான ஒவ்வொரு கட்டத்திலும் உருவம் உள்ளடக்கம் தொடர்பான சூடான விவாதங்களைக் கிளப்பியது. சிலசமயம், விவாதங்களில் கலைஞர்கள் மட்டுமின்றி பார்வையாளர்கள் வட்டமும் பங்கெடுத்துக் கொண்டது.

கலைஞர்கள் தேர்வும் ஒத்திகைகளும் திறந்த வெளியிலேயே நடந்தன. தொடக்கத்தில் இந்தத் திறந்தவெளி எங்கள் மேல் திணிக்கப்பட்டது. ஆனால், சனநாயகரீதியான பங்கேற்பு அழகியல் சிக்கல்களுக்கும் தீர்வு அளிக்கும் என்ற எங்களது உறுதியை வலுப்படுத்தியது. சிலசமயம் குழப்பமானதாகவும் தாமதப் படுத்தக்கூடிய வழிமுறையாகவும் இருந்தபோதிலும் கலைப்பணியில் ஈடுபடும் குழுவிற்குள் கூட்டுணர்வு ஏற்படுத்த இது ஏதுவாக அமைந்தது. நைரோபிப் பல்கலைக்கழக முனைவர் பட்டதாரிகள்; தொழிற்சாலை, தோட்டத் தொழில் முனைவர்கள், கார்க்கி குறிப்பிடும் 'சாலைப் பல்கலைக்கழக' முனைவர்கள் ஆகிய எல்லோரது மதிப்பும் குழுவின் முயற்சியில் அவர்கள் காட்டிய முனைப்பின் அடிப்படையில் தீர்மானிக்கப்பட்டது. திறந்தவெளி கலைஞர் தேர்வு மற்றும் ஒத்திகைகள் அரங்க நெறிமுறையை வெட்ட வெளிச்சமாக்கி புனைவுகளை நீக்கியது.

பள்ளி, கல்லூரி மற்றும் தொழில் சாராக் கலைஞர்கள் மத்தியில் நான் செய்த நாடகங்களில் ஒத்திகைகள் இரகசியமாக மேற்கொள்ளப்பட்டன. எதிர்பாராத வகையில், முடிந்த முடிவான அறிக்கை பார்வையாளர்கள் மத்தியில் வந்து குதிக்கும்போது அவர்கள் ஆச்சரியமும் பரவசமும் அடைந்தனர். என்ன பூரணத்துவம்! என்ன திறமை! என்ன எழுச்சி! என்று பூரித்துப் போனார்கள். என்னால் என்றுமே அப்படிச் செய்ய முடிந்ததில்லை. இந்த வகை அரங்கம் பொதுவான முதலாளித்துவ கல்வியின் அடிப்படையில் எழுவது. கல்வி மக்களை வலுவிழக்க வைத்து, இதைச் செய்ய முடியாது; அதைச் செய்ய வராது; அதற்கெல்லாம் மிகச் சிறந்த மூளை வேண்டும் என நினைக்க வைக்கிறது. அறிவுத் தேர்ச்சியைக் காணக்கிடைக்காத அதிசயமாக்கி எதார்த்தத்தையும் புறந்தள்ளும் கல்வி முறை அது. மக்களுக்கு அவரவர் திறமை மற்றும் பண்புகளில் நம்பிக்கை அளித்து தடைகளைத் தகர்க்கும் சக்தி ஊட்டி, தம்மை ஆளும் விதிகளை நிர்ணயிக்கக் கூடியவர்களாக மாற்றாமல், இக்கல்விமுறை அவர்களது போதாமையை உணரவைத்து, தம் வாழ்நிலைகளை மாற்றும் திறனற்றவர்களாக ஆக்கிவிடுகிறது. அவர்கள் தம்மிலிருந்தும் தாம் வாழும் சமூக, இயற்கைச் சூழலில் இருந்தும் அந்நியப்பட்டுப் போகிறார்கள். இத்தகு தனிமைப்படுத்தும் கல்வி நட்சத்திரங்களின்

அணிவகுப்பையும் அவர்களைப் போற்றும் முகமற்ற கூட்டத்தையும் உருவாக்குகிறது. கிரேக்கப் புராண மரபு சார்ந்த ஒலிம்பியக் கடவுள்களும் மத்திய கால வீராதி வீரர்களும் இருபதாம் நூற்றாண்டின் சூப்பர் ஸ்டார் அரசியல்வாதிகள், அறிவியலாளர், விளையாட்டு வீரர்கள், கலைஞர்கள், அழகான செயல்பாட்டாளர்கள், ஹீரோக்களாக உருவாகின்றனர். சாதாரண மக்கள் இவர்களை வெறுமனே பார்ப்பவர்களாக, ஆராதிப்பவர்களாக உள்ளனர். காமிரீத்து இதற்கு நேர்மாறான அனுபவம். காமிரீத்துவின் வழிமுறை அறிவு மற்றும் எதார்த்தத்தைத் தோலுரித்துக் காட்டியது. நடிகர்கள் ஒரு அடி எடுத்து வைக்கவும் ஒருவரியைப் பேசவும் தயங்கிய நிலையிலிருந்துப் படிப்படியாக வளர்ந்து தனது பாத்திரமாகவே நடந்து, பேசி வாழ்வதைக் காணும் வாய்ப்பு பார்வையாளர்களுக்குக் கிடைத்தது. சிலர் ஒரு குறிப்பிட்ட பாத்திரத்தை இன்னின்னபடி செய்யலாம் என இடையிட்டுச் செய்து காட்ட முன்வந்து நடிகர்கள் குழுவில் இடம் பெறவும் நேர்ந்தது. பார்வையாளர்கள் பாத்திர உருவாக்கத்திற்குள் நடிகர்களை இட்டுச் சென்றனர். பரிபூரணத்துவம் ஒரு நெறிமுறையாக / சமூக வரலாற்று நெறிமுறையாகக் காட்டப்பட்டது. ஆனால், அதற்கும் பாராட்டிற்குக் குறைவில்லை. பார்க்கப்போனால், பார்வையாளர்கள் அந்தப் பூரணத்துவத்தோடு தம்மையும் இணைத்துக் கொண்டனர். அவர்களது பங்களிப்பும் அதில் இருந்ததை அடையாளம் கண்டனர். தம்மை ஒரு சமூகக் குழுமமாக உயர்த்திக்கொள்ள இந்நெறி முறை உதவியது.

1977 ஜனவரி முதல் செப்டம்பர் வரையிலான ஒன்பது மாதங்களில் இந்நாடகப் பனுவலுக்கான ஆய்வு, பனுவல் வரைவு, வாசிப்புகள், விவாதங்கள், கலைஞர்கள் தேர்வு, ஒத்திகை, திறந்தவெளி அரங்க வடிவமைப்பு எல்லாம் நடந்தன. மக்களது அன்றாட வாழ்வின் லயத்திற்கேற்ப பனுவல் வாசிப்புகள், ஒத்திகைகள் நிகழ்த்தப்பட்டன். சிலசமயம் சனிக்கிழமை மதியங்களிலும் தவறாமல் ஞாயிறு மதியங்களிலும் இவை நடைபெற்றன. ஞாயிறு காலைகளில் தேவாலய வழிபாட்டுக்குக் குந்தகம் ஏற்படாத வகையில் காமிரீத்து குழு மதியம் மட்டுமே கூடியது.

1977 அக்டோபர் 2ஆம் நாள் நாடகம் அரங்கேறிய போது, ஆப்பிரிக்க அரங்கமொழிக் கண்டெடுப்பு முயற்சியின் விளைவு தெரிய வந்தது. நிகழ்வுகளும் ஞாயிறு மதியங்களில்தான். மாலை மிகக் குளிராக இருந்திருக்கும். நாடகம் மிகப் பெரிய வெற்றி பெற்றது. தூரப் பகுதிகளில் இருந்து கூட மக்கள் பேருந்துகளிலும் கார்களிலும் வந்து பார்த்தனர். அரங்கம் முன்னைப் போல கூட்டு விழாவின் அம்சமாக மாறியது. பார்வையாளர்களில் சிலருக்கு நாடகம் வரிக்கு வரி அத்துப்படியாகி இருந்தது. கலைஞர்கள் அந்த வரியை எவ்வெவ் வகையில் வெவ்வேறு பார்வையாளர் மத்தியில் வெளிப்படுத்துகிறார்கள் என்று அறிவதே அவர்களது

மகிழ்ச்சியாக இருந்தது. பாத்திரங்களோடு பார்வையாளர்கள் ஒன்றினர். சிலர் தமக்குப் பிடித்தமான பாத்திரத்தின் பெயர்களில் தம்மை அழைத்துக் கொண்டனர். கீகூண்டா, கீசம்பா, வங்கெசி, கதோனி போன்ற பெயர்கள் புழக்கத்தில் வந்தன. கிராமத்திற்கு உள்ளேயும் வெளியேயும் மக்கள் எதிர்ப்புத் தன்மை கொண்டவர்களைக் குறிக்கவும் பாத்திரங்களின் பெயர்களைப் பயன்படுத்தினர்: கீவோஸ், டிதிகா, இகுவா, டுகீரே போன்ற நாடகத்தின் மொழி அவர்களின் தினசரி சொல்லாடலில் கலந்தது. மனதைத் தொட்ட சில கணங்களும் இருந்தன. ஒரு சமயம் திடீரென மழை பெய்யத் தொடங்கியது. அருகிலிருந்த மரத்தடிகளில் ஓடி நின்றனர் மக்கள். மழை நின்றதும், கலைஞர்கள் மீண்டும் நிகழ்ச்சி தொடங்க, பார்வையாளர்களும் வந்து நிறைந்தனர். அந்த ஒரு நாள் மதியம் மட்டும் மூன்று முறை நிகழ்ச்சி தடைபட்டது. ஆனால் பார்வையாளர்கள் திரும்பிப் போகவில்லை. காமிரீத்துவுடனான மக்களது அடையாளப்படுத்தல் முழுமை பெற்றது.

பின்னர் அவர்கள் விரட்டப்பட்டனர்: மழையாலோ, இயற்கைச் சீற்றத்தாலோ அல்ல. மக்கள் எதிர்ப்பு அரசின் அதிகாரத்துவ நடவடிக்கையால். 1977 நவம்பர் 16 அன்று காமிரீத்து மையத்தில் எவரும் 'கூடுவதைத்' தடுக்கும் விதியைக் கொண்டுவந்து நாடகத்தின் தொடர்ந்த நிகழ்ச்சிகளை அரசு தடை செய்தது. நான் 1977 டிசம்பர் 31 இல் கைது செய்யப்பட்டு 1978 முழுதும் கடுங்காவல் சிறையில் எந்த விசாரணையும் இன்றி அடைக்கப்பட்டேன். கென்ய அரங்க மொழி உருவாவதை அவர்கள் தடுத்து நிறுத்த முயன்றனர்.

ஆப்பிரிக்க அரங்கத்தின் மொழியை உருவத்திலும் உள்ளடக்கத்திலும் தேடிய கமிரீத்துவின் அனுபவம் அதனோடு முடிந்து விடவில்லை.

1981 நவம்பரில் அவர்கள் இன்னொரு முயற்சிக்காக மறுபடி ஒன்றுகூடினர். *மைதூ ஜுகீரா* (அம்மா! எனக்காகப் பாடு) என்ற நாடகத் தயாரிப்பு முயற்சி தொடங்கப்பட்டது. கலைஞர்கள் தேர்வு 1981 நவம்பர் 7,14, 15 தேதிகளில் நடத்தப்பட்டது. விட்ட இடத்திலிருந்து, அதே மாதம், தேதியிலிருந்து தொடங்குவது போன்ற உணர்வு இருந்தது. இந்த இரண்டாம் தயாரிப்புக்கு நேர்ந்த கதி பற்றி எனது *பேனா பீரங்கி: நவகாலனிய கென்யாவில் அடக்கு முறைக்கு எதிரான எதிர்ப்பு* (Barrel of a Pen: Resistance to Repression in Neo - Colonial Kenya) என்ற நூலில் விரிவாக எழுதியுள்ளேன். இங்கு நான் சுட்டிக்காட்ட விரும்புவது, 1977இல் தொடங்கிய அரங்கக் கூறுகள் மீண்டும் பயன்படுத்தப்பட்டு விரிவாக்கப்பட்டன என்பதைத்தான். *மைதூ ஜுகீரா* தொடக்க கால ஏகாதிபத்திய முதலாளியம் நிலத்தைப் பிடுங்கிக்கொண்டு, அதே களவாடப்பட்ட நிலத்தில் கட்டாய உழைப்பை அமுல்படுத்தியது பற்றியும், கடும்வரிகள் விதிக்கப்பட்ட காலனியக் குடியேறிகளின் தோட்டங்கள் குறித்தும் இவற்றுக்கு எதிரான கென்யத் தொழிலாளர் போராட்டத்தைப் பற்றியும் பேசியது.

ஆடல், பாடல், பாவனை நடிப்பு சொற்களை விட முக்கியத்துவம் பெற்றிருந்தது. காட்சி மற்றும் ஒலிப்படிமங்கள் இந்த அடக்குமுறை எதிர்ப்பின் கூற்றையும் ஆய்வையும் நடத்திக்காட்டும் பளுவைச் சுமந்தன. இருபதுகள், முப்பதுகளின் காட்சிகளைத் தத்ரூபமாகச் சித்திரிக்கக் காட்சிதகடுகள் பயன்படுத்தப்பட்டன.

ஒவ்வொரு கட்டத்திலும் கென்யாவின் பிற தேசிய இனங்களின் பங்கேற்பு கூடியது. இந்நாடகம் இசை நாடகம். கிட்டத்தட்ட எண்பது பாடல்கள் இடம் பெற்ற இந்நிகழ்வில் கென்யா எட்டுக்கும் மேற்பட்ட தேசிய இனங்களின் பாடல்கள் பாடப்பட்டன. அம்மக்களது மகிழ்ச்சி துக்கம், லாபம், நட்டம், ஒற்றுமை, பிரிவினை, கென்ய மக்கள் போராட்டங்களின் முன்னேற்றம், பின்னடைவு ஆகியவற்றின் வெளிப்பாடுகளாக அப்பாடல்கள் இருந்தன.

காமிரீத்து குழு இந்த இசை நாடகத்தை 1982 பிப்ரவரி 19ஆம் நாள் கென்ய தேசிய அரங்கத்தில் மேடையேற்றுவதாக இருந்தது. பத்து வாரங்களுக்கு மேல் அனைவரும் உழைத்திருந்தனர். எல்லா தேசிய இனங்களையும் சேர்ந்த தொழிலாளர், விவசாயிகள், முற்போக்கு ஆசிரியர்கள், மாணவர்களின் முக்கிய கூட்டணியாக காமிரீத்து இப்போது வளர்ந்திருந்தது. கென்ய தேசிய அரங்கத்தில் இந் நாடகத்தை நடத்துவதன் மூலம் எந்த ஒரு குறிப்பிட்ட ஆப்பிரிக்க மொழியில் வெளிப்படுத்தப்பட்டாலும் இது உண்மையான ஆப்பிரிக்க அரங்க மொழி என்பதை விளக்க முயன்றது. ஆப்பிரிக்காவில் உள்ள அனைத்துத் தேசிய இனங்களோடும் இந்த அரங்கம் தொடர்புகொள்ள முடியும் எனக் காட்டியிருக்கும். கென்ய மக்களின் - பல தேசிய இனங்களின் - ஆதரவு இந்தப் போக்கிற்கு உள்ளது என்பதை நிருபித்திருக்கும். கென்ய தேசிய அரங்கத்தில் அல்லாமல் இதனை வேறெங்கு நிரூபிக்க முடியும்! அரங்கத்துக்கான சீசன் இல்லாவிட்டாலும் நீண்ட காலம் நடத்துவதற்காக ஒப்பந்தம் செய்யப்பட்ட நாடகமாக இது இருந்தது. கிறிஸ்துமஸ் முடிந்தும் வருட ஆரம்பத்தில் தொடங்க இருந்தது. விவசாயிகளும் தொழிலாளர்களும் தேசிய அரங்கத்தைத் தலைநகருக்குக் கொண்டு வர இருந்தார்கள். ஆனால், அது நடக்கவில்லை. இம்முறை அதிகாரிகள் அனுமதித் தர மறுத்தனர். கதவுகளை அடைக்குமாறு நிர்வாகத்திற்கு ஆணை அனுப்பப்பட்டது. காவல்துறையினர் பொது அமைதியையும் பாதுகாப்பையும் உறுதி செய்ய அனுப்பப்பட்டனர்! பல்கலைக்கழக வளாகத்தில் புகழ்பெற்ற தியேட்டர்-II வில் - திறந்தவெளி ஒத்திகை நடத்த நாங்கள் எடுத்த முயற்சியும் தடை செய்யப்பட்டது. அப்படியும் கிட்டத்தட்ட பத்து ஒத்திகைகள், 10,000 பேர் பார்க்க நடந்தன! தியேட்டர்- II வின் கதவுகளை மூடுமாறு பல்கலைக்கழக நிர்வாகத்திற்கு ஆணையிடப்பட்டது. இது நடந்தது 1982 பிப்ரவரி 25, வியாழக்கிழமை அன்று.

1982 மார்ச் 11, வியாழக்கிழமை காமிரீத்து மையத்தை அரசாங்கம் சட்டத்திற்குப் புறம்பானதாக அறிவித்தது. அப்பகுதியில் எல்லா அரங்கச்

செயல்பாடுகளையும் தடைசெய்தது. விடுதலை பெற்ற கென்யாவின் அரசாங்கம் காலனிய அரசின் வழியில் நடந்து கொண்டது. தேசிய அரங்க மரபுகளின் அடிப்படை ஊற்றான விவசாயத் தொழிலாளர் பங்கேற்பைத் தடுத்தது. நவகாலனிய ஆட்சி காலனிய ஆட்சியையும் மிஞ்சியது. 1982 மார்ச் 12 அன்று மூன்று லாரிகளில் வந்த ஆயுதம் தாங்கிய காவல்துறையினர், காமிரீத்து சமூகக் கல்வி பண்பாட்டு மையத்தின் திறந்தவெளி அரங்கைத் தரைமட்டமாக்கினர். அப்படிச் செய்ததன் மூலம் காமிரீத்து - விவசாயத் தொழிலாளர் சார்ந்து உருவான, ஆப்பிரிக்க அரங்க மொழியைக் கண்டெடுக்கச் செய்த பரிசோதனை முயற்சியைச் சாகாவரம்பெற வைத்தனர்.

கூட்டு அரங்கம், போவால் குறிப்பிடும் 'ஒடுக்கப்பட்டோர் அரங்கம்' பல சூழல்களால் உருவானது: மக்கள் ஒன்றிணைக்கக்கூடிய கருப் பொருள், அவர்கள் உணர்ந்து அடையாளம் காணக்கூடிய வடிவத்தில் வழங்கப்பட்டது. வயல்களிலும் நிறுவனங்களிலும் உள்ள வேலை முறைகள் பற்றிய நுணுக்கமான விவரங்களைச் சேகரித்தனர். ஆய்வு நிலையிலிருந்தே மக்கள் பங்கேற்பு இருந்தது. பழைய மரபுசார், பாடல், ஆடல் வகைகள். (மூதீரீகு, மூசூங்வா, வாம் போகோ) இசை அரங்க (Opera) வடிவமான கீதிரொ போன்றவற்றைத் தொகுத்து அளித்தனர். கதைப்பின்னல், வடிவமைப்பு குறித்த விவாதங்களிலும் பங்கேற்றனர். கலைஞர்கள் தேர்வு மற்றும் ஒத்திகைகளில் பங்கேற்றனர். பார்வையாளர்களாக ரசித்தனர். ஒடுக்கப்பட்ட மக்களின் போராட்டங்கள் தான் புதிய ஆப்பிரிக்காவை உருவாக்கின. எனவே அவற்றிலிருந்து தான் ஆப்பிரிக்க அரங்கமொழி கண்டெடுக்கப்பட வேண்டும். நிகழ்கால கடும் உழைப்பிலிருந்து நாளைய ஆப்பிரிக்காவை உருவாக்குபவர்கள் அவர்கள். ஆப்பிரிக்க அரங்கம் அதனைச் சித்திரிக்க வேண்டும். அத்தகு அரங்கமே பங்கேற்பாளரின் மனதிலும் வாழ்விலும் நிற்கும். இந்தச் சூழலுக்கு வெளியே வாழ்பவரின் நெஞ்சிலும் நீடித்து நிலைக்கும்.

ஜோகி வா ஜீகீரா என்ற எழுபது வயதான பங்கேற்பாளர் 1982 ஜனவரி 22, வெள்ளிக்கிழமை *தி டெய்லி நேஷன்* நாளிதழில் வெளியான பேட்டியில் பின்வருமாறு குறிப்பிட்டார்:

> "காமிரீத்து குழு தொடங்கியதும், என்னைப் போன்ற முதியோர்கள், இளைஞர்களுக்கு அவர்கள் அறியாத சில விஷயங்களைச் சொல்லித்தர முடியும். சமூகத்திற்குப் பயனுள்ளவர்களாக இருக்க முடியும் எனத் தோன்றியது என்றார் ஜோகி. *காஹிகா மூண்டா* நாடகத்தில் பயன்படுத்திய பாடல்களைச் சொல்லித்தந்ததன் மூலம் தேசத்திற்கு முக்கிய பணியாற்றியதாக நினைத்தேன். அதனால்தான் *மைதூ ஜீகீரா* நாடகத்திலும் பங்கேற்கிறேன்..." அவரைப் பொருத்த வரை *காஹிகா மூண்டா* எப்படி நாடகம் மூலம் வரலாற்றை நினைவுறுத்த முடியும் எனக்காட்டியது. அதன்மூலம்

> “குழந்தைகள் தமது கடந்த கால வரலாறு எப்படி இருந்தது என்பதைப் புரிந்துகொண்டு வலுவான சமூகத்தைக் காட்ட உதவுவார்கள். புதிய நாடகமான *மைதூ ஜுகீரா*, 1930களில் காலனிய அனுபவம் எப்படி இருந்தது என்பதைச் சொல்லும் முக்கியமான நாடகம். இப்போது வெகுசில கென்யர்களுக்கு அது தெரிகிறது.[8]

அதே இதழில் வெளியான வேறு சிலரது பேட்டிகளும் இத்தகைய உணர்வுகளை வெளிப்படுத்தின. 1982 ஜனவரி 29, வெள்ளிக்கிழமை வெளியான *தி ஸ்டாண்டர்டு* நாளிதழில் வந்த பேட்டிகளும் இதனையே காட்டின. வஞ்சிரு வா கிகீ ஒரு இளம் அலுவலகச் செயலர். இரு குழந்தைகளின் தாய். அவர் கருத்து எல்லோரது கருத்துகளையும் இணைத்து வெளிப்பட்டது:

> ஒத்திகைகளின் போது நான் இதுவரை எனது சொந்த நாட்டைப்பற்றி அறியாமல் இருந்த பல விஷயங்களை அறிந்து கொண்டேன். எனது பண்பாட்டைப்பற்றித் தெரியும் என என்னால் உறுதியாக இப்போது கூற முடியும். நான் இனியும் கற்பேன். கடந்த காலத்தைப் பற்றி அறிந்தது, நிகழ்காலத்தைக் குறித்து என்னை அக்கறை காட்ட வைத்துள்ளது. எனது மற்றும் என் குழந்தைகளின் எதிர்காலம் குறித்தும் சிரத்தை கொள்ள வைத்துள்ளது.[9]

காமிரீத்து, அதன் குறுகிய கால இருப்பில் கென்ய அரங்க இயக்கத்தில் முன்னர் விவரித்த போக்கிற்கு வலுச் சேர்த்தது. அரங்கம் மக்களை நோக்கிச் சென்றது. மக்கள் மொழியிலும் அரங்கத்தில் அதைப் பயன்படுத்துவதிலும் ஏற்பட்ட நம்பிக்கை வளர்ந்தது. மக்கள் பண்பாட்டு விழாக்கள் தோன்றலாயின. மேற்கு கென்யாவின் *விஹிகா கலாச்சார விழா* இதற்கு ஒரு எடுத்துக்காட்டாகும். அவை காமிரீத்துவின் நகல்களாக இருக்கவில்லை. ஆனால், அதேபோன்ற கென்ய பண்பாட்டு மறுமலர்ச்சிக்கான தேவை என்ற கருத்தினால் உந்தப்பட்டன. மக்களது வாழ்க்கை மற்றும் மொழிகளின் வேர்களில் இருந்து அதனை உருவாக்க முயன்றன. எனவே, காமிரீத்துவை அழித்தது, திறந்தவெளி அரங்கத்தை அழித்தது மட்டுமல்ல. ஆப்பிரிக்க அரங்கமொழித் தேடலுக்கு காமிரீத்து கண்கூடான வடிவம் கொடுத்திருந்தது. கென்யாவின் எதிர்காலம் குறித்த பார்வையை, கென்யர்களுக்கான கென்யா, சுயசார்பு கொண்ட மக்களுக்கான சுயசார்பு மிக்க கென்யா, சனநாயகம், விடுதலை போன்ற சமூகக் குழு மதிப்பீடுகள் கொண்ட கென்யாவைக் காட்டியது. அமெரிக்கா மற்றும் பிற மேலைய ஏகாதிபத்தியங்களுக்கு பணிந்து போகும் பார்வையிலிருந்து இது மாறுபட்டது. கென்யட்டாவும் மோயும் பிரதிநிதித்துவப்படுத்தும் நவகாலனிய ஆட்சி முன்வைத்துள்ள நயயோயிச (Nyayosim) “என்னைப் பின்பற்றுங்கள்” என்ற முழக்கத்திற்கு நேர்மாறானது.

காமிரீத்துவின் கதையில் முக்கியமான திருப்பம் ஏற்பட்டுள்ளது. 1984 பிப்ரவரியில் சனாதிபதி மோய் காமிரீத்துக்கு 'திடீரப் பயணம்' வந்தார். மையத்தைச் சுற்றிவாழும் மக்களது நிலைமைகளைக் கண்டு, அங்குள்ள வறுமையைக் கண்டு கண்ணீர் வடித்தார்! திடீர் 'உள்ளெழுச்சி' கொண்டு, எந்தவித 'ஒத்திகையும் அற்ற', 'தனிப்பட்ட' வள்ளல் தன்மையோடு அவர் உடனடியாகத் திறந்தவெளி அரங்கம் இருந்த இடத்தில், ஒரு தொழிற்கல்வி மையம் (Polytechnic) கட்ட நன்கொடை வழங்கினார்! காமிரீத்து மையம் பற்றி மூச்சு விடவில்லை. ஆனால், மக்கள் ஏமாளிகள் அல்ல. அங்குத் தொழிற்கல்வி மையம் கட்ட வேண்டும் என்பது அவர்களது கனவு. அரசாங்கம் அதைக் கட்டித்தந்தால் அவர்கள் அதை வரவேற்பார்கள். என்ன இருந்தாலும் அது அவர்கள் பணம்தானே! ஆனால், அரசாங்கம் வேறுவிதமாகத் திட்டமிட்டது. 1982இல் காமிரீத்து அரங்கத்தை வேண்டுமென்றே அழித்ததன் மூலம், இந்த ஆட்சி தனது நவகாலனிய, மக்கள் எதிர்ப்பு முகத்தை வெளிக்காட்டிவிட்டது. மக்களிடம் இருந்து மேலும் அந்நியப்பட்டுவிட்டது. 1982 இல் கென்யாவில் கட்டவிழ்த்து விடப்பட்ட அடக்குமுறைகள் அதன் பிம்பத்தை மேம்படுத்துவதாக இல்லை.

விசாரணை இன்றி சிறைக்காவல், கடுங்காவல், பொய்வழக்குகள், பல்கலைக்கழக ஆசிரியர்கள், மாணவர்கள் மீது தாக்குதல் ஆகியவற்றின் மூலம் இந்த ஆட்சி மக்களிடம் இருந்து மேலும் அந்நியப்பட்டது. காமிரீத்து அனுபவத்தில் பொதிந்திருந்த மாற்றுப் பார்வையை, அது நிறைவேறாத கனவாக இருந்தாலும்கூட, மக்கள் மறந்துவிடுவார்கள் என இந்த ஆட்சி நம்புகிறது. காமிரீத்து புரட்சிகரப் பீடமாக மாறக்கூடாது. மக்களுக்கு பணிவையும் நன்றியையும் கற்றுத்தர வேண்டும் என இந்த ஆட்சி கருதுகிறது.

ஆனால், சிந்தனையை யாராவது கொல்ல முடியுமா? மக்களது புரட்சிகரச் செயல்பாட்டில் குடியேறியுள்ள புரட்சிகர உணர்வை அழிக்கத்தான் முடியுமா?

1982 ஜூன் மாதம் நான் ஐரோப்பாவில் இருந்தேன். காஹிகா டீண்டா நாடகத்தை 1977 இல் இயக்கியவரும், இலக்கியத் துறைத் தலைவருமான முனைவர் கீமனி கெசௌ மற்றும் 1981-82இல் மைதூ ஜூகீரா நாடகத்தின் இணை இயக்குநராக இருந்த வைக்கா வசீரா ஆகிய இருவரும் ஜிம்பாவே நாட்டிற்கு தப்பியுள்ளனர் என்ற செய்தி கிடைத்தது. மக்களுக்கான செயல்பாட்டில் தளராது உழைத்தவரும் காமிரீத்து மையத்தின் ஒருங்கிணைப்பாளருமான கூகி வா மீரியும் கைது செய்யப்பட்டு, கடுங்காவலில் வைக்கப்படுவதற்கான ஆணையிலிருந்து சில மணிநேரங்களுக்கு முன்பு தப்பிக்க நேர்ந்தது. இவர்கள் கிராமப்புறங்களில் பண்பாட்டு மையங்கள் அமைக்க முயன்று கொண்டிருந்தனர். 1984இல் ஷோனா மொழியில் டெடன், கிமதியின் வழக்கு நாடகத்தை மேடையேற்றியிருந்தனர். 1982

ஜூன், ஜூலை மாதங்களில் தான், நான் கென்யாவுக்குத் திரும்ப முயன்றபோது, பல திசைகளிலிருந்தும் பதறியபடி செய்திகள் வந்தன. நைரோபியின் ஜொமொ கென்யாட்டா விமான நிலையத்தில் இறங்கியவுடன், கைது செய்யப்பட்டு, விசாரணையின்றி கடுங் காவலில் வைக்க ஆணை பிறப்பிக்கப்பட்டுள்ளது என்றனர். நான் ஊர் திரும்புவதைத் தள்ளிப் போட வேண்டும் என்றனர். சரியென்றேன். காமிரீத்து கதையை எங்கெல்லாம், எப்போதெல்லாம் வாய்ப்பு கிடைக்கிறதோ, அங்கெல்லாம் சொன்னேன்; சொல்லி வருகிறேன். என்னளவில் அது எனது வாழ்க்கையை முழுக்க மாற்றிய அனுபவம்.

இந்த அனுபவம் என்னைச் சிறையில் தள்ளியது. நைரோபிப் பல்கலைக்கழக ஆசிரியத் தொழிலில் இருந்து வெளியேற்றியது. ஆம்! இப்போது நாடு கடத்தியுள்ளது. ஆனால், ஒரு படைப்பாளி என்ற வகையில் ஆப்பிரிக்க அரங்க மொழி என்ற கருத்தாக்கத்தை எதிர் கொள்ள வைத்திருக்கிறது. பின்னர் ஆப்பிரிக்கப் புனைகதை மொழியையும் எதிர்கொள்ள வைத்தது.

குறிப்புகள்:

1. பார்க்க: கூகி வா மீறி *"On Literary Content" Working Paper No.340, IDS*, நைரோபி, ஏப். 1979, கிராமச் சமூகத்தின் வர்க்க ஆய்வில் காமிரீத்து மையத்தின் இலக்கிய உள்ளடக்க விவாதத்தை முன்வைக்கிறார்.
2. ஜொமொ கென்யட்டா, *Facing Mount Kenya*, இலண்டன், 1938.
3. வசம்பொ வெரெயுடன் கென்ய அரங்கம் குறித்து நடத்திய விவாதத்தில், அவர் பீட்டர் ப்ரூக்கின் *The Empty Space* தலைப்பிற்கும் ஆப்பிரிக்க இலக்கிய செயல்பாட்டிற்குமான ஒப்புமையைக் குறிப்பிட்டார். இலண்டன், 1983.
4. வொலே சொயிங்காவின் *The Lion and the Jewel* நாடகத்தில் பள்ளி ஆசிரியரான லகுன்லே ஆக்ஸ்போர்ட் அகராதியிலிருந்து வசவுச் சொற்களை மேற்கோள் காட்டுகிறார். கிமதி ஒரு கிராமப்புற, எழுத்தறிவற்ற பெண். யொரூபா மொழியில் பேசுபவளாக இருக்க வேண்டும்! லகுன்லே எந்த மொழியில் பேசினார்: யொரூபாவா? ஆங்கிலமா? கிமதி எந்த மொழியில் பேசினாள்? நாடகப் பனுவலில் இருவருமே ஆங்கிலம்தான் பேசுகிறார்கள்.
5. கூகீ & கூகீ, *I will marry when I want*, நைரோபி & இலண்டன் 1982,ப. 21–29.
6. காரல் மார்க்ஸ் மூலதனம், Vo. I, Ch. VII, Pg. 177.
7. கூகீ & கூகீ, I will marry when I want, நைரோபி & இலண்டன், 1982, ப. 39.
8. *Daily Nation*, ப. 22 ஜனவரி 1982.
9. *The Standard*, ப. 29 ஜனவரி 1982. இவ்விரண்டு நாளிதழ்களிலும் பங்கேற்பாளர்களின் நேரடி பேட்டிகளும் கருத்துகளும் வெளியாகியுள்ளன. அரங்கத்தின் மக்கள் சார்ந்த கருத்துகளை அவை காட்டுகின்றன.

3. ஆப்பிரிக்கப் புனைகதை மொழி

I

எனது தடுப்புக் காவல் (Detained) என்ற நூலின் துணைத் தலைப்பு ஒரு எழுத்தாளனின் சிறைக் குறிப்பு என்பதாகும். எழுத்தாளனின் சிறைக்குறிப்பு எனச் சிறப்பாகக் குறிப்பிடக் காரணம் என்ன? ஆங்கிலத்தில் சிலுவையில் அறையப்பட்ட சாத்தான் (Devil on the Cross) எனப்படும் சைத்தானி மூதராபைனீ (Caitaani Mutharabaini) என்ற எனது நாவல் 1980இல் ஹெயினமென் நிறுவனத்தால் வெளியிடப்பட்டது. கிகூயூ மொழியில் எழுதப்பட்ட இவ்வளவு நீண்ட, பரந்த களம் கொண்ட முதல் நாவல் அது.

ஆப்பிரிக்கப் புனைகதை மொழி குறித்து விவாதிக்கையில் இந்நாவல் எழுதிய அனுபவம் எனக்கு முதன்மையானதாகும். அதன் அடிப்படையில் ஆப்பிரிக்க நாவலின் தொடக்கம், வளர்ச்சி மற்றும் அவ்வடிவத்தின் இருப்பு தொடர்பான பரந்த சிக்கல்களையும் கிளப்ப முடியும் என நம்புகிறேன்.

டிசம்பர் 31, 1977இல் எனது வீட்டில் நான் சிறைப்படுத்தப்பட்ட போது, நான் காமிரீத்து சமூகக் கல்வி பண்பாட்டு மையத்தின் அரங்கச் செயல்பாடுகளில் வேகமாக ஈடுபட்டுக் கொண்டிருந்தேன். அதோடு நைரோபிப் பல்கலைக்கழக இலக்கியத்துறைத் தலைவராகவும் இணைப் பேராசிரியராகவும் பணியாற்றிக்கொண்டிருந்தேன். நான் கடைசியாக நிகழ்த்திய உரை இன்னும் என் நினைவில் உள்ளது. எனது மூன்றாம் ஆண்டு மாணவர்களுக்கு நிகழ்த்திய உரை அது. உரை முடித்துக் கிளம்பும்போது நான் அவர்களிடம், "அடுத்த ஆண்டு நான் சினுவா அச்சிபியின் புனைகதை குறித்த வர்க்க ஆய்வொன்றை மேற்கொள்ளப் போகிறேன். அவரது *திங்ஸ் ஃபால் அபார்ட்* (Things Fall Apart) தொட்டு *கேர்ள்ஸ் அட் வார்* (Girls at War) வரை கணக்கில் எடுக்கலாம். குறிப்பாக அவற்றில் காணப்படும் செய்தி அறிவிப்பாளர் (Messenger) வர்க்கத்தைத் தொடக்கத்திலிருந்து அணுக வேண்டும். செய்தி அறிவிப்பாளர், எழுத்தர்கள், இராணுவ வீரர்கள், காவல் துறையாளர், கிறித்துவ சமயப் போதகர்கள், காலனிய நிர்வாகத்தின் சாலைப்புறக் கண்காணிப்பாளர்கள் வரையிலான வளர்ச்சியை ஆராயவேண்டும். திங்ஸ் ஃபால் அபார்ட், *ஆரோ ஆஃப் காட்* (Arrow of God) நாவல்களில் கங்காணிகளாக வரும் இவர்கள், *நோ லாங்கர் அட் ஏஸ்* (*No longer* at Ease) நாவலில் கல்விபெற்ற 'பந்தாக்காரராக' உயர்கிறார்கள். *அ மான் ஆஃப் தி பீப்பிள்* (A Man of the People) நாவலில் அதிகாரத்தைக் கையிலெடுத்துக் கொண்டு மிரட்டுகிறார்கள்; *கேர்ள்ஸ் அட் வார்* நாவலில் தேசத்தை வர்க்கங்களுக்கு இடையிலான உள்நாட்டுப் போருக்குள் தள்ளுகிறார்கள். இச்சிக்கல்களை நாம் விவாதிக்கும் முன்பு நீங்கள் படிக்க வேண்டிய இரு நூல்கள் உள்ளன. ஆப்பிரிக்க எழுத்தின் அடிப்படைகளை அவ்விரண்டு நூல்களின்றி புரிந்து கொள்ள முடியாது எனக் கருதுகிறேன். அவை ஃப்ரான்ஸ் ஃபனானின் *ஒடுக்கப்பட்டவர்கள்* (The Wretched of the Earth) மற்றும் வி.ஐ. லெனினின் *ஏகாதிபத்தியம்: முதலாளியத்தின் உச்ச கட்டம்* ஆகியவை. ஃபனானின் நூலில் 'தேசிய ஒருமையின் சறுக்கல்கள்' என்ற பகுதி மிக முக்கியமானது."

ஐந்து நாட்களுக்குப் பின்னர், *நாஹிகா நடீண்டா* - Ngaahika Ndeenda (I will marry when I want) நாடகம் தடை செய்யப்பட்டு சரியாக ஆறு வார காலம் முடிந்த பின், நான் தனிச்சிறை எண் 16 இல் இருந்தேன். கமீதீ அதிகபட்ச பாதுகாப்பு சிறையில் அரசியல் கைதியாக K6, 77 என்ற எண்ணுக்கு விடை கூறும் நபராக இருந்தேன். தனிச்சிறை 16 எனக்கு, வர்ஜீனியா வுல்ஃப் குறிப்பிடும் 'அவரவருக்கான தனி அறை' ஆனது. அத்தகைய அறை எழுத்தாளருக்கு அத்தியாவசியம் என அவர் குறிப்பிட்டார். எனக்கு கென்ய அரசு அந்த அறையை இலவசமாக வழங்கியது!

II

எனக்கென வழங்கப்பட்ட அந்த அறையின் சுவர்களுக்குள் அடைப்பட்டபடி, நான் இலக்கியத்துறையில் எனது பணி பற்றி நிறைய யோசித்தேன். எனது மாணவர்கள், ஃபனான் மற்றும் லெனின் காலனியம், ஏகாதிபத்தியம் பற்றிக் கூறியதைப் படித்திருப்பார்களா? காமிரீத்து சமூகக் கல்வி பண்பாட்டு மையத்தின் பங்கேற்பாளர்கள் வயது வந்தோர் கல்வியைத் தொடர்ந்தார்களா? என்றெல்லாம் எண்ணங்கள் தொடர்ந்தன. கூண்டுக்குள் சிக்குண்ட எழுத்தாளரான எனது நிலைமை பற்றியும் சிந்தித்துக் கொண்டிருந்தேன். நவகாலனிய அரசு எழுத்தாளரைக் கைது செய்வதன் நோக்கம், அவருக்குத் தண்டனை வழங்குவதோடு, அவரை மக்களிடமிருந்து தனிமைப்படுத்துவதாகும். அவருக்கும் மக்களுக்குமான எல்லாத் தொடர்பையும் துண்டிப்பதே முக்கிய நோக்கம். என்னைப் பொருத்தவரை, என்னைப் பல்கலைக்கழகம் மற்றும் கிராமத்திலிருந்து விலக்கி வைக்க விரும்பியது; முடிந்தால், என்னை நொறுக்க விரும்பியது. நான் எனது மனநலத்தைக் காப்பாற்றிக் கொள்ள வேண்டியிருந்தது. அதற்கான சிறந்த வழி சிறையின் நிலைமைகளைக் கொண்டே, அத்தனிமையை உடைப்பதாகும். இறுகிய சங்கிலிக் கதவுகளையும் இருண்ட சுவர்களையும் கடந்து தொடர்பை உருவாக்கிக் கொள்வதே ஒரே வழி. கொடூரமான சிறை மேலதிகாரி கவிதைகள் எழுத முயற்சிக்கக் கூடாது

என என்னை எச்சரித்தபோது எனது உறுதி வலுப்பட்டது. அவர் நாவல்களை, கவிதை எனக் குழப்பிக் கொண்டார் பாவம்!

ஆனால், ஏன் நான் நாவல் எழுதவேண்டும்? ஏன் கீகூயூ மொழியில் எழுத வேண்டும்?

III

சில காலத்திற்கு முன், கடவுளைப் போலவே, நாவல் வடிவம், இறந்து விட்டதாக அறிவிக்கப்பட்டது. 18, 19 ஆம் நூற்றாண்டுகளில் இருந்த நாவல் வடிவம் இறந்து போனதாகக் கருதப்பட்டது. புதிய வடிவத்திற்கான தேடலை முன்னிறுத்தி இயக்கம் கூட நடத்தப்பட்டது. அதே போல, புதிய கடவுளைத் தேடும் இணை இயக்கம் எதுவும் இருந்ததா? தேடல் பலனளித்ததா? எனத் தெரியவில்லை. ஆனால் 'நாவல்' என்ற விளிப்பிற்குப் பதிலளிக்கும் ஒரு வடிவம் ஆப்பிரிக்கா, லத்தீன் அமெரிக்கா நாடுகளில் உயிர்ப்புடன் உள்ளதற்கான அறிகுறிகள் தோன்றின. நாவலின் இறப்பு எனக்குச் சிக்கலாக இருக்கவில்லை.

இருந்தாலும், ஆப்பிரிக்காவில் எம்மை வந்தடைந்த நாவல் வடிவம் பூர்ஷ்வா வர்க்கத் தொடக்கத்தைக் கொண்டிருந்தது. வணிகம், தொழில் ஆகியவை மூலம் ஆதிக்க நிலைக்கு வந்த ஐரோப்பிய பூர்ஷ்வா வர்க்கத்தின் வளர்ச்சி, அச்சு ஊடகத் தொழில் நுட்பத்தின் வளர்ச்சி, அதையொட்டிய வணிக ரீதியான வெளியீடுகள் மற்றும் உலகை மனித அனுபவத்திற்கூடாகப் புரிந்து கொள்ளமுடியும் என்ற சிந்தனை பரவிய புதிய சூழல் ஆகியவற்றோடு நாவல் வளர்ந்தது. டாலமியின் உலகம், கோபர்நிக்கஸ், கலிலீயோ கண்ட உலகத்தால் காலாவதியானது; ரசவாதம் வேதியியலால் மாற்றப்பட்டது; மாய மந்திரங்களும் தெய்வீக ஆணைகளும் இயற்கை மற்றும் மனித குல செயல்பாட்டு அனுபவங்களால் நிரப்பப்பட்டன. பழைய அமைப்பின் கிங் லியர்களுக்குச் சவாலாக புதிய உலகின் எட்மண்டுகள் எங்கும் நிறைந்தனர். இயற்கை மற்றும் கடவுளின் ஆட்சியின் ஆன்மிகப் பிரதிபலிப்பால் ஆட்கொள்ளப்பட்டிருந்த பழைய உலகம், நிலவுடமைச் சமூகப் படிநிலைகளை - எசமான்/ சேவகன் எதிர்வுகளை அய்யப்படத்தக்க வகையில் உட்கொண்டிருந்தது. பூர்ஷ்வா மனிதனும் இலாப-நட்ட கடவுளாக அவதரித்த அவனது ஆன்மீகப் பிரதிபலிப்பும் அந்தப் பழைய உலகை மாற்றியமைத்தது. இன்றைக்கு நமது அன்றாட முழக்கம் உழைப்பாளியின் பிடியில் கடிவாளம்; ஆனால், அன்று பூர்ஷ்வாவின் கையில் கடிவாளம் என்பதாக இருந்தது.

பத்தொன்பதாம் நூற்றாண்டின் இறுதியில் ஆப்பிரிக்காவை வந்தடைந்த ஐரோப்பாவின் தலைமை, வெற்றி வாகை சூடிய பூர்ஷ்வாக்களின் பொறுப்பில் இருந்தது. அவர்கள் சுதந்திரச் சந்தைத் தொழில் துறைத் தலைமை என்ற நிலையில் இருந்து பெரும் தொழில் கேந்திரங்களையும் வணிக ஏகபோகங்களையும் முறைப்படுத்தும் மிகப்பெரும் பொருளாதார மூலங்களின் முதன்மைத் தலைமையாக

வடிவம் எடுத்திருந்தனர். புதிய சந்தைகளை வென்று, நிர்வாகம் செய்யும் தேடலில் ஈடுபடுபவர்களாக இருந்தனர்.

ஆனால், காலனியத்துக்கு முந்தைய ஆப்பிரிக்காவின் பல பகுதிகளிலும் வெவ்வேறுபட்ட சமூக வளர்ச்சி நிலைகள் காணப்பட்டன. மொத்தத்தில் மிகவும் கீழான உற்பத்தி சக்திகளின் வளர்ச்சியையே அவை கொண்டிருந்தன. எனவே அறியப்படாத, ஊகிக்க முடியாத இயற்கையே அதனை மேலாதிக்கம் செய்து கொண்டிருந்தது. அல்லது சடங்கு, மாய மந்திரம் மற்றும் தெய்வீக முறைகள் மூலம் புரிந்து கொள்ளக் கூடிய இயற்கையே அங்கு ஆதிக்கம் செலுத்தியது. பெருமளவு அறியப்படாமல் இருந்த, எதிர்நிலைப் பண்பு கொண்டிருந்த இந்த இயற்கையைக் கூட்டு எதிர்வினைகள் மற்றும் ஒன்றிணைந்த சமூக அமைப்பால் எதிர்கொள்ள முடிந்தது. அதன் சில தொழிற்பாடுகள் கொடூரமானவையாக இருக்கலாம். ஆனால், தனி மனித உறவுகள், உறுப்பினர்களுக்கிடையே இருந்த பரஸ்பர பொறுப்புணர்வு குறித்த புரிதல் ஆகியவை மனிதநேயத்திற்குரியனவாக இருந்தன. இந்த உலகம், அதன் இலக்கியத்தில் பிரதிபலித்தது. அதில் விலங்கு கதாபாத்திரங்கள், பாதி மனித - பாதி மிருகப் பாத்திரங்கள், மனிதர்கள் ஆகியோர் கலந்து காணப்பட்டனர். அப்பாத்திரங்கள் ஒன்றாக வசித்தனர். சந்தேகம், வெறுப்பு, சூழ்ச்சி மற்றும் எப்போதாவது வாய்க்கும் ஒத்துழைப்பு ஆகியவற்றில் பங்கேற்றனர். சமூகப் போராட்டங்கள் வேறு வகை இலக்கியத்தில் வெளிப்பட்டன. அரசர்களின் வீர தீரம், மற்றும் விதிவிலக்கான சிறப்பான மனிதர்கள் போர் மற்றும் மோசமான தாக்குதல் நேரங்களில் சமூகத்திற்காக ஆற்றிய தொண்டு ஆகியவற்றைப் போற்றும் காவியக் கதைகளாக அவை வெளிப்பட்டன. இச்சமூகங்களின் அகவய, புறவயப் போராட்டங்கள், அதையொட்டிய உற்பத்திச் சக்திகளின் வளர்ச்சி மற்றும் இயற்கையைக் கொஞ்சம் கொஞ்சமாக வென்றெடுக்கும் போக்கு ஆகியவற்றை ஐரோப்பிய அடிமைத்துவம் இடை மறித்தது. நிலைப்பட்ட விவசாயத்தைக் குலைத்து கூட்டம் கூட்டமாக மக்கள் திரளை இடம் பெயர நிர்ப்பந்தித்தது.[1] ஆனால், அவர்களது இயல்பான வளர்ச்சி ஏகாதிபத்தியத்தால் மோசமாகப் பாதிக்கப்பட்டது. ஏகாதிபத்தியம் இயற்கையைப் புரிந்து கொள்ளவும் வெல்லவும் ஏற்ற சாத்தியங்களை ஆப்பிரிக்காவுக்குக் கொண்டு வந்தது என்பது உண்மைதான். அதன் வளர்ச்சி பெற்ற அறிவியல் தொழில்நுட்பம் 18, 19ஆம் நூற்றாண்டு வணிக மற்றும் தொழில்நுட்ப மூலதனத்தைக் கோடிக்கணக்கான உழைப்பாளர்களை, மறு சீரமைப்பு செய்ததன் மூலம் உற்பத்தி சக்திகளைக் குவிக்கும் திறன் ஆகியவற்றால் இது சாத்தியமாயிற்று. ஆனால், அதேசமயம் ஏகாதிபத்தியம், தான் வெற்றி கொண்ட இனங்களும் மக்களும் அந்த உலகைப் புரியவும் வெல்லவும் எடுக்கும் முயற்சிகளை முறியடித்தது. மாறாக, அவர்கள் நிலங்கள் கையகப்படுத்தப்பட்டன. அந்த மக்கள் அமெரிக்கா, நியூசிலாந்து, ஆஸ்திரேலிய புராதன மக்கள்

கூட்டத்தையும் நாகரிகங்களையும் அழித்தொழித்த நாகரிகத்தால் கொல்லப்பட்டனர். தமது வாழ்க்கையை மெல்ல மெல்லக் கட்டமைத்துக் கொள்ளத் தேவையான அடிப்படைகளும் வழிமுறைகளும் அவர்களிடமிருந்து பறிக்கப்பட்டன. இயற்கையோடும் ஒருவரோடு ஒருவர் உறவு கொள்ளவும் உருவாக்கப்பட்டிருந்த விரிவான அமைப்புகள் பெரும்பாலும் அழிக்கப்பட்டன. இயற்கையைவிட கொடூரமான, குழப்பங்கள் நிறைந்த, பகுத்தறிவின்மையும் முரண்பாடுகளும் நிறைந்த சமூக அமைப்பின் கருணையை எதிர்நோக்கி வாழுமாறு அம்மனிதர்கள் நிர்ப்பந்திக்கப்பட்டனர்.

எடுத்துக்காட்டாக, நிலவுடமை மற்றும் குடியுரிமைச் சமூகங்களில் கண்டறியாத அளவு உற்பத்தித் திறனும் செல்வத்துக்கான வாய்ப்பும் முதலாளித்துவ விவசாயம் மற்றும் தொழில் துறையில் கிடைத்தன. அதற்கேற்ப உழைப்பு மறுசீரமைப்பு செய்யப்பட்டது. ஆனால் காலனிய அமைப்பு அதன் இனவாத அடக்கு முறைக் கொள்கைகள் மூலம் இந்தச் செல்வக் குவிப்பு தனிப்பட்ட சிலர் கையில் முடங்க வழிவகுத்தது. அந்தச் சிலர் பெரும்பாலும் வெள்ளையர்களாக இருந்தனர். இந்த வகையில் ஏகாதிபத்தியம் மக்கள்திரளை வறுமையில் தள்ளியது. நாட்டின் பல பகுதிகளில் வளர்ச்சியின்மையை அதிகரித்தது. முதலாளித்துவம் வளமையைப் பெருக்கிப் பசிக் கொடுமையை வெல்லும் வாய்ப்புக்களைக் காட்டியது; அதேசமயம் முதலாளித்துவம் வறுமையை உறுதிப்படுத்தி இதுவரை கண்டிராத அளவு மக்கள் கூட்டத்தின் பட்டினியைப் பரப்பியது. முதலாளித்துவமும் அறிவியல் தொழில் நுட்ப வளர்ச்சியும் இயற்கையை வென்றெடுக்கும் சாத்தியங்களைக் காட்டியது; முதலாளித்துவம் வரைமுறையற்ற பயன்பாடு மற்றும் இயற்கை வளங்களைச் சுரண்டியது மூலம் இயற்கையின் சீற்றத்துக்கு மனிதனை ஆளாக்கியது. வறட்சியும் பாலைமயமாக்கமும் தலை விரித்தாடின. நோய்களை முறியடிக்க புதிய மருத்துவ அறிவியலைக் கண்டறிந்தது முதலாளித்துவம்; அதன் தெரிந்தெடுக்கப்பட்ட முறையில் மருத்துவ வசதிகளை வழங்கியதன் மூலம் நோய்களால் பாதிக்கப்பட்ட மக்கள் தொகையைப் பரப்பியது. குறிப்பாக, காலனிய நாடுகளில் இப்படித்தான் நடந்தது. காலனியத்திற்கு முந்திய மூலிகை வைத்தியம் மற்றும் உளவியல் சிகிச்சை முறைகள் சாத்தானின் வேலைகளாக ஆக்கப்பட்டு இம்மக்களுக்கு அதுவும் கிடைக்காமல் போனது.

வேறு பல முரண்பாடுகளும் இங்கு தொழிற்பட்டன. ஏகாதிபத்தியக் கொள்கை பரப்பும் பாதிரிமார்கள் மூலம், பல ஆப்பிரிக்க மொழிகளுக்கு வரிவடிவம் அறிமுகப்படுத்தப்பட்டது. பைபிள் கூறும் கீழ்ப்படிதல், உழைப்பு மற்றும் வரி தொடர்பான நிர்வாக ஆணைகள் மற்றும் எதிர்ப்பாளர்களைக் கொல்வதற்கான காவல்துறைக் கட்டளைகள் ஆகியவை உள்நாட்டுச் செய்தி அறிவிப்பாளர்களை நேரடியாகச் சென்றடைவதற்கான தேவை இருந்தது. போட்டி

ஏகாதிபத்தியங்கள் மற்றும் காலனியத்தின் பிரித்தாளும் சூழ்ச்சி ஆகியவற்றால் ஒரே மொழியின் ஒலி அமைப்புகளுக்கு வேறுபட்ட வரி வடிவங்கள் ஏற்பட்டன. ஒரே காலனிய எல்லைக்குள் இருந்த ஒரே மாதிரியான ஆப்பிரிக்க மொழிகளுக்கும் இதே கதி தான் ஏற்பட்டன. எடுத்துக்காட்டாக, கிகூயூ மொழிக்கு இரண்டு வகையான போட்டி வரிவடிவங்களை பிராடெஸ்டெண்டு மற்றும் கத்தோலிக்கப் பாதிரியார்கள் உருவாக்கினர். அதைச் சரி செய்யும் முன்னர், இரு கிகூயூ மொழி பேசும் குழந்தைகள் ஒருவருக்கொருவர் கடிதங்களையோ, கட்டுரைகளையோ படிக்க முடியாத நிலையில் இருந்திருப்பார்கள்! அதோடு ஏகாதிபத்தியம் அறிமுகப்படுத்தியவுடன் எழுத்தறிவு எழுத்தர்கள், படைவீரர்கள், காவல் துறையினர், சிறுசிறு குடிமை அலுவலர்கள் மற்றும் முதிர்நிலை பெற்றிராத செய்தி அறிவிப்பாளர் வர்க்கத்தினரை மட்டுமே எட்டியது. எனவே, விடுதலை கிடைத்த காலத்திலும், ஆப்பிரிக்க மக்கள் தொகையில் பெரும் பகுதியினர் எழுதவோ படிக்கவோ முடியாதவர்களாகவே இருந்தனர்.

ஏகாதிபத்திய நாடுகள் அச்சு எந்திரத்தை அறிமுகப்படுத்திப் பரந்த வாசர்களை எட்டக் கூடிய வாய்ப்புக்களை அறிமுகப்படுத்தின. எடுத்துக்காட்டாக, பிரிட்டிஷ் காலனிய எல்லைகளில், குறிப்பாகக் கிழக்கு மற்றும் மத்திய ஆப்பிரிக்கப் பகுதிகளில், இலக்கிய அலுவலகங்களை நிறுவின. ஆங்கிலம் மற்றும் ஆப்பிரிக்க மொழியில் நூல்கள் வெளியிட வேண்டும் என்ற பாராட்டத்தக்க கொள்கையோடு அவை நிறுவப்பட்டன. ஆனால், ஏகாதிபத்தியம் இம்மொழி நூல்களின் உள்ளடக்கத்தைக் கண்காணிக்க முயன்றது. வெளியீடுகள் அரசின் நேரடி தணிக்கைச் சட்டங்களின்படியோ, அரசு மற்றும் பாதிரிமார்களின் அச்சகங்களை நடத்துபவர்களின் பதிப்பகச் செயல்பாடுகள் மூலமாகவோ கட்டுப்படுத்தப்பட்டன. ஆப்பிரிக்க மொழிகள் பைபிள் செய்திகளைச் சொல்ல வேண்டும் என எதிர்பார்க்கப்பட்டது. வாய்மொழி மரபில் புழங்கிய விலங்குகளின் கதைகள் கூட, இம்மாதிரி அச்சகங்களால் நூல் வடிவில் வெளியிடப்பட்டபோது, மிகுந்த எச்சரிக்கையோடு நல்லொழுக்கச் செய்தி மற்றும் மனிதச் செயல்பாடுகளில் தனது குற்றமற்ற விரலைச் சுட்டும் வெள்ளைக் கடவுளின் தன்மையை விளக்குவதாக அமைக்கப்பட்டன.

ஆப்பிரிக்காவை மூடநம்பிக்கை, அறியாமை, இயற்கை குறித்த அச்சம் ஆகியவற்றிலிருந்து விடுவிப்பதாக ஏகாதிபத்தியம் காட்டிக் கொண்டது. ஆனால் உண்மையின் அறியாமையில் மூழ்கடிக்கும் மூடநம்பிக்கைகளை அதிகப்படுத்தவும் சாட்டையும் துப்பாக்கியும் கொண்ட புதிய எசமானனைக் குறித்த அச்சத்தைப் பன்மடங்காக்கவும் மட்டுமே அதன் முயற்சிகள் வழிகோலின. காலனியக் கல்வி பெற்ற ஆப்பிரிக்கன் பைபிள் காட்டும் பிரபஞ்சத்தின் தோற்றம் குறித்த அதீதக் கற்பனை விளக்கங்கள், ‘தெய்வீக’ இரண்டாம் வருகை குறித்த வெளிப்பாடுகள்,

ஏகாதிபத்திய அமைப்பிற்கு எதிராகப் 'பாவம்' இழைப்பவர்கள் எதிர்கொள்ள வேண்டிய நரக வேதனை, அழிவு பற்றிய பயங்கரக் காட்சிகள் ஆகியவற்றை எளிதாக நம்புவான். ஆனால், பாத்திரவார்ப்பின் தேர்ந்த ஆய்வு, பாத்திரங்களின் செயல்பாடுகள், நாம் வாழும் உலகை நம்மால் புரிந்து கொள்ள முடியும் என்ற பொது ஊகம் அல்லது தனிநபர்களின் செயல்பாடுகள் மூலம் உலகில் நிலவும் போக்குகளின் கட்டமைப்பை அறிய முடியும் என்ற நம்பிக்கை அல்லது தனிநபர் மற்றும் குழுக்களில் மாறிவரும் மனித உறவுகள் ஆகியவற்றைக் கொண்ட நாவல் ஒன்றோடு அவனால் ஒன்றமுடியாது.

பரவலான எழுத்தறிவின்மை, ஒரே மொழிக்குள் காணப்படும் முரண்பாடுகள் கொண்ட ஒலிக் குறிப்பான்கள், பைபிள் மற்றும் மதாலயம் சார்ந்த புதிய மூடநம்பிக்கைகள் ஆகியவற்றின் மத்தியில் இருந்து கொண்டு ஆப்பிரிக்க நாவல் குறித்து பொருள் பொதிந்த விவாதத்தை எப்படிக் கிளப்பமுடியும்? ஆப்பிரிக்க நாவல் மூலம், நான் விட்டு வந்த மக்களோடு மீள்தொடர்பு கொள்வதைக் குறித்துச் சிந்திக்கத்தான் முடியுமா? எனது வாசகர்கள் - மக்கள் காமிரீத்துவின் இரு வர்க்கங்களைப் பிரதிநிதித்துவப்படுத்துபவர்கள். முழுக்க முழுக்க பூர்ஷ்வா வடிவமாகத் தொடங்கிய நாவல் என்ற வடிவத்தை அதன் ஆசிரியத்துவம் மற்றும் நுகர்வு வட்டத்தோடு எப்படி எனது மக்களுக்கு வழங்க முடியும்? மேலே விவரித்த சிக்கல்களுக்கிடையே வாழும் மக்களோடு தொடர்பு கொள்ள இது எப்படி முடியும்?

எந்தவொரு முக்கிய கண்டுபிடிப்பும் அது கண்டுபிடிக்கப்பட்ட சமூக, தேச அடிப்படையால் தீர்மானிக்கப்பட்ட பயன்பாட்டுக்குள் அடங்க வேண்டும் என்ற தேவை இல்லை. வரலாறு பல எதிர் மறைகளை நமக்குக் காட்டுகிறது. வெடிமருந்து சீனத்தில் கண்டறியப் பட்டது. அதனை ஐரோப்பிய முதலாளித்துவ வர்க்கம் தன்னை உலகின் மூலை முடுக்கெல்லாம் பரப்பிக்கொள்ளப் பயன்படுத்தியது. அராபியர்கள் கணிதத்தைக் கண்டறிந்தனர். உலகின் எல்லா நாடுகளும் அதனைத் தமதாக்கிக்கொண்டன. அறிவியல், தொழில் நுட்ப வரலாறு உலகின் பல்வேறு நாடுகளும் ஆப்பிரிக்கா, ஆசியா, ஐரோப்பா, அமெரிக்கா, ஆஸ்திரேலியா வாழ் பல்வேறு இனங்களும் வழங்கிய கொடை. இசை, நடனம், சிற்பம், ஓவியம், இலக்கியம் போன்ற கலைகளின் வரலாறு இவ்வாறானதே. எடுத்துக்காட்டாக இருபதாம் நூற்றாண்டு ஐரோப்பாவும் அமெரிக்காவும் ஆப்பிரிக்க இசையையும் கலைகளையும் தம்வயமாக்கிக்கொண்டன. புதிய கண்டுபிடிப்புகளின் தேசிய, இன அடிப்படைகள் போலவே வர்க்க அடிப்படைகளும் மிக மிகக் கூர்மையானவை; உண்மையானவை. 19, 20 ஆம் நூற்றாண்டுகளின் மிக முக்கிய அறிவியல் கண்டுபிடிப்புகளும் தொழில் நுட்ப மடைமாற்றங்களுமான நெசவுத்தறி, நூற்புக் கருவி, நீராவி எந்திரம் போன்றவை தொழிலாளர் வர்க்கத்தின் கண்டுப்பிடிப்புகள். அவற்றுக்கும்

முந்தைய கண்டுபிடிப்புகளான காற்றாலை, சக்கரம் போன்றவை விவசாய வர்க்கத்தின் கொடை. காற்பந்து, தடகள விளையாட்டுகள் போன்றவைச் சாதாரண மக்களின் விளையாட்டுகளே. ஆளும் வர்க்கத்தவரோடு தொடர்புறுத்தப்படும் பிற விளையாட்டுகள், மக்கள் மத்தியில் புழங்கும் விளையாட்டுகளின் செழுமைப் படுத்தப்பட்ட வடிவங்களே. மொழித்துறையில், இது இன்னும் தெளிவாகத் தெரியும். விவசாய மற்றும் தொழிலாளர் வர்க்கத்தினர் மொழியில் தொடர்ந்த மாற்றங்களைச் செய்து வருகின்றனர். உச்சரிப்பு, புதிய பகுதிசார் திசைவழக்குகள், புதுப்புது சொற்கள், தொடர்புகள், வெளிப்பாடுகள் தோன்றியவண்ணம் இருக்கின்றன. அவர்களது மொழி ஒரே இடத்தில் நிலைத்து நிற்பதில்லை. எப்போதும் மாறியவாறே இருக்கிறது. சோஷலிசம் வெற்றி பெறுவதற்கு முந்திய உலக சமூக வரலாறு, கோடிக்கணக்கான உழைக்கும் மக்களின் அறிவுத் தேர்ச்சியின் விளைவுகளைத் தொடர்ந்து சோம்பேறி வர்க்கங்கள் தம்வயமாக்கிக் கொண்ட வரலாறுதான். அப்படியிருக்க, ஆப்பிரிக்க விவசாய மற்றும் தொழிலாளி வர்க்கம் ஏன் நாவல் வடிவத்தைத் தன்னகப்படுத்தக் கூடாது?

நாவல் என்ற வடிவமும் வாய்மொழிக் கதைகள், காவியச் செய்யுள் கூற்றுகளில் இருந்து வளர்ந்ததுதான். ஹோமரின் இலியட், ஒடிஸி போன்றவையும் ஸ்வாஹிலி இலக்கியத்தில் லியோங்கோ ஆகியவையும் இவ்வாறு உருவானதுதான். இவை நிச்சயம் விவசாயிகளின் கலை வடிவங்களே. எழுத்து வடிவில் நீண்ட கூற்று வடிவமாக உருவான ஆப்பிரிக்க நாவல், ஆப்பிரிக்க வாய்மொழி மரபின் தொடர்ச்சியே. வாய்மொழிக் கதையின் மையக் கூறு கதை. நாவலிலும் அப்படியே. அடுத்து என்ன என்ற கூறு மிக முக்கியம் ஆகிறது. கதையை விடாமல் நிலைநிறுத்துவதற்கான பல்வேறு வழிமுறைகளில் தான் கலைத்துவம் தங்கியிருக்கிறது.

நாவலின் இன, தேச, வர்க்கத் தொடக்கங்களைக் காட்டிலும் முக்கியமான கேள்வி அதன் வளர்ச்சி மற்றும் அதன் தொடர்ச்சியான பயன்பாடுகள்தான் எனத் தோன்றுகிறது.

IV

ஆப்பிரிக்க நாவல் இந்நூற்றாண்டின் தொடக்கத்தில் தோன்றியதிலிருந்து அதன் வளர்ச்சியை இரு அம்சங்கள் பாதித்து வந்துள்ளன.

அச்சு எந்திரம், வெளியீட்டு நிறுவனங்கள், நாவல் பிறப்பதற்கான கல்விச்சூழல் ஆகியவற்றை பாதிரிமார்களும் காலனிய நிர்வாகமும் தீர்மானித்தன. தொடக்க கால ஆப்பிரிக்க நாவலாசிரியர்கள், குறிப்பாகத் தென்னாப்பிரிக்க நாவலாசிரியர்கள், கிறித்துவக் கல்வி நிறுவனங்களால் உருவாக்கப்பட்டவர்கள். அவர்களுக்கு பன்யனின் *பில்க்ரிம்ஸ் ப்ராக்ரஸ்* (*Pilgrim's Progress*) மற்றும் கிங் ஜேம்ஸ் அல்லது வேறு பைபிள் அறிமுகமாகி இருக்கும். டால்ஸ்டாய், பால்சாக், டிக்கன்ஸ்

போன்றோர் தெரிந்திருக்க வாய்ப்பில்லை. பள்ளி நூலகங்களில் பின்னர் குறிப்பிட்டவர்களின் நாவல்கள் அறிமுகப்படுத்தப்பட்டபோது கூட இளம் மனங்கள் அபாயகரமான, விரும்பதக்கதாக, ஏற்கவொண்ணாத அரசியல் தாக்கங்களைப் பெற்று விடக்கூடாது என்ற கவனத்துடன் தான் நாவல் தேர்வு செய்யப்பட்டது. அலயன்ஸ் பள்ளியில், பாதிரித் தலைமையாசிரியர் ஒருவர் ஒரு முறை காலை நேர மாணவர் கூட்டத்தில் ஆற்றிய உரை எனக்கு நினைவில் உள்ளது. ஆலன் பேடனின் *க்ரை தி பிலவ்ட் கண்ட்ரி* (Cry the Beloved Country) நாவலின் அழகு, மதிப்பு பற்றி எங்களிடம் விதந்து பேசினார். அதில் வரும் ஆப்பிரிக்கக் கிறித்துவ டாம் மாமா பாத்திரம் வன்முறையில் ஈடுபடாத பணிவுடன் கீழ்ப்படியும் கதாநாயகர் ஆவார். அவரது அடுத்த நாவலான *டூ லேட் தி ஃப்லேரோப்* (Too Late the Phalarope) தென்னாப்பிரிக்காவில் கறுப்பர், வெள்ளையருக்கு இடையே உள்ள பாலியல் உறவுகளைக் காட்டியது. உடனே இத்தலைமையாசிரியர் ஆலன் பேடன் சீரழிந்து விட்டதாகக் குறிப்பிட்டார். இச்சூழலில் வெளிவந்த தொடக்ககால ஆப்பிரிக்க நாவலின் கருத்து மற்றும் ஒழுக்க மதிப்பீடுகள் பைபிளிலிருந்து எடுக்கப்பட்டன. இத்தகு நாவல்கள் உருவாக அரசாங்கம் மற்றும் கிறித்துவ மடங்களின் அச்சகங்களின் கொள்கை வரையறையும் ஒரு காரணம். ரொடீஷியாவின் இலக்கிய அலுவலகம் அரசியலற்ற மதம் மற்றும் சமூகக் கருக்களைக் கொண்ட நாவல்களை மட்டுமே வெளியிட அனுமதித்தது. பழங்கதைகளை மீண்டும் சொல்லலாம். அதற்கு அனுமதி உண்டு. காலனியத்துக்கு முந்தைய மந்திரம், சடங்கு முறைகளை மீளவும் கட்டமைக்கலாம். காலனியத்துக்கு முந்தைய இருளில் இருந்து கிறித்துவ ஒளி நிறைந்த நிகழ்காலத்துக்கு வரும் பாத்திரங்கள் பற்றிப் பேசலாம். கட்டாயம் அனுமதி உண்டு. ஆனால், காலனியம் குறித்த விவாதம் அல்லது அதிருப்தியைக் காட்டும் அறிகுறிகள் எதுவும் இடம்பெறக் கூடாது!

பாதிப்பு ஏற்படுத்திய இரண்டாவது அம்சம், ஆப்பிரிக்க மண்ணில் ஐம்பதுகளின் தொடக்கத்தில் உருவான கல்லூரிகள் மற்றும் பல்கலைக்கழகங்கள் ஆகும். (அதே போன்ற மாணவருக்கு வெளி நாட்டுப் பல்கலைகழகங்களில் வழங்கப்பட்ட கல்வியின் இணை இயக்கமாக இது விளங்கியது.) உகாண்டாவில் மகரெரே பல்கலைக் கழகக் கல்லூரி, நைஜீரியாவில் இபதான் கல்லூரி, கானா பல்கலைக் கழகக் கல்லூரி ஆகியவை இலண்டன் பல்கலைக்கழகத்தின் வெளி நாட்டுக் கல்லூரிகளாகும். இவற்றில் முழுமையான ஆங்கிலத் துறைகள் இருந்தன. முதல் முறையாக, ஆப்பிரிக்க மாணவர்களில் ஒருபகுதியினர் கிங்ஜேம்ஸ், பைபிள், பன்யனின் *பில்க்ரிம்ஸ் ப்ரர்க்ரஸ்* ஆகியவற்றைத் தாண்டிய நூல்களுக்கு அறிமுகமாயினர். ரிச்சர்ட்சன் முதல் ஜேம்ஸ் ஜாய்ஸ் வரையிலான ஆங்கில நாவலை அவர்கள் கற்றனர். அமெரிக்க, பிரெஞ்சு, ரஷிய நாவல் குறித்த அறிமுகமோ அல்லது அவற்றின் இருப்பு குறித்த புரிதலோ கிடைத்தது. ஜோசப் கான்ராட், ஜாய்ஸ் காரி

அல்லது ஆலன் பேடன் போன்றவர்களின் ஐரோப்பிய நாவல்களை வாசித்தனர். அவற்றுள் சில ஆப்பிரிக்காவைக் களமாகக் கொண்ட நாவல்கள். பெரும்பாலான ஆங்கிலத் துறைகள் இலக்கிய அல்லது மாணவர் இதழ்களையும் தொடங்கின. இபதானின் *ஒலிப்பான்* (Horn), மெகரெரேயின் *பேனா முனை* (Pen Point) போன்றவை அவ்விதம் உருவானவையே. இந்த மாணவர்கள் அவர்களது ஆப்பிரிக்காவைப் புனைகதை மூலம் எதிர் கொள்ளும் ஊடகமாக ஆங்கிலத்தைக் கண்டனர். சினுவா அச்சிபிக்கள், வோலே சோயிங்காக்கள், கோஃபி அவூனார்கள் போன்ற வளம் நிறைந்த மனங்கள் ஆப்பிரிக்க நாவலை மேம்படுத்த முனையவில்லை. மாறாக ஆப்பிரிக்க - ஐரோப்பிய நாவல் மரபைப் புதிதாக உருவாக்க முனைந்தன. பன்னாட்டு வெளியீட்டு நிறுவனங்களும் (ஆங்கில, பிரெஞ்சு, போர்த்துக்கீசிய) நாவல்களுக்கு ஊக்கமளித்தன. மூலதனத்துக்கேற்ற புதிய இலக்கியமாக இவற்றைக் கருதின. ஆப்பிரிக்க - ஐரோப்பிய நாவல் வரலாற்றை இனி ஹெயினமென் ஆப்பிரிக்க எழுத்தாளர் வரிசையிலிருந்து பிரிக்கமுடியாது. நூற்றுக்கும் மேற்பட்ட நாவல்கள் அவர்களது பட்டியலில் இடம் பெற்றுள்ளன. ஆனால், லாங்மென் பதிப்பகம் மற்றும் உள்நாட்டு வெளியீட்டகங்களான கிழக்கு ஆப்பிரிக்க நிறுவனம் போன்றவற்றிலும் வியக்கத்தக்க பட்டியல்கள் உள்ளன.

இவ்வாறாக், ஆப்பிரிக்க நாவல் அதன் விடுதலைக்கான வாய்ப்புக்களினாலேயே பாதிப்புகளுக்கும் ஆளானது: அத்துறையில் தொடர்ந்து ஈடுபட முன்வந்தவர்களுக்கு ஐரோப்பிய நாவல் மரபின் மதச் சார்பற்ற, விமரிசன மற்றும் சோஷலிச எதார்த்தம் குறித்த அறிமுகம் கிடைத்தது; காலனிய அரசு மற்றும் மடாலய வரையறைகளுக்கு வெளியே வர்த்தக வெளியீட்டு நிறுவனங்கள் செயல்படத் தொடங்கியது இவற்றுள் முக்கியமானவை.

நான் இந்தச் செயல் தளத்தின் பகுதியாக இருந்தவன். ஒரு வகையில் அதனால் உருவானவன். நான் 1959 இல் மெகரெரே பல்கலைக்கழகக் கல்லூரியில் ஆங்கிலம் பயின்றேன். எனது முதல் சிறுகதையான மூகுமோ அத்துறையின் இதழான பேனாமுனையில் *அத்தி மரம்* (The Fig Tree) என்ற தலைப்பில் வெளியானது. 1969க்குள் எனது முதல் நாவலின் படி தயாராகிவிட்டது. பின்னர் அது *இடையில் ஒரு ஆறு* (The River Between) எனப்பட்டது. 1963க்குள் எனது இரண்டாவது நாவலின் படி - *தேம்பி அழாதே பாப்பா* (Weep Not, Child) வில்லியம் ஹெயினமென்னால் வெளியிட ஏற்கப்பட்டது. பின்னர் அது ஆப்பிரிக்க எழுத்தாளர் வரிசையில் ஏழாவது வெளியீடாக வெளிவந்தது. 1977 இல் - நான் சிறைப்பட்ட ஆண்டு - எனது நான்காவது ஆங்கில நாவலான *இரத்த இதழ்கள்* (Petals of Blood) வெளியிடப்பட்டு விட்டது.

1978 இல் கமீதி அதிகபட்ச பாதுகாப்புச் சிறையின் அறை எண் 16 இல் அமர்ந்தபடி நான் நாவல் குறித்து சிந்தித்தது இயல்பானதுதான். எனது

மனம், கற்பனை ஆகியவற்றைக் கைது செய்ய நினைத்தவர்களை எதிர்க்க நாவல் குறித்த சிந்தனை தேவைப்பட்டது. சிறைச் சூழலில், நாவல் வேறு சில பலன்களையும் கொண்டிருந்தது. அரங்கம், திரைப்படம் போன்றவை எழுத்தறிவின்மையின் தடைகளை உடைக்கச் சிறந்த சாதனங்கள். அவற்றுக்கு பல நபர்கள், நிலையான இடம், திரைப்படத்துக்கான நிதி முதலீடு ஆகியவை தேவை. நாவலுக்கோ அதை எழுதுவதற்கு, பேனாவும் காகிதமும் போதும். ஆனால், நான் மொழி குறித்த எனது வினாவிற்கு விடை காண வேண்டி இருந்தது. அது நான் எந்த மரபோடு மீளவும் இணைத்துக் கொள்ள விரும்புகிறேன் என்பதோடு பின்னிப் பிணைந்தது, *ஒரு கோதுமை மணி (A Grain of Wheat)* மற்றும் *இரத்த இதழ்கள்* முன்னிறுத்திய ஆப்பிரிக்க-ஐரோப்பிய நாவல் மரபோடு இணைப்பு வேண்டுமா? அல்லது எனக்கு முன் அனுபவம் அற்ற ஆப்பிரிக்க நாவல் மரபோடு இணைய வேண்டுமா? இதில் நடுநிலைமைக்கு இடமில்லை. நான் தெரிவு செய்தாக வேண்டும்.

ஆனால், காமிரீத்து அனுபவமும் எனது சிறைக்காவலும் எனது தெரிவுக்கு வழி வகுத்திருந்தன. என்னைச் சிறைப்படுத்தக் காரணமான அதே மொழியில் ஒரு நாவல் எழுத முயற்சிப்பேன் என முடிவு செய்தேன். எனது மீள் இணைப்பு எனது முந்தைய செயல்பாடான ஆப்பிரிக்க-ஐரோப்பிய நாவலுடன் இருக்காது; எனது புதிய கொள்கைப் பிடிப்பான ஆப்பிரிக்க நாவலுடன் தான் அமையும்.

V

இம்முடிவை நான் வந்தடைய நீண்ட காலம் எடுத்தது. ஏற்கனவே நான் சொன்னபடி, நான் கிகூயூ பேசி வளர்ந்தவன். கதைகள் மற்றும் வாய்மொழி மரபுடனான எனது முதல் தொடர்பு கிகூயூ மொழி மூலம் தான் ஏற்பட்டது. புதுப்படிப்பாளியாக இருந்ததால் நான் பைபிள், குறிப்பாகப் பழைய ஏற்பாட்டில் உள்ள கதைகள் ஆகியவற்றை விழுந்து விழுந்து படித்தேன். கிகூயூ மொழியில் கிடைத்த பிரசுரங்கள் பலவற்றைப் படித்தேன். அவை பெரும்பாலும் மதாலயம் மற்றும் அரசு அச்சகங்களின் வெளியீடுகள். அவை பெருங்கதைகளோ, படைப்பாக்கம் உள்ள கதைகளோ அல்ல. பழைய நம்பிக்கைகள், மரபுகள், பழக்க வழக்கங்கள், மூகிகூயூ குழந்தையின் வாழ்க்கைக் கட்டங்கள் அல்லது பைபிள் சார்ந்த மெல்லிய கதைப் பூச்சு கொண்ட எழுத்துக்கள். பைபிள் அல்லது பழைய மரபு சார்ந்த நல்லொழுக்க போதங்கள் நிறைந்தவை அவை. கிகூயூ மொழி, எழுதியவர்களுள் சிறப்பாகச் செயல்பட்டவர் *கக்காரா வா வாஞ்சாவ் (Gakaara wa Wanjau)*. அவர் தனது சொந்தப் பதிப்பகம் மற்றும் நூல் விநியோக அமைப்பை நிறுவினார். அவர் பல நீண்ட கதைகள், அரசியல் கட்டுரைகள், பாடல், கவிதை, போராட்ட அறைகூவல் போன்றவற்றை எழுதினார். அவரது எழுத்துக்கள் மண் மீட்பு, விடுதலை, பண்பாட்டு பாதுகாப்பு

ஆகியவற்றை மேற்கொள்ள மக்களைத் தூண்டுபவை. ஆனால், அவரது நூல்கள் தடை செய்யப்பட்டன. 1952-1962 வரை அவரும் சிறைக் காவலில் வைக்கப்பட்டார். அவரது நூல்கள் என் மனதை ஏங்க வைத்தன. பிறகு நான் கிஸ்வாஹிலி மொழியில் உள்ள எழுத்துக்களை நோக்கித் திரும்பினேன். அங்கும் அதிகம் இல்லை. அபுனுவாசி என்ற குறும்புக்காரனின் வீரதீரக் கதைகளைக் கூறிய *ஹெகயா ஸா அபுனுவாசி (Hekaya za Abunuwasi)* என்ற நூலைப் பலமுறைப் படித்தேன்.

ஆங்கிலம் எனக்கு மிகப் பரந்த புனைகதை உலகிற்கான கதவுகளைத் திறந்தது. அதுதான் 1959 இல் என்னை மெகரெரே ஆங்கிலத் துறைக்கு இட்டுச் சென்றது. ஜூலை 1977 இல் வெளியான *இரத்த இதழ்கள்* வரையிலான எழுத்து வகைக்கும் வழிகோலியது. ஆனால், நான் ஆங்கில மொழி குறித்து கொண்ட சங்கடங்கள் அதிகரித்துக் கொண்டே இருந்தன. ஒரு கோதுமை மணி' எழுதிய பின்னர் பெரும் நெருக்கடிக்கு ஆளானேன். நான் யாரைப் பற்றி எழுதுகிறேன் என்பது எனக்குத் தெரிந்தது. ஆனால், யாருக்காக எழுதுகிறேன் என்று விளங்கவில்லை. எனது நாவலுக்கான கருப்பொருளான போராட்டங்களை நிகழ்த்தும் விவசாயிகள் அதனைப் படிக்க வாய்ப்பே இல்லை. லீட்ஸ் பல்கலைகழக மாணவர் இதழான *யூனியன் நியூஸில் (Union News)* வெளிவந்த எனது பேட்டி ஒன்றில் நான் கீழ்க்காணுமாறு குறிப்பிட்டேன்: "நான் நெருக்கடியான புள்ளியை எட்டியுள்ளேன். ஆங்கிலத்தில் இனியும் எழுதுவதற்கு பொருளுண்டா என எனக்குத் தெரியவில்லை." 1963 இல் எழுந்த ஓபி வாலியின் சவால் என்னை லீட்ஸ் மற்றும் அதன் பின்னரும் துரத்தியபடியே இருந்தது. ஜூன் 1969இல் மெகரெரே பல்கலைக் கழகத்தின் ஆங்கிலத்துறையில் பணியாற்றிக் கொண்டிருந்தபோது நான் ஒரு ஆய்வுக் கட்டுரை எழுதினேன். 1969இல் டாகர், செனகல்லில் நடைபெற்ற "ஆப்பிரிக்காவில் பண்பாட்டுக் கொள்கை" என்ற யுனெஸ்கோ மாநாட்டில் வாசித்த திறவுகோல் கட்டுரை அது. "தேசியப் பண்பாட்டை நோக்கி" என்ற தலைப்பிலான அக்கட்டுரை பின்னர் எனது *வீடு திரும்பல் (Home Coming)* நூலில் இணைக்கப்பட்டது. மொழிப் பிரச்சினை குறித்த எனது அழுத்தமான கருத்துகளை அது கொண்டிருந்தது.

> நமது பண்பாட்டு மறுமலர்ச்சிக்கு, ஆப்பிரிக்க மொழிகளில் கற்பிப்பதும், கற்பதும் மிக முக்கியமாகும். காலனிய அமைப்பின் செயல்பாட்டை நாம் ஏற்கனவே பார்த்து வருகிறோம். காலனி ஆதிக்கத்துக்கு ஆளான இனங்களின் மீது தனது மொழியைத் திணித்து, அவர்களது மொழிகளைக் கீழானதாக ஆக்குவதுதான் அதன் பணி. அதனால், அவர்களது மொழியைச் சமூக அந்தஸ்துக்கான குறியீடாக ஆக்குகிறார்கள். அதைக் கற்கும் எவரும் தம் இனத்தின் விவசாயப் பெரும்பான்மை மக்களையும் அவர்களது காட்டுமிராண்டி மொழிகளையும் வெறுப்பர்.

தத்தெடுத்துக் கொண்ட மொழியின் சிந்தனை அமைப்பையும் மதிப்புகளையும் உள்வாங்கியதனால், தமது தாய் மொழியின் மதிப்பீடுகளில் இருந்து அந்நியப்படுகிறார்; வெகு மக்கள் மொழியில் இருந்து விலகி விடுகிறார். காலப்போக்கில் மக்கள் உருவாக்கியுள்ள மதிப்பீடுகளைச் சுமப்பது மொழிதான்! 90% மக்கள் ஆப்பிரிக்க மொழிகள் பேசும் ஒரு நாட்டில், அவற்றைப் பள்ளிகளிலும் கல்லூரிகளிலும் கற்பிக்காமல் இருப்பது அறிவீனம் எனப்படுகிறது. நாம் ஒரு தேசிய மொழியை உருவாக்க வேண்டும். ஆனால், அதற்காக வட்டார மொழிகளை மறுதலிக்க வேண்டியதில்லை. ஒரு சோஷலிச அரசியல், பொருளாதாரச் சூழலில் இனக்குழுக்களின் மொழிகள் தேசிய ஒற்றுமைக்கும் ஓர்மைக்கும் குந்தகம் விளைவிக்காது. போட்டி அமைப்பில் கட்டப்படும் முதலாளித்துவ அமைப்பில் தான், இன மற்றும் வட்டார மொழி வேறுபாடுகளுக்கு இடையே உள்ள முரண்பாடுகள், விவசாய தொழிலாள மக்களின் பொதுவான நலனுக்குப் பாதகமாகவும் இடையூறாகவும் செயல்படும். நமது மொழிகளைக் கற்பது நமது சுயபிம்பத்தை அர்த்தமுள்ளதாக்க அவசியம் என்பதை அனைவரும் உணரத் தொடங்கியுள்ளனர்.

... ஆப்பிரிக்க மொழிகளைக் கற்பது அதிகரித்தால், மேலும் மேலும் தாய்மொழியில் எழுத ஆப்பிரிக்கர்கள் முன்வருவார்கள். இதன் மூலம் நமது படைப்பாக்கக் கற்பனைக்கான புதிய வழிகள் திறக்கும்.[2]

1977இல் காமிரீத்து அனுபவம் கென்யட்டா பல்கலைக்கழகக் கல்லூரியில் உரையாற்ற வழி செய்தது. அதன் மூலம் நான் கென்ய எழுத்தாளர்கள் மொழி மற்றும் பண்பாட்டில் நமது தேசியங்களின் வேர்களுக்குத் திரும்ப வேண்டும் எனக் கேட்டுக் கொண்டேன். இருந்தும், இச்சிக்கல் என்னை அரித்துக் கொண்டே இருந்தது. அரங்கத்தில் மொழிச்சிக்கலை என்னால் எதிர்கொள்ள முடிந்தது. ஆனால், நாவலில் என்னால் சிக்கல்களுக்கு முகம் கொடுக்க முடியுமா? கமீதி அதிகபட்ச பாதுகாவல் சிறை இச்சிக்கலை இறுதியாகத் தீர்த்து வைத்தது.

சிறைப்பட்டோர் பரிசீலனைக்கான முத்தரப்புக்குழு மூலம் ஜூன் 23, 1978 இல் சிறை அதிகாரிகளுக்கு நான் விட்ட சவால் இப்படி முடியும்.

கென்ய எழுத்தாளர்களுக்கு வேறு வழியேதும் இல்லை. அவர்கள் வேர்களை நோக்கித் திரும்ப வேண்டும். கென்ய மக்களது வாழ்க்கை, பேச்சு, மொழியோடு கலந்துள்ள தாள லயத்தோடு கலந்துகொள்ள அவர்களது இருப்பின் மூலங்களை நோக்கித் திரும்ப வேண்டும். அப்போதுதான், அவர்களது வரலாற்றின் வீர தீரப் பெருமிதங்களைத் தமது கவிதைகள், நாடகங்கள், நாவல்களில் மீள் படைப்பாக்கம் செய்யும் பெரிய சவாலை எதிர்கொள்ள முடியும்.

> அடக்கி ஒடுக்கப்பட்டு, கடுங்காவல் சிறைகளுக்கும் முகாம்களுக்கும் அனுப்பப்படுவதற்கு மாறாக, அவர்களது படைப்பிலக்கியப் பணிக்கு எல்லா ஊக்கமும் வழங்கப்பட வேண்டும். கென்யாவிற்கு பெருமை சேர்த்து, உலகத்தவரை பொறாமைக்கு ஆளாக்கும் படைப்புகளை வழங்க ஆதரவு நல்க வேண்டும்.[3]

இதனை நான் எழுதுமுன் எனது கிகூயூ மொழி நாவலில் பாதி முடிந்திருந்தது. சிறையில் அறை எண் 16 இல் இருந்து கொண்டு *சிலுவையில் அறையப்பட்ட சாத்தான்* எழுதுவதில் உள்ள சிக்கல்களில் சூழ்ந்திருந்தேன்.

VI

முதல் சிக்கல் காகிதமும் பேனாவும். அதிகாரிகளுக்கு ஒப்புதல் வாக்கு மூலமோ, வேண்டுகோள் மனுவோ எழுதுவதாகக் கூறிப் பேனாவைப் பெற முடியும். இரண்டு அல்லது மூன்று காகிதங்களும் பெறலாம். ஆனால், நாவல் எழுதுவதற்கான காகிதக்கட்டு எப்படிக் கிடைக்கும்? எனவே நான் கழிவறையில் உள்ள துடைப்புத் தாளைப் பயன்படுத்தினேன். இதை நான் சொன்னபோது பலர் சிரித்தார்கள். பலர் வினாக்குறிகளோடு நோக்கினர். ஆனால், அந்தத் தாளில் எழுதுவதில் எந்த மூடுமந்திரமும் இல்லை. கமீதீ சிறையில் அவை கைதிகளுக்கு தண்டனை அளிப்பதற்கானவை. எனவே மிகக் கரடுமுரடாக இருந்தன. உடலுக்கு ஊறு விளைவிக்கக் கூடிய துடைப்புத்தாள்கள், பேனாவுக்கு வசதியாக இருந்தன.

ஆனால் எனக்கான அறை சிறை எண் 16 ஆக இருந்ததோடு தொடர்பற்ற வேறு சிக்கல்களும் இருந்தன. சொற்கள், தொடர்கள், பத்திகள், டி.எஸ். எலியட் தனது *ஃபோர் க்வார்ட்டர்ஸ் (Four Quarters)* இல் சொற்களின் வழக்குத் தன்மை பற்றி மிகச் சரியாகக் குறிப்பிடுவார்.

> சொற்கள் அழுத்துகின்றன.
> விரிசல் கண்டு சிலசமயம் உடைகின்றன; சுமை தாங்காமல்
> முறுக்கிக் கொண்டு, நழுவி, வழுக்கி, அழிந்து
> துல்லியமற்று அழுகி, ஓரிடத்தில் நிற்காமல் ...
> சும்மா இருக்காமல்.

சிலுவையில் அறையப்பட்ட சாத்தான் எழுதிய போது நான் இதனை நன்கு உணர்ந்தேன். கிகூயூ மொழியில் நாவல், புனைகதை மரபு சிறப்பானதாக இல்லை. கக்காரா வா வாஞ்சவ் அத்தகு மரபை உருவாக்க முயன்றார். ஆனால், அவரது நூல்கள் ஐம்பதுகளில் தடைசெய்யப்பட்டன. விடுதலைக்குப் பின் அவர் *கிகூயூ நா மூம்பி (Gikuuu Na Mumbi)* என்ற கிகூயூ மொழி இதழ் ஒன்றைத் தொடங்கினார். கீவாய் வா டூவா-வின் வீர தீரச் செயல்கள் குறித்து கதைத் தொடர்கள் வெளியிட்டார். ஆனால், அவற்றில் ஐம்பதுகளில் அவரது எழுத்தில்

இருந்த தன்மை இருக்கவில்லை. அப்பழைய நூல்கள் இப்போது கிடைக்கவில்லை. எனக்கு காலம் குறிக்கும் வினைச் சொற்களில் அடிப்படை அய்யங்கள் எழுந்தன. காகிதத்தில் சொற்கள் உருவாக்கும் காட்சித் தோற்றங்களும் சிக்கல் எழுப்பின. சொற்களும் காலக் குறிப்பான்களும் (Tense) இவ்வளவு தூரம் வழுக்கலாக இருந்ததற்கு கிகூயூ வரிவடிவத்தில் இருந்த போதாமையும் காரணம். ஐரோப்பிய பாதிரிமார்கள் போன்ற வெளிநாட்டவர்களே கிகூயூ மொழியை வரிவடிவத்திற்குள் அடக்கினார்கள். அவர்களுக்கு உயிரெழுத்துக்களின் ஒலியில் உள்ள வேறுபட்ட நீட்சி - குறுக்கங்களை அடையாளம் காண்பது சிரமம். கிகூயூ உரைநடை, கவிதை வடிவங்களில் நீண்ட அல்லது குறுகிய உயிரெழுத்து ஒலி மிக முக்கிய மாறுபாடுகளைக் காட்டக் கூடியவை. ஆனால், புழக்கத்தில் இருந்த வரிவடிவம் அவற்றை நீட்டிப்பதையும் குறுக்குவதையும் வாசகர்களின் ஊகத்திற்கே விடும் வகையில் இருந்தது. நீண்ட உரைநடை வடிவில் இது அயர்வை ஏற்படுத்தும். நீண்ட / குறுகிய உயிரெழுத்து ஒலியை வேறுபடுத்தும் புரிதலுக்கு வாசகர்கள் ஏற்கனவே எல்லா சொற்களையும் அறிந்திருக்க வேண்டும் என்ற கட்டாயம் முன்னூகமாக இருந்தது. இச்சிக்கலைத் தீர்க்க நீண்ட உயிரெழுத்து ஒலியைக் குறிக்க எழுத்துக்களை இரட்டிப்பாக்கிப் பார்த்தேன். ஆனால், நான் அதற்கு பழகிக்கொள்ளவே பல பக்கங்கள் எழுத வேண்டி வந்தது. அப்போது கூட முழுமையான திருப்தி கிடைக்கவில்லை. நீண்ட உயிரெழுத்து ஒலிக்குப் புதிய எழுத்து ஒன்றைக் கண்டறிய வேண்டிய தேவை இருந்தது. அதோடு, கிகூயூ தொனி (Tonal) சார் மொழி. வழக்கில் இருந்த வரிவடிவம் தொனியைக் குறிப்பதற்கான முறைகள் இல்லாமல் இருந்தது.

நான் மாலையில் எழுதிய ஒரு பத்தி எப்படி வாசிக்கப்படும் என்பதில் உறுதியாக இருப்பேன். ஆனால், அதன் பொருள் முழுமையாக மாறக்கூடிய வகையில் அதனை வாசிக்கமுடியும் எனப் பின்னர் தெரியவரும். இச்சிக்கலைத் தீர்க்க ஒரு தொடரில் வார்த்தைகளின் பொருளைத் தீவிரமாகக் கட்டுப்படுத்த வேண்டியிருந்தது; அதே போலவே ஒரு பத்தியில் தொடரின் பங்கையும், ஒரு பத்தி கால, இடச் சூழல் சார்ந்த செயல்பாட்டுக் கட்டத்தில் பெறும் இடத்தையும் கட்டுப்படுத்த வேண்டி இருந்தது. ஆம்! சொற்கள் என் கண்ணுக்கு எதிரேயே வழுவி, நழுவின. ஓரிடத்தில் இருக்கவில்லை. நேராக நிற்கவில்லை. பல சமயங்களில் இது பெரும் அலைக்கழிப்பாக இருந்தது.

இதைவிடப் பெரிய சிக்கல் ஆப்பிரிக்கப் புனைகதை மொழியைக் கண்டறிவது. இன்றும் ஆப்பிரிக்க நாவலின் வளர்ச்சிக்கு முன்னுள்ள பெரும் சிக்கல் இதுதான் எனக் கருதுகிறேன். புனைகதைக்கான மொழி வடிவம், மக்களிடம் வலுவாகச் சென்றடைவதற்கான மொழியை அறிவது சிரமமாக இருக்கிறது. என்னைப் பொருத்தவரை நான் விட்டு வந்த மக்களை எட்டுவதற்கான மொழியாக அது இருந்தது.

எழுத்தாளனின் தேர்ந்தெடுக்கப்பட்ட வாசகர்களுக்கான புனைகதை மொழி தொடர்பான இரு சிக்கல்கள் உள்ளன. அவை ஒன்றுக்கொன்று பின்னிப் பிணைந்தவை. வடிவத்துடனான படைப்பாளியின் உறவு; குறிப்பிட்ட இலக்கிய வகையுடனான தொடர்பு மற்றும் அவரது அடிப்படைத் தரவுகள் - எதார்த்த வாழ் களம் ஆகியவை தாம் அவை. படைப்பாளி வடிவத்தை எவ்வாறு கையாளுவார்? தம்முன் உள்ள களத்தை எப்படி எதிர்கொள்வார்?

முதல் வினா நாவல் வடிவத்தின் வளர்ச்சியோடு தொடர்புடையது. டீஃபோ *(Defoe)*, ஜார்ஜ் எலியட்டிலிருந்து மாறுபட்டு எழுதியுள்ளார். அவரது எழுத்துக்கள் பால்சாக், ஸோலா, டால்ஸ்டாய் மற்றும் தாஸ்தாவ்ஸ்கி ஆகியோரிடமிருந்து மாறுபட்டது. ஜோசப் கான்ராட், ஜேம்ஸ் ஜாய்ஸ், ஃபாக்னர் போன்றவர்கள் தங்களது கண்ணோட்டம், காலம், பாத்திரம், கட்டமைப்பு ஆகியவற்றை வெளிப்படுத்தும் விதம் மிக மிக வேறுபட்டது. ஆப்பிரிக்க-ஐரோப்பிய நாவல் வகையிலும் பல அணுகுமுறைகள் வெளிப்பட்டுள்ளன. சினுவா அச்சிபியின் *திங்ஸ் ஃபால் அபார்ட்* காட்டும் நேர்கோட்டுக் கதை சொல்லல் பாணியிலிருந்து சோயிங்காவின் *(Interpreters)* கட்டமைப்புத் தன்மைகளை தகர்த்த பாணி வரை அதில் அடங்கும். நாவல் படித்தறியாத மக்களுக்காக எழுத முற்பட்ட நான், ஜேம்ஸ் ஜாய்ஸ், கான்ராட், சோயிங்கா, அயிக் வைய் அர்மா *(Ayi Kwei Armah)* போன்றோரை வாசித்த அனுபவம் கொண்ட அல்லது அவர்களைப் பற்றி அறிந்திருந்தவர்களுக்காக எழுதக்கூடிய முறையில் எழுத முடியுமா?

எனது முந்தைய ஆப்பிரிக்க-ஐரோப்பிய நாவல் அனுபவத்தில் வெவ்வேறு கட்ட 'திறன்' சார் வளர்ச்சிகள் இருந்தன. *இடையில் ஒரு ஆறு, தேம்பி அழாதே பாப்பா* நாவல்களில் நேர்கோட்டுக் கூற்று அமைப்பு உள்ளது. ஒரு செயல் அடுத்ததற்கு இட்டுச் செல்லும். காலம், நொடிகள், நிமிடங்கள், மணிகள், நாட்கள், வாரங்கள், மாதங்கள், வருடங்களாகப் பிரிக்கப்பட்டிருக்கும். காலத்தின் தொடர் களத்தில் ஒவ்வொரு செயலும் தொடர் ஓட்டம் போல நடக்கும். பாத்திரம் / கூற்றாளர், வாழ்க்கை வரலாற்று அணுகுமுறைப்படி கதாநாயகப் பாத்திரத்தின் கால, வெளிக் களத்தில் தொடர்ந்து பயணிக்கும் பாணி இது. அக்கதாநாயகரின் நுழைவு முதல் வெளியேற்றம் வரை, பிறப்பு முதல் இறப்பு வரை இது தொடரும். மையப் பாத்திரத்தின் நோக்கு பிரதானமானதாக அமையும். கூற்றின் குரல் அனைத்தும் அறிந்த கூற்றாளர் / படைப்பாளியின் ஒற்றைக் குரலாக இருக்கும்.

1964இல் *தேம்பி அழாதே பாப்பா* வெளிவந்த போது அந்த அணுகுமுறை மீது அதிருப்தி ஏற்பட்டுவிட்டது. ஜோசப் கான்ராடின் படைப்புகளை நான் சிறப்புப் பாடமாகப் படித்தேன். அதில் அவர் எப்படி பலவிதமான குரல்களை, ஒரே நாவலின் வெவ்வேறு காலம் மற்றும் வெளியில் உலவ விடுகிறார்; எத்தகைய ஈர்ப்பு அவற்றால் ஏற்படுகின்றன என்பதை

உணர்ந்திருந்தேன். இக்குரல்கள் ஒவ்வொன்றும் நிகழ்வின் மீது புதிய ஒளி பாய்ச்சும். கூடுதலான தகவல், சாட்சியம் மற்றும் அந்த மைய நிகழ்வோடு முன்னரோ, பின்போ தொடர்புடைய பிற நிகழ்வுகள் ஆகியவற்றை வழங்கும். நாஸ்ட்ரமோ என்னை கவர்ந்த படைப்பு. இது சிறந்த நாவல் என இன்றும் கருதுகிறேன். ஆனால், ஒட்டுமொத்தத்தில் கான்ராட்டின் பார்வை குறுகியதாக இருந்தது என்பதை நான் கண்டறிந்தேன். ஏகாதிபத்தியம் குறித்த அவரது ஊசலாட்டம், அவரை முற்போக்கு மனிதாயச் செயல்பாடுகளை மீறிச் செல்ல விடவில்லை. ஏகாதிபத்தியம் தான் அவரது நாவலுக்கான களம், கரு ஆகியவற்றை வழங்கியது. ஆனால், கால - வெளியில் மாறும் கண்ணோட்டங்கள், கூற்று முறையில் பல குரல்கள்; கூற்றுக்குள் இடையிடும் மறுகூற்று; தாமதமாகக் கிடைக்கும் தகவலின் அடிப்படையில் முன்னர் கூறப்பட்ட முடிவுகளை மறுபரிசீலனை செய்யும் வாய்ப்பு; இறுதியில் கிடைக்கும் தகவல்கள், சாட்சியங்கள், கண்ணோட்டங்கள் அடிப்படையில் வாசகன் தனது முடிவான தீர்வைக் கட்டமைப்பது போன்ற கூறுகள் என்னை வசீகரித்தன.

ஜார்ஜ் லாமிங் ஒரே நாவலில் திறமையாகக்கொள்ளும் பலவகை கூற்று வகைகளின் தன்மையும் என்னைக் கவர்ந்தது. குறிப்பாக, எனது தோல் *அரண்மனையில்* (In the Castle of My Skin) நாவல் என்னை ஈர்த்தது. அவரது தொடக் கால நாவல்களான இன் தி காஸில் ஆஃப் மை ஸ்கின், தி எமிக்ரண்ட்ஸ், ஆஃப் ஏஜ் அண்ட் இன்னசன்ஸ், சீசன் ஆஃப் அட்வெஞ்சர் *(In the Castle of My Skin, The Emigrants, Of Age and Innocence, Season of Adventure)* ஆகியவற்றில் அவர் பல நுட்பமான முறைகளை மேற்கொண்டார். எல்லாம் அறிந்த கதை சொல்லி, நாடகம், நாட்குறிப்பு, செய்தி அறிக்கை, தன்வரலாறு, மூன்றாம் நபர் கூற்று, நேரடி எழுத்தாளர் இடைமறிப்பு, ஒரு பாத்திரத்திற்கு ஆதரவாக வருதல் ஆகிய அனைத்தும் இவற்றில் இடம் பெற்றன. லாமிங்கின் தொடர்ச்சியான ஏகாதிபத்திய எதிர்ப்பு, மூன்றாம் உலகப் போராட்ட ஆதரவு, விவசாய - தொழிலாளர் வாழ்வு அடிப்படை மற்றும் அவரது சமூக, அரசியல் கருக்கள் போன்றவை அவரது உலகை எனக்கும் எனது கென்ய வாழ்வனுபவங்களுக்கும் நெருக்கமானவையாக ஆக்கியது.

கோகோல், தாஸ்தவ்ஸ்கி, டால்ஸ்டாய், கார்க்கி, ஷோலகோவ், பால்சாக், ஃபாக்னர் போன்றோர் படைப்புகளுடன் கிடைத்த பரிச்சயம் நாவல் வடிவின் கருப்பொருள் வீச்சுகளையும் தொழில் நுட்பக் கூறுகளின் விரிவெல்லைகளையும் எனக்குக் காட்டியிருந்தது.

மக்கள் சாதாரணமாகப் பேசும் போது நான் கவனித்திருக்கிறேன். பேச்சின் இடையில் இடையீடுகள், சிறுவிலகல்கள், கூற்றுக்குள் கூற்று, நாடகீய விளக்கங்கள் ஆகியவற்றோடு மைய இழையை இழக்காமல் செய்யப்படும் பேச்சுகளை உன்னிப்பாகக் கண்டிருக்கிறேன். கதைக்குள் கதை, விவசாய மக்கள் பேச்சின் அடிப்படைக்கூறு. நேர்கோட்டு/ வாழ்க்கை வரலாற்றுப் பாணி கதை சொல்லல், நடைமுறை சமூகச் செயல்பாட்டிலிருந்து விலகியது. கான்ராட், லாமிங் போன்றோரது கதை சொல்லல் நடைமுறைக்கு நெருக்கமானது.

ஒரு கோதுமை மணி நாவலின் கதை சொல்லல் பாணி, இந்த விமரிசனப் பார்வையின் வெளிப்பாடு. அதில் கதைக்குள் கதையாகப் பல கடந்த கால நிகழ்வுகள் மீளவும் கூறப்படும். பலகுரல் கூற்று, தனது கால - வெளிக் களனை நெகிழ்வாக்க உதவியதோடு ஒரு தனிப்பட்ட கதாபாத்திரம் சார்ந்த நாவலில் இருந்து விலகவும் வழி செய்தது. அந்நாவலில் வரும் அனைத்து முக்கியப் பாத்திரங்களுக்கும் சமமான இடம் உண்டு. வரலாற்றில் இயங்கும் மக்கள்தான் - கிராம மக்கள் - நாவலின் உண்மையான கதாநாயகர்கள். நாவலின் நிகழ்களம் 1963 இல் விடுதலைக்கு நான்கு நாட்களுக்கு முன்பு நடக்கிறது. ஆனால், அதற்குள் நிகழ்காலத்திலிருந்து, நூற்றாண்டின் தொடக்கம் மற்றும் இடை வரும் காலம் ஆகியவற்றோடு, தொடர்ந்த காலம் வெளி சார் ஊடாட்டங்கள் நிகழ்ந்து கொண்டிருக்கின்றன. *இரத்த இதழ்கள்* படைப்பாக்கத் திறன்களை இன்னுமொரு கட்டத்திற்கு இட்டுச் செல்ல உதவியது. முன் நிகழ்வுகள் நினைவு கூறப்படுதல், பல குரல் கூற்றுகள், காலம் - வெளிக் களத்தில் நகர்வுகள் மற்றும் இணைவாழ்க்கை வரலாறு மற்றும் கதைகள் இதில் இடம் பெற்றன. இம்முறைகள் மூலம் என்னால் நூற்றாண்டுகளுக்கு இடையே சுதந்திரமாகப் பயணப்பட முடிந்தது. கென்ய வரலாற்றின் மைல் கற்களைத் தொட முடிந்தது. தொடக்க காலம் முதல் நாவலின் நிகழ் காலக் களத்தின் பனிரெண்டு நாட்கள் வரை செல்ல முடிந்தது.

ஆனால் இவை அனைத்துமே நாவல் வாசிப்பு மரபுகளை அறிந்த வாசகரை நோக்கியது. குறிப்பாக நவீன ஐரோப்பிய மொழி நாவல் மரபுப் பரிச்சயத்தை வேண்டி நின்றது. காமிரீத்துவில் எமது *ஐ வில் மாரி வென் ஐ வாண்ட் (I Will Marry When I Want)* நாடகத்தைக் காண வந்த வாசகரை இக்கூறுகள் எட்டுமா? அதற்காக, நான் நேர்கோட்டுப் பாணிக்கு திரும்ப முடியுமா? சொல்லப்போனால், எனது புதிய வாசகர் வட்டம் குறித்து நான் கவனமாக இருந்தேன். அல்லது இது மொழிகள் தொடர்பான சிக்கலாக இருக்குமோ? கிகூயூ மொழிப் பயன்பாடு வேறுவகை நாவல் வடிவத்தை உருவாக்குமோ?

எது எப்படி இருப்பினும், நான் எளிமையான கட்டமைப்பைத் தேர்ந்தெடுக்க விரும்பினேன். எளிமையான, தெளிவான கதை சொல்லல், வலுவான கதைப் பின்னல் (அடுத்து என்ன நடக்கும் என்ற அம்சம்) ஆகியவை தேவை என நினைத்தேன். தொழிலாளர்/ விவசாய வாசகர்களின் தரத்தைக் குறைத்து மதிப்பிடாமல், அவர்களை வள்ளல் மனநிலையுடன் அணுகாமல் இதனைச் செய்ய விரும்பினேன்.

மூன்று வழிகளில் இச்சிக்கலைத் தீர்க்க முயற்சித்தேன். வெகு எளிமையான அமைப்பைத் தேர்ந்தெடுத்தேன். பயணம் முக்கிய கருவாயிற்று. *சிலுவையில் அறையப்பட்ட சாத்தான்* இரு முக்கிய பயணங்களில் தங்கியுள்ளது. இரண்டும் ஒரே நிலத்தில் மேற் கொள்ளப்படுகிறது. வாரீங்கா, ஒரு மடாடு வாடகைக்காரில் தலைநகர்

நைரோபியிலிருந்து, கற்பனை கிராமப்புறமான இல்மொராக்கிற்குப் பயணிக்கிறான். பிறகு அவன் இரண்டாவது பயணத்தை மேற்கொள்கிறான். நைரோபியிலிருந்து இல்மொராக் சென்று, நகுரு வரையிலான கார்ப் பயணம் அது. இரு பயணங்களுக்கிடையே இரு ஆண்டு இடைவெளி உள்ளது. இடையில் நிறைய கடந்தகால நிகழ்வுகள். ஆனால், அவை அனைத்தையும் கால-வெளி அமைப்பு கட்டுப்படுத்துகிறது. இணைப் பயணங்களின் இருவேறு அடுக்குகளுக்கு இடையே பிற பயணங்களும் குறியீடுகளாகின்றன. பயணம், அதற்கான ஊர்தி, நைரோபி, நகுரு போன்ற இடப்பெயர்கள் ஆகியவை கென்ய மக்களுக்குப் பரிச்சயமானவை. அதோடு, நான் வாய்மொழி மரபிலிருந்து பல கூறுகளைக் கடன்வாங்கி இருந்தேன். பேச்சுத்தொனி, விலங்குகள் கதை, சொலவடை, பாடல்கள் மற்றும் சுய மற்றும் பிறரைப் பாராட்டும் கவிதை மரபு ஆகியவை இதில் இடம்பெற்றன. பைபிள் சார்ந்த போதனைக் கதையையும் சேர்த்திருந்தேன். எழுத்தறிவு பெற்ற பலர் பைபிள் வாசித்திருப்பார்கள்.

மக்களுக்குப் பரிச்சயமான இக்கூறுகள் இருந்ததால், எனது நாவலை மக்கள் அறிந்த மரபில் பொதிந்து வைக்க உதவும் எனக் கருதினேன். மொழி, கதை, அமைப்பு போன்றவை உதவும் எனக் கருதினேன். பௌதிக எதார்த்தங்கள், வாய்மொழிக் கதைசொல்லல் கூறுகள் ஆகியவை வடிவம் தொடர்பானவை. ஆனால், எவ்வளவுதான் பரிச்சயமான, ஆர்வமான வடிவமாக இருந்தாலும், எனது புதிய வாசகனை நீண்டகாலம் இழுத்துப்பிடிக்காது என நான் அறிவேன். அவர்களுக்கான முக்கிய வேலைகள் பல இருந்தன. பழக்கமான வாய்மொழி பாணி, மற்றும் நகர்ப்புற, கிராமப்புற வெளியை அழகாக மாற்றியமைத்துப் பார்ப்பதற்கான ஓய்வும் அவகாசமும் அவர்களுக்கு இல்லை. மக்கள் தம்மோடு அடையாளம் காணக்கூடிய உள்ளடக்கம் தேவை. தமக்கான சார்பைத் தேர்ந்தெடுக்கத் தூண்டும் கருவொன்று தேவை. உள்ளடக்கம் தான் உருவத்தைத் தீர்மானிக்கும். இரண்டுக்கும் இடையே பொருத்தமான மண உறவு ஏற்பட்டால்தான் நாவல் சரியாக வரவேற்கப்படும். எனவே, அவர்களது தினசரிப் போராட்டங்களைச் சார்ந்த வலுவான, சிக்கலான, சவாலான கருப்பொருளைத் தேர்ந்தெடுக்க வேண்டியதாயிற்று. இது எனது அடுத்த சிக்கலுக்குள் இட்டுச் சென்றது. எனது களத்திற்கும் எனக்குமான உறவு பற்றிய சிக்கல் அது. நவகாலனியம் குறித்த வரலாற்றுப் பூர்வமான எதார்த்தம் பற்றிய சிக்கல் அது.

ஒரு எழுத்தாளன் எதார்த்த வாழ்வை அணுகும் முறை அவரது அடிப்படைத் தத்துவப்பார்வை தொடர்பானது. சமூகம், இயற்கை குறித்த அவரது கண்ணோட்டம், அணுகுமுறை ஆகியவற்றைத் தீர்மானிப்பது அதுதான். ஒரு நிகழ்வை அவர் எதிர்கொள்ளும் விதம் அதனைத் தனித்து அணுகுகிறாரா? பிற தொடர்புகளோ பார்க்கிறாரா? அந்நிகழ்வை மாறாததாகப் பார்க்கிறாரா? மாறுவதாகக் காண்கிறாரா?

நிலை பெற்றதாகவா? நிலையாமை நிறைந்ததாகவா? அதன் இருப்பிலா, உருப்பெறுதலிலா? ஒரு நிலையிலிருந்து இன்னொன்றுக்கு செல்லும்போது பண்பு ரீதியான மாற்றங்களை காண்கிறாரா? போன்ற பல கேள்விகள் இதனோடு தொடர்புடையவை. எழுத்தாளன் சமூகத்தில் பெற்றுள்ள பொருள்சார் அடிப்படையும் அவர் எதார்த்தக் களனை எதிர்கொள்ளும் விதத்தைத் தீர்மானிக்கும் அவரது வர்க்க நிலையும் நிலைப்பாடும் முக்கியமானவை. ஆனால், நல்ல அல்லது மோசமான எழுத்தைத் தீர்மானிப்பது இதுவல்ல என்பதை நான் சேர்த்துச் சொல்ல வேண்டும். ஓர்மையுடன் கூடிய தத்துவப்பார்வை எழுத்தின் தன்மையைத் தீர்மானிக்க முடியாது. கற்பனையின் தரம், படைப்பாக்கத் திறம் ஆகியவையே படைப்பின் தன்மையைத் தீர்மானிக்கும். காலம்- வெளி கடந்த சூழலில் பரந்துபட்ட பொதுமைகளை, அதன் துல்லியமான தனித்தன்மைகளோடு, உணர் அனுபவமாய் வழங்கக் கூடிய வித்தை கை வர வேண்டும். ஆனால், இதனால் எதார்த்தத்தை நெருங்குவது அல்லது அதனைச் சரிவர வலிமையுடன் வெளிப்படுத்துவது ஆகியவை பாதிக்கப்படக்கூடாது.

ஆனால், நடைமுறை வாழ்க்கை புனைகதையைக் காட்டிலும் விநோதமாக இருந்தால் என்ன செய்வது? வாசகன் எதிர்கொள்ளும் எதார்த்தம் இப்படி இருந்தால், ஒரு நாவலாசிரியர் அவரது கவனத்தைக் கட்டிப் போடுவது எப்படி? இதுதான் நவ காலனிய நாவலாசிரியர் நிலை. அதே நவ காலனிய வாழ்வால் மோசமாகத் தாக்கப்படும் வாசகனுக்கு முகம் கொடுப்பதில் உள்ள சிக்கல் இதுதான்.

சமீபத்திய வரலாற்றில் இருந்து பருப்பொருளான சில எடுத்துக்காட்டுக்களைத் தருகிறேன்.

VII

ஜூலை 1984: சனாதிபதி எயடெமாவின் அழைப்பை ஏற்று, மேற்கு ஆப்பிரிக்காவின் சுதந்திர ஜனநாயக நாடான டோகோவிற்கு அலுவலக ரீதியாக வருகை தந்தார் மேற்கு ஜெர்மனி ஃபெடரல் கவுன்சிலின் தலைவர் ஃப்ரான்ஸ் ஜோசெப் ஸ்ட்ராஸ். இந்த வருகைக்கான காரணம் என்ன தெரியுமா? 1884 பெர்லின் மாநாட்டைக் கண்டனம் செய்யவா? அதிலிருந்து கற்ற படிப்பினைகளைக் கொண்டு, மேற்கு ஐரோப்பாவிற்கும் ஆப்பிரிக்காவிற்குமான உறவை வழிநடத்தவா? முழுமையான பொருளாதார, அரசியல், பண்பாட்டு சமத்துவத்தின் அடிப்படையில் புதிய உறவைக் கட்டவா? இல்லை. டோகோவின் அரசர் மூன்றாம் மலாபாவுக்கும் ஜெர்மனிக்கும் இடையே ஏற்பட்ட ஒப்பந்தத்தின் நூற்றாண்டு விழாவைக் கொண்டாட வந்தார் அவர். தனது அரசை ஜெர்மனியின் காலனியாக ஆக்குவதற்கென ஏற்பட்ட அசமத்துவ ஒப்பந்தம் அது. சனாதிபதி எயடெமா, ஜெர்மன் ஏகாதிபத்தியக் கழுகுச் (அல்லது அமெரிக்க கழுகோ அது!) சிலை நிறுவி காலனியப் பெருமையைக் கொண்டாடினார். காலனிய எதிர்ப்பை அல்ல. கவர்னர்

ஜெனரலின் இருப்பிடம் மீண்டும் கட்டப்பட்டது. இவற்றுக்கெல்லாம் டோகோலிய விவசாயிகள், தொழிலாளிகளின் பணம் பயன்படுத்தப்பட்டது. எனவே 1884இல், ஆப்பிரிக்க மக்கள் வரலாற்று அவமானமாக நினைவில் கொண்ட நிகழ்வை, தொடர்ந்து மேற்குலகம் ஆப்பிரிக்காவில் நிகழ்த்திய பல கேவலங்களின் தொடக்கமாகக் கருதும் ஒரு நிகழ்வை ஆப்பிரிக்க குடியரசுத் தலைவர் ஒருவரே பெருமையாகக் கொண்டாடினார்! மேற்கு ஜெர்மனி செய்தித்தாளில் நேரடியாக இது குறிப்பிடப்பட்டது. (பார்க்க *Nordbayerischer Kurier*, ஜூலை 6, 1984): "டோகோஹூ ஸ்ட்ராம், அவரை வரவேற்பவர்களும் ஒரே எண்ண அலையில் இருப்பார்களென நம்பலாம். அப்படித்தான் நடக்கும். ஜெர்மனியராகிய நாம் இங்கு, நமது காலனிய ஆட்சி மிகக் குறுகியதாக இருந்ததால், போதுமான அடையாளங்களை விட்டு வரவில்லையே என குற்றவுணர்வில் ஆழவேண்டிய தேவையின்மை இருந்தது."[4] ஆமாம். சமீபகாலமாக, பிற ஐரோப்பிய நாடுகளில் ஜெர்மனி நடத்திய காலனிய முயற்சிகள் டோகோ காலனியத்தை விடக் குறைந்த காலமே நீடித்தன. எனவே ஜெர்மானியராகிய நமது ஏக்கத் தவிப்பு கூடுதல் அடையாளங்களை அங்கெல்லாம் விட்டுச் சென்றிருக்குமா! தவறு மேற்கு ஜெர்மன் பத்திரிகையாளருடையதல்ல. டோகோவின் குடியரசுத் தலைவரின் அடிமைத்தனமான கூட்டு சுயமறுதலிப்பை எந்த மேற்கு ஜெர்மானிய துப்பாக்கிகளும் அச்சுறுத்திப் பெறவில்லை. ஜெர்மானிய நாணயமான மார்க்குகள் (நிதி உதவி) மூலம் டோகோ மக்களிடமிருந்து கூடுதல் மார்க்குகளை (இலாபம்) பிடுங்கும் எண்ணமே இதன் அடிப்படை. குடியரசுத் தலைவர் எயடெமா தனது தரகுப் பங்கிற்காகக் காத்துக்கொண்டு இருந்தார்.

வேறு பல கேலிக்குரிய நிகழ்வுகளும் நடந்தேறின. உச்சகட்ட ஆப்பிரிக்கத் தன்மையின் சாட்சியமாக ஸெய்ரே *(zaire)* வைச் சேர்ந்த மொபுடோ நியூசிலாந்து நாட்டைக் காட்டிலும் பன்மடங்கு எல்லை கொண்ட பகுதியை மேற்கு ஜெர்மனி ஏவுகணை நிறுவனத்திற்கு எழுதி வைத்தார். 'ஏகாதிபத்திய' லிபியாவின் அச்சுறுத்தலுக்கு ஆளாகியுள்ள சாட் பகுதிக்கு பிரெஞ்சுப் படைகளை அனுப்பி, பிரான்சின் அதிகாரப்பூர்வப் பொறுப்புகளைக் காப்பாற்றிக் கொள்ளுமாறு சில ஆப்பிரிக்கத் தலைவர்கள் பிரான்சு அரசை இறைஞ்சிக் கேட்டுக் கொண்டுள்ளனர். கென்யாவின் மோய் *(Moi)* அமெரிக்க இராணுவ தளங்களுக்கு அனுமதி வழங்கியுள்ளார். அதைக் குறித்து கென்ய பாராளுமன்றத்தில் விவாதிக்கக்கூட இல்லை. இந்த இரகசிய' ஒப்பந்தம் பற்றி அமெரிக்க காங்கிரசில் நடந்த விவாதத்தின் போதுதான் கென்யர்களுக்கே தெரிய வந்தது. இன்னும் நம்பமுடியாத பல நிகழ்ச்சிகளை அடுக்கிக் கொண்டே போகலாம். சூடு சொரணையில்லாமல் குழந்தைகள் படுகொலை செய்யப்படுதல், மக்கள் திரள் திரளாக அழிக்கப்படுதல், இவையெல்லாம் ஏகாதிபத்தியத்தின் சார்பாக உள்நாட்டுத் தலைவர்களால் அரங்கேற்றப் படுகின்றன.

மொபுத்துகள், மோய்கள், எயடெமோக்கள் ஆகியோர் நவ காலனிய உலகின் பிரதிநிதிகள். இவர்களை ஏகாதிபத்தியத்துக்கு முன் மண்டியிட எந்த அமெரிக்கத் துப்பாக்கிகளும் மிரட்டுவதில்லை. அவர்களே அதைச் செய்யும் மனநிலையோடு உள்ளார்கள். தமது நாடுகளை மறு காலனியப்படுத்துமாறு பிச்சையெடுக்கிறார்கள். தங்களை நவகாலனிய ஆட்சியாளர்களாக ஆக்கி, நவீனக் கோட்டைகளில் இருத்தக் கோரி கெஞ்சுகிறார்கள். தமது சொந்த மக்களின், புதிய அடிமை மேய்ப்பு அதிகாரிகளாக இருப்பதில் இவர்கள் மகிழ்ச்சி அடைகிறார்கள். அமெரிக்கா தலைமையிலான பொருளாதார இரத்த நாள வெடிப்பை ஏற்படுத்த தமது நாடுகளில் நவ-மேற்பார்வையாளர்களாக இருப்பதில் கூடுதல் மகிழ்ச்சி அடைகிறார்கள்.

கூரைகளில் ஏறிக்கொண்டு தமது நவ-அடிமைத்தனத்தைப் பறைசாற்றும் மக்களிடம் ‘நீங்கள் நவ-அடிமைகள்’ என்று சொல்லி அதிர்ச்சியடைய வைக்க முடியுமா? ஒரு எழுத்தாளன், அல்லது நாவலாசிரியன் எப்படி அதைச் செய்ய முடியும்? மக்களுக்கு எதிரான குற்றங்களை ஒளிவுமறைவின்றிச் செய்பவர்களைக் கொலைகாரர்கள், சுரண்டல்காரர்கள், கயவர்கள், திருடர்கள் என வாசகர்களிடம் சுட்டிக் காட்டுவதால் என்ன அதிர்ச்சி ஏற்படக்கூடும்? சில சமயம், குழந்தைகள் படுகொலை, தேசத் திருட்டு ஆகியவற்றை மக்களே பெருமையாகக் கொண்டாடும்போது நாமென்ன செய்ய முடியும்? புனைகதைகளில் கற்பனைகளை விஞ்சும் சொற்களை, அவர்கள் உதிர்க்கும்போது அவர்களது வாக்குமூலங்களை எப்படிப் பதிவு செய்வது?[5]

கென்யாவின் நவகாலனிய நடைமுறை பற்றிச் சிந்தித்தபோது அவற்றை வெளிப்படுத்தக் கூடிய புனைகதை வடிவம் பற்றிய கேள்வி என்னை எதிர்கொண்டது. ஆனால், எந்த எழுத்தாளன் முன்பும் ஒரே வழிதான் உண்டு. அவன் மனக்கண் முன் திரியும் பிம்பங்கள், அவனைச் சுற்றியுள்ள உலகம் குறித்த அவனது மனப்பதிவுகள் ஆகியவை மட்டுமே எழுத்தாளனின் ஒரே கதி. வெவ்வேறு படிமங்கள், பிரதி பலிப்புகள், சிந்தனைகள், படங்கள், ஒலிகள், உணர்வுகள், காட்சிகள், கலைகள் ஆகியவற்றை கற்பனை என்னும் வேதிக் கிரியை மாற்றுகிறது. வித்தியாசமான, ஆனால் ஒருமுகப்பட்ட படிமம்/படிமங்களாக இணைந்து நடைமுறையைக் காட்டும் பண்பு ரீதியான மாற்றம் ஏற்படுகிறது.

கென்யெட்டா மற்றும் மோய் போன்றோரின் கீழ் இருந்த நவ காலனிய கென்ய எதார்த்தத்தைக் காட்டக்கூடிய படிமம் குறித்த தேடலில், நான் மீண்டும் வாய்மொழி மரபிற்கு வந்து சேர்ந்தேன்.

VIII

வெகுகாலமாக, ஃபவுஸ்ட் கரு என்னை ஆட்கொண்டிருந்தது. ஐரோப்பிய இலக்கியத்தில் இக்கரு பல பனுவல்களில் மீண்டும் மீண்டும்

வெளிப்பட்டுள்ளது. மார்லோவின் *ஃபாஸ்டஸ்*, கதேயின் *ஃபவுஸ்ட்*, தாமஸ் மானின் *டாக்டர் ஃபவுஸ்டஸ்* மற்றும் புல்ககோவினின் *எசமானரும் மார்கரீட்டாவும்* போன்ற பல நூல்களைக் குறிப்பிடலாம்.

ஒரு நல்ல மனிதன் தனது ஆன்மாவைத் தீமைக்கு அடிமைப்படுத்தி பொருளாதார இலாபங்களான சொத்து, அறிவு, அதிகாரம் பெறும் கரு பொதுமையானது; விவசாயிகளின் கதைகளில் வேரூன்றியுள்ள கரு என்ற எண்ணம் எனக்கு எப்போதுமே இருந்து வந்துள்ளது. இக்கருவின் பல கூறுகள் பல தேசிய மரபுகளில் காணப்படுகின்றன. இலக்கியத் துறையில் எனது சக ஆசிரியராகப் பணியாற்றிய ஒலூவார் அனியும்பா கென்யாவின் பல்வேறு தேசிய இனங்களின் வாய்மொழி இலக்கியங்கள் குறித்து ஆய்வு செய்தவர். அவர் இந்தக் கருவின் அம்சங்கள் கொண்ட பல எடுத்துக்காட்டுகள் மந்திரவாதிக் கதைகளில் இருப்பதைக் கூறியுள்ளார். ஒருமுறை, 1976இல், எனது இன்னொரு சக ஊழியரான கவெஸ்டா அடகாலாவும் நானும் மேற்கு கென்யா பகுதியில் பயணம் செய்தபோது, முதன்முறையாக மனித உருவம் கொண்ட பாறைகளை இடகோ (Idakho) என்ற இடத்தில் பார்க்க வாய்ப்பு கிடைத்தது. நான் தேடிக் கொண்டிருந்த ஏதோ ஒன்று கிடைத்தது போன்ற வினோத உணர்வு தோன்றியது. லிமுருவுக்குத் திரும்பியவுடன், ஒரு நாவலின் நூறு பக்கங்களை எழுதினேன். அதன் தலைப்பு *சிலுவையில் அறையப்பட்ட சாத்தான்* (Devil on the cross). ஆங்கிலத்தில் எழுதிய பக்கங்கள் அவை. 1977 இல் பெற்ற காமிரீத்து அனுபவம், இந்த நாவலில் எனக்கு இருந்த ஆர்வத்தைக் குறைத்தது. சிறையில் இக்கதையை நினைவுபடுத்திக் கொள்ள முயன்றபோது, நான் எழுதிய ஒரு நிகழ்ச்சி கூட நினைவிற்கு வரவில்லை. ஆனால், அந்த இடகோ பாறைகள் மனதில் பதிந்திருந்தன. விவசாயிகள் அந்த மனித உருக்கொண்ட பாறைகள் பற்றி எப்படியெல்லாம் கதைகள் கட்டியிருந்தார்கள். கிகூயூ வாய்மொழி மரபில் உள்ள மனிதர்களை உண்ணும் அரக்கர்களின் படிமங்களோடு இடகோ பாறைப் படிமங்கள் பின்னிப் பிணைந்தன. மரிமூ பாத்திரங்களுக்கு இரண்டு வாய்கள் உண்டாம். முன்புறம் ஒன்றும், பின்புறம் ஒன்றுமாக இரண்டு வாய்கள். பின்புற வாய்ப் பகுதியை நீண்ட முடி மறைத்திருக்கும். அந்த வாய்கள் கொடூரமானவை. பேராசை கொண்டவை. மனித உழைப்பால் உயிர் வாழ்பவை. பின்னர் வந்த மரிமூக்கள் எப்படி இருக்கிறார்கள்? மரிமூ பாத்திரங்கள் நான் தேடும் படிமத்தைத் தருமா?

தென் கொரியக் கவிஞர் கிம்-சி-ஹா (Kim-Chi-Ha)வின் கவிதைகளில், குறிப்பாக *ஐந்து திருடர்களும் ஆதாரமற்ற வதந்திகளும்* என்ற கவிதையில், வாய் மொழி வடிவங்கள், படிமங்களைக் கொண்டு தென் கொரிய நவ காலனிய நடைமுறைகளை வலுவான முறையில் அவர் வெளிப்படுத்தியிருந்தார். அங்கதம் வாய்மொழி மரபின் மிகச் சிறந்த ஆயுதமாக இருப்பது உறுதி.

ஒரு நாள் எனக்கு அது பிடிபட்டது. தமது ஆன்மாக்களையும் தேசத்தின் ஆன்மாவையும் அந்நிய ஏகாதிபத்தியப் பேயிடம் அடகு வைக்கும் கதையை ஏன் சொல்ல முடியாது? தீமையில் பெருமை கொள்ளும் தீமையின் கதையை ஏன் சொல்ல முயலக்கூடாது? மக்களைக் கொள்ளையடிப்பதில் பெருமை கொள்ளும் கொள்ளையரின் கதையை ஏன் கூறக்கூடாது?

இப்படியாக, நான் சிலுவையில் அறையப்பட்ட சாத்தான் நாவலை கிகூயூ மொழியில் எழுதத் தொடங்கினேன். நைரோபியிலிருந்து இல்மொரோக் வரை மடாடூ வாடகைக்காரில் பயணிக்கும் வாரீங்கா மற்றும் ஆறு பேர்களின் கதை இது. இப்பயணிகள் தம்மிடையே உள்ள பொதுவான அம்சத்தைப் பற்றித் தெரிந்து கொள்கிறார்கள். அவர்கள் எல்லோருக்கும் சாத்தான் ஏற்பாடு செய்துள்ள திருடர்களுக்கும் கொள்ளையர்களுக்குமான விருந்துக்கான அழைப்பு கிடைத்திருந்தது. அவ்விருந்தின் மையம் ஒரு போட்டி. ஏழு புத்திசாலியான திருடர்களையும் கொள்ளையரையும் தேர்ந்தெடுப்பதற்கான போட்டி அது. மக்களை மிக அதிகமாகக் கொள்ளையடிக்கும் கலையைக் கற்றுத் தேர்ந்தவர்களைத் தேர்வு செய்வதற்கான போட்டி இது! போட்டியாளர்கள் மற்றவர் முன் நின்றுகொண்டு தமது சாதனைகளைப் பற்றி விளக்கிப் பேச வேண்டும். உதாரணமாக, ஒரு திருடன் கள்ளக்கடத்தல் மூலம் பெரும் பணக்காரராக ஆகிறார். ஆனால், தனது சொத்தையே வெறுக்கும் நிலை அவருக்கு ஏற்படுகிறது. அந்தச் சூழல் எப்படி ஏற்படுகிறது? அவருக்கு அவ்வளவு சொத்து கிடைத்தும், அவருக்கும் எல்லா சராசரி மனிதர்களைப் போல, அதிலும் அவரால் பாதிக்கப்பட்டவர்களைப் போலவே, ஒரே இருதயம், ஒரே வாழ்க்கை மட்டுமே இருப்பது என்ன நியாயம் என்று நினைத்தார். இருதய மாற்றுச் சிகிச்சையில் நடந்துள்ள பெரும் வளர்ச்சிகள் அவருக்கு ஒரு புது எண்ணத்தைக் கொடுத்தது. மனித உடலின் பல்வேறு பாகங்களை உற்பத்தி செய்யும் பெரும் தொழிற்சாலை ஒன்றை உருவாக்கும் நோக்கம் உருவானது. கூடுதல் ஆண்குறி உள்ளிட்டவற்றைத் தயாரிக்கலாம். உண்மையான பணக்காரர் இதன்மூலம் சாகாவரம் பெறலாம். சாவு என்பது ஏழைகளின் தலைவிதியாகிவிடும். ஆனால், அவர் ஒரு தவறு இழைத்து விடுகிறார். தன் மனைவியிடம் தெரிவித்து விடுகிறார். அவளுக்கும் பெருமகிழ்ச்சி ஏற்படுகிறது. பணக்காரர்களின் மனைவிமார்களை ஏழைகளின் மனைவியரிலிருந்து வித்தியாசப்படுத்தும் சாத்தியம் அவளுக்கு உற்சாகத்தை அளித்தது. தங்களைப் போன்றவர்களுக்கு இரண்டு வாய்கள், இரண்டு வயிறுகள், இரண்டு அல்லது இன்னும் கூடுதலான இருதயங்கள் மற்றும் இரண்டு யோனிகள்...

"அவள் இரண்டு பெண்குறிகள் பற்றிக் குறிப்பிட்டதும், ஒன்றுக்கு பதிலாக இரண்டு இருக்கும் என்றதும் எனக்கு அதிர்ச்சியாக இருந்தது. அவள் இரண்டு வாய்கள், வயிறுகள், வெவ்வேறு உடலின்

பாகங்களைப் பன்மடங்காக வைத்துக் கொள்வது பற்றி எனக்கு ஆட்சேபம் இல்லை என வெளிப்படையாகத் தெரிவித்தேன். ஆனால், இரண்டு... கூடாது, கூடாது. இந்த அர்த்தமற்ற கற்பனைகளை மறந்து விடுமாறு கூறினேன். பிறகு அவள் வாக்குவாதம் செய்ய ஆரம்பித்தாள். அவளுக்கு வாய்ப்பு இல்லையெனில், எனக்கும் இரண்டு 'குஞ்சுகள்' இருக்கக்கூடாது என்றாள். கசப்புற்ற நான் அவளிடம், "எதற்கு உனக்கு இரண்டு வேண்டும்? சொல். இரண்டை வைத்துக்கொண்டு என்ன செய்வாய்?" என்று கேட்டேன். அவளோ பதிலுக்கு, "உங்களுக்கெதற்கு இரண்டு வேண்டும்? எதற்குப் பயன்படுத்துவீர்கள்? உங்களுக்கு இரண்டு இருந்தால், எனக்கும் இரண்டு இருக்கவேண்டும்." பால் சமத்துவம் நமக்குத் தேவை.

'இதற்குள், எனக்குப் பொறுக்கமுடியாத கோபம் வந்துவிட்டது. சமத்துவத்தையெல்லாம், ஐரோப்பாவிற்கோ அமெரிக்காவிற்கோ கொண்டு போகும்படிக் கூறினேன் அவளிடம். இங்கு நாங்கள் ஆப்பிரிக்கர்கள். நாங்கள் ஆப்பிரிக்கப் பண்பாட்டைப் பின்பற்ற வேண்டும். அவள் முகத்தில் ஓங்கி ஒரு அறை விட்டேன். அழ ஆரம்பித்தாள். மறுபடி அடித்தேன். மூன்றாவது முறை அடிக்க கை ஓங்கிய போது, அவள் அடிபணிந்தாள். 'நீங்கள் மூன்று என்ன பத்து கூட வைத்துக் கொள்ளுங்கள்; எனக்கு ஒன்று போதும்' என்றாள்.

"அந்தக் கனவு பற்றி சிந்தித்துப் பாருங்கள், பெரியோரே! ஒவ்வொரு பணக்காரருக்கும் இரண்டு வாய்கள், வயிறுகள், ஆண்குறிகள், இருதயங்கள் இருக்கும். எனவே இரண்டு வாழ்க்கை கிடைக்கும். நமது பணம் சாகாமையை வாங்கித்தரும். சாவை ஏழைகளுக்கு விட்டுவிடுவோம். ஹா! ஹா! ஹா!

முடிவை எனக்கு வழங்குங்கள். வெகு காலத்திற்குப் பிறகு, அதற்கான தகுதியான உரிமையாளர் கிடைத்திருக்கிறார்.'

IX

ஒரு கலைப்படைப்பிற்குக் கிடைக்கும் வரவேற்பும் அப்படைப்பின் ஒரு பகுதிதான். சொல்லப் போனால் அப்படைப்பின் வரவேற்பு (நுகர்வு) தான் குறிப்பிட்ட கலைப்பொருளின் படைப்பாக்க நெறிமுறையை முழுமையாக்குகிறது. எனவே, *சிலுவையில் அறையப்பட்ட சாத்தான்* நாவல் எதிர்கொள்ளப்பட்ட விதம் குறித்துச் சொல்ல விரும்புகிறேன். அது குடும்பங்களில் படிக்கப்பட்டது. ஒவ்வொரு மாலையும் குடும்பம் ஒன்றுகூடும்போது, எழுத்தறிவு பெற்ற உறுப்பினர்களுள் ஒருவர் படிக்கப் பிறர் கேட்பார்கள். தொழிலாளர்கள் மதிய இடைவேளைகளில் கூடும் போது, ஒருவரைப் படிக்கச் சொல்லிப் பிறர் கேட்பார்கள். பேருந்துகளில், வாடகைக்கார்களில், மதுக்கடைகளில் படிக்கப்பட்டது.

இதன்மூலம் உருவான புதிய தன்மை தொழில்முறை படிப்பாளர்கள் உருவானதே. ஆனால், அவர்கள் மதுக்கடைகளில் உருவானார்கள்! சத்தம் போட்டுப் படிப்பவர்களைச் சுற்றிப் பிறர் உட்கார்ந்து கொண்டு மது அருந்தியபடியே கவனமாகக் கேட்டுக் கொண்டிருந்தனர். ஏதேனும் ஒரு ஆர்வமூட்டும் கட்டம் வரும்போது, படிப்பவரது குவளை காலியாக இருப்பதை உணர்ந்து அவர் புத்தகத்தைக் கீழே வைப்பார். ‘அவருக்கு இன்னொரு போத்தல் பியர் கொடுங்கள்’, என்று முதலாளியை நோக்கி சிலர் கத்துவார்கள். எனவே படிப்பவர் தொடர்வார். அவரது குவளை முடியும் வரை அவர் தொடர்வார். அவர் மீண்டும் நூலைக் கீழே வைத்தால், முழு நாடகமும் மீண்டும் நடக்கும். இரவிரவாக, இது நாவல் முடியும் வரை தொடரும்.

நான் விவரித்த நெறிமுறை இந்நாவல் வாய்மொழி மரபிற்குள் தன்வயமாக்கப்பட்ட விதம் ஆகும். *சிலுவையில் அறையப்பட்ட சாத்தான்* நாவல், காலம் காலமாகப் புழங்கி வரும் குடும்பக் கதை சொல்லல் மரபிற்குள் ஏற்கப்பட்டது. குழுவினராக ஒரு படைப்பை அணுகும் மரபில் கலந்தது. அழகியல் நுகர்வை மேம்படுத்தி, விளக்கம், விவாதம் விமரிசனங்களைக் கிளப்பும் முறையிலிருந்து இது வேறுபட்டது. பழங்காலத்தில் நடைமுறையில் இருந்த குழுவாகக் கலையை அனுபவிக்கும் அனுபவத்தின் மிச்சசொச்சங்கள் அரங்கத்திலும் ஓரளவு சினிமாவிலும் இன்னும் தொடர்கின்றன.

இந்நாவல் (*I will marry when I want* நாடகமும் இதே காலகட்டத்தில் வெளியிடப்பட்டது) விநியோகமும் வெளியீட்டாளருக்குச் சவாலாக அமைந்தது. புத்தகக் கடைகள், நூலகங்கள் மற்றும் பிற செய்தி மையங்கள் நகர்ப்புற, ஆங்கிலக் கல்வி பெற்ற பிரிவினருக்காகவே செயல்பட்டன என்பது விரைவில் தெளிவாயிற்று. நகர்ப்புற ஏழைகள் மற்றும் கிராமப்புறத்தாருக்கு இந்த வசதிகளை அனுபவிக்கும் உயரின்பங்கள் சாத்தியமில்லை. அவர்கள் எழுத்தறிவற்றவர்கள் எனக் கருதப்பட்டனர்: உண்மையில், பெரும்பாலும் அப்படித்தான் இருந்தனர். ஏழ்மை மற்றும் எழுத்தறிவின்மை சுமத்தும் தனிமையை எப்படி மீறுவது? இவை நாவல் போன்ற படைப்புகளின் நுகர்வை பாதிப்பதில்லையா? இவை உண்மைதான்: வறுமையும் எழுத்தறிவின்மையும் அறிவு மற்றும் தகவல் தொழில் நுட்பப்பரவலைக் குறுக்கி விடுகின்றன. இது அமைப்போடு தொடர்புடைய சிக்கல். அறிவு, தகவல், இலக்கியம் போன்றவற்றை எட்டுவதற்கான பொருளாதார அரசியல் அடிப்படைகளைச் சார்ந்தவை. விரைவில் இந்த அசமத்துவ வளர்ச்சியைச் சுற்றி நிறுவனங்கள் அமைக்கப்படுகின்றன. பெரும்பாலான மக்கள் வசிக்கும் கிராமப்புறங்களில் புத்தகக் கடைகளும் நூலக வசதிகளும் இல்லாமல் இருப்பது இதற்கு ஒரு எடுத்துக்காட்டு. அவர்கள் ஏழைகள், எழுத்தறிவற்றவர்கள்; எனவே அவர்களால் புத்தகங்களை வாங்கவோ, படிக்கவோ முடியாது. எனவே புத்தகக் கடைகளோ, நூலகங்களோ அப்பகுதிகளில் தேவையில்லை.

ஆனால், இவை இல்லாத காரணத்தால், மக்களுக்கு அறிவு மற்றும் தகவல் சேகரிப்புக்கான வழிமுறைகள் மறுக்கப்படுகின்றன. தங்களை ஒன்றிணைத்துக் கொள்ளவோ, எழுத்தறிவின்மை வட்டத்தை உடைக்கவோ உரிய வழிகள் அடைபடுகின்றன. நகர்ப்புற வசதி படைத்த பிரிவினருக்கு இலவசமாகக் கிடைப்பவை, கிராமப்புறப் பள்ளிகளுக்கு மறுக்கப் படுகின்றன. நூலகத்திலிருந்து புத்தகம் எடுப்பது, மன மகிழ்ச்சிக்காக அல்லது மேலும் விளக்கம் பெற பாட நூல் அல்லாத வேறு ஒரு நூலை வாங்கிப் படிப்பது போன்ற வழக்கங்கள் வளர்க்கப்படுவதில்லை. இம்மாதிரி பகுதிகளில் எப்படி நாவல்களை விற்கமுடியும்?

இச்சிக்கலுக்கு உண்மையில் தீர்வு இல்லை. வெளியீட்டாளர்கள் பல வழிகளை மேற்கொண்டனர்: நடமாடும் புத்தகக்கடைகள், சில பிரதிகளைச் சில கடைகளில் கொடுத்துவிட்டு விற்றால் பணம்; இல்லையெனில் பிரதிகளைத் திரும்பிப் பெறல் என்பது போன்ற வழிகள் தான் அவை. சில ஆர்வமுள்ள வாசகர்கள் ஐந்து, பத்து அல்லது இருபது பிரதிகளைத் தாங்களே முன்முயற்சி செய்து வாங்கிச் சென்று கிராமப்புறங்களிலும் தோட்டப் பகுதிகளிலும் விநியோகிப்பர். சில வியப்பான நிகழ்வுகளும் நடந்தன. அத்தகைய விநியோகத்தில் ஈடுபட்ட கிகீ வா வாச்சிரா என்பவர் ஒரு தோட்டப் பகுதிக்கு ஒரு மாதம் கழித்து திரும்பியபோது அவரைப் பல பரிசுகள் எதிர்கொண்டன. சென்ற முறை அவர் விற்ற இரண்டு, மூன்று பிரதிகளின் விளைவு அது. அங்கே கிடைக்கும் நல்ல நூல்களை அவர் தொடர்ந்து கொண்டுவர முடியுமா என்றனர். அம்மக்கள் தங்களது சேமிப்புகளைச் சேர்த்து சில பிரதிகளை வாங்கினார்கள். இந்த நாவலை அவர்களிடம் சேர்ப்பித்ததன் மூலம் கிகீ அவர்கள் மத்தியில் பெரும் கதாநாயகராகிவிட்டார்.

இத்தனை சிரமங்களுக்கு இடையேயும் நாவல் நன்கு விற்பனையாயிற்று. ‘துணிவோடு’ வெளியிட்ட வெளியீட்டாளரின் வர்த்தக திருப்திக்கேற்ப விற்பனை ஆயிற்று. முதலில் 5000 பிரதிகள் அச்சிட்டு இருந்தனர். மூன்றிலிருந்து ஐந்து ஆண்டுகளுக்குள் விற்க முடியும் என நம்பினர். எனவே, அவர்கள் கணக்குப்படி ஆயிரத்துக்கு மேற்பட்ட பிரதிகள் ஒரு ஆண்டில் விற்கும் என நம்பப்பட்டது. ஆனால், ஒரு மாதத்திற்குள் அடுத்த 5000 பிரதிகள் அச்சிட்டனர். அதே ஆண்டில் மேலும் ஒரு 5000 பிரதிகள் அச்சிட்டனர். நாவல் ஏப்ரல் 1980இல் வெளிவந்தது. 1980 டிசம்பருக்குள் 15,000 பிரதிகள் விற்பனை ஆகியிருந்தன.

கென்யாவில் மிக அதிக விற்பனை கொண்டிருந்த ஆங்கில நாவல் கூட இவ்வளவு விரைவில் இத்தனைப் பிரதிகள் விற்பனை ஆனதில்லை. இன்னமும் அந்நாவல் ஆண்டுக்கு 1000 பிரதிகள் விற்பதாக வெளியீட்டாளர்கள் கூறுகிறார்கள். ஆங்கிலம் அல்லது கிஸ்வாஹிலி மொழி நாவல்கள் கென்யாவில் விற்பனையாகும் எண்ணிக்கைக்கு அது ஈடாகும்.

இந்த நாவல் ஆங்கிலம், ஸ்வீடிஷ், நார்வேஜியன், ஜெர்மன் மொழிகளில் மொழிபெயர்க்கப்பட்டுள்ளது. ரஷிய, ஜப்பானிய, மொழிகளில் வெளியிடப்படும் வாய்ப்பு உள்ளது. (தமிழில் மொழி பெயர்க்கப்பட்டுள்ளது) - (மொ.பெ.) அதைவிட முக்கியமானது கிஸ்வாஹிலி மொழியில் வெளிவந்திருப்பதுதான். கிகூயூவுக்கும் ஸ்வாஹிலி மொழிகளுக்கும் இடையே நேரடித் தொடர்பு தொடங்கியுள்ளது.

ஆப்பிரிக்க மொழிகளுக்கு இடையே மேற்கொள்ளப்படும் தொடர்புகளே உண்மையான ஆப்பிரிக்க நாவலுக்கு அடித்தளம் எனக் கருதுகிறேன். இபோ மொழி நாவல் யொரூபாவிலும் யொரூபா மொழிப்படைப்பு இபோவிலும் வெளிவரக்கூடும். டோலுவ் அல்லது மாசை மொழியில் எழுதப்பட்ட நாவல் இரண்டு அல்லது மூன்று கென்ய மொழிகளிலோ, கென்யாவிற்கு வெளியே உள்ள ஆப்பிரிக்க மொழிகளிலோ பெயர்க்கப்படலாம். இவ்வாறாக ஒரே நாட்டிற்குள் வசிக்கும் வெவ்வேறு தேசிய இனங்களின் இலக்கியங்கள், மொழிகள், பண்பாடுகளுக்கு இடையே உண்மையான உரையாடல் தொடங்கும். அதன் அடிப்படையில் உண்மையான தேசிய இலக்கியம், பண்பாடு உருவாகும். உண்மையான தேசிய உணர்வு சாத்தியப்படும்! ஆப்பிரிக்கா முழுமைக்குமான உண்மையான ஆப்பிரிக்க உணர்வு எழுத்துக் கலைகளில் வெளிப்பட இவை அடித்தளமாக அமையும். மொழிபெயர்ப்புக் கலை வளர்ச்சிக்கும் இது கூடுதல் பலனை ஏற்படுத்தும். பள்ளி, கல்லூரிகளில் பாடமாகும். (பட்டதாரிகளுக்கு மற்றுமொரு பணிவாய்ப்பாகவும் அமையும்!) ஆப்பிரிக்க மொழிக் கல்வியைத் தீவிரப்படுத்தி, கூடுதல் அக்கறை மற்றும் அர்ப்பணிப்பை உருவாக்கும். ஒன்று மற்றொன்றைப் பாதித்து, இயங்கியல் பூர்வமாக முன்னேற்றமான நகர்வை ஆப்பிரிக்க நாவல் மற்றும் இலக்கியத்தில் உருவாக்கும்.

X

ஆப்பிரிக்க நாவலின் எதிர்காலம் ஆர்வமுள்ள எழுத்தாளர் (ஆப்பிரிக்க மொழிகளில் தனது காலத்தையும் திறமையையும் ஈடுபடுத்தத் தயாராக இருப்பவர்); மொழிபெயர்ப்பாளர் (ஆப்பிரிக்க மொழிகளுக்கு இடையே மொழிபெயர்க்கும் கலையில் தனது காலம், திறமையைக் காட்டத் தயாராக இருப்பவர்); வெளியீட்டாளர் (காலம், பொருளை முதலீடு செய்யத் தயாராக இருப்பவர்) அல்லது நிலவிவரும் நவகாலனிய மொழியியல் கொள்கைகளை முழுமையாகச் சீர்படுத்தி, தேசிய இனச் சிக்கலை சனநாயக முறையில் தீர்க்க முன்வரும் முற்போக்கு அரசாங்கம்; இறுதியாக, ஆர்வம் நிறைந்த பரந்த வாசகத் தளம் ஆகியவற்றை நம்பி உள்ளது. ஆனால் இந்த எல்லா அம்சங்களைக் காட்டிலும் எழுத்தாளனே இந்த அடி - நுனி புரியாத வட்டத்தை உடைத்து ஆப்பிரிக்க மொழியில் நாவல்களைப் படைக்கும் இடத்தில் இருக்கிறார். நாவலாசிரியர் புதுவழி காண்பவராக முடியும். புதுவழி

காணவேண்டும். ரஷியா, பின்லாந்து நாடுகளில் இந்த வரலாறு சாத்தியப்பட்டுள்ளது. ஆப்பிரிக்க எழுத்தாளர் தனது படைப்பாக்க வெளிப்பாட்டுக்கு இயல்பாகவே ஆப்பிரிக்க மொழியை நாடும் காலம் வரும். அப்போது தான் ஆப்பிரிக்க நாவல் தனது இடத்தைப் பெறும். ஆப்பிரிக்காவின் பல்வேறு பகுதிகளில் உருவாகியுள்ள ஆப்பிரிக்க மக்களின் பல்வேறு பண்பாடுகளை உள்ளடக்கியதாக அது அமையும். அதோடு ஆசியா, இலத்தீன் அமெரிக்கா, ஐரோப்பா, அமெரிக்கா மற்றும் உலகெங்கும் வளர்ச்சி பெற்றுள்ள நாவல், புனைகதையின் முற்போக்கான அம்சங்களையும் உள்ளடக்கி உருவாகும்.

ஆப்பிரிக்கப் புனைகதை, குறிப்பாக ஆப்பிரிக்க நாவலின் மொழியின் பண்பு குறித்து எந்த முடிவுக்கும் வர இது காலமல்ல. புனைகதை என்ற மொழியின் பண்பு குறித்தும் நான் இதைச் சொல்ல முடியும். ஆனால், புனைகதை தனது வடிவம் மற்றும் பண்பு நலன்களை நிச்சயம் கண்டடையும். ஏகாதிபத்தியத்திற்கு எதிரான ஆப்பிரிக்க மக்களின் போராட்ட மைய நீரோட்டத்தோடு மீண்டும் தொடர்பு கொள்வதன் மூலம் இது சாத்தியப்படும். ஆப்பிரிக்க விவசாயிகளின் வாய்மொழி மரபில் வேரூன்றுவதன் மூலம் இது சாத்தியமாகும். அதன் மூலம் ஆப்பிரிக்காவின் பொருத்தப்பாடு குறித்த தேடலில் புனைகதை முக்கியப் பங்காற்றும்.

குறிப்புகள்:

1. "வெள்ளம் தவிர (பைபிள் கதை உண்மையென்றால்) வேறு எந்த அழிவும் ஆப்பிரிக்காவைக் குலுக்கிய மனித இன அழிவிற்கு ஈடாகாது. அடிமைகளாக்கப்பட்டு, வேரோடு குடிபெயர்ந்த கருப்பர்கள் குறித்து நாமறிவோம். ஆனால், ஆப்பிரிக்காவிற்கு நடந்த பயங்கரங்களை நாம் அறியமாட்டோம். மக்களில் பெரும்பான்மையினர் வேரோடு பிடுங்கப்பட்டனர்; இடம் பெயர்க்கப்பட்டனர். தலைமுறைகள் அழிந்தன. ஐரோப்பிய நோய்கள் பிளேக் போல வந்து கவிந்தன. கால்நடைகள், மக்களை அழித்தன. நகரங்கள் வெறிச்சோடின. குடும்பங்கள் குலைந்தன. அரசுகள் கவிழ்ந்தன. பண்பாட்டு, வரலாற்றுத் தொடர் கண்ணிகள் காட்டுமிராண்டித் தனமாகத் துண்டிக்கப்பட்டன. எனவே இனி இரு ஆப்பிரிக்காவை நாம் காண முடியும்: பேரழிவிற்கு முந்தைய மற்றும் பிந்தைய ஆப்பிரிக்காக்கள்." இவான் வான் செர்டிமா, நியூ ப்ரன்ஸ்விக் & இலண்டன், 1984, ப. 8.
2. கூகி வா தியாங்கோ, வீடு திரும்பல், இலண்டன், 1972, ப. 16–17
3. மேற்படி, கடுங்காவல்: எழுத்தாளரின் சிறைக்குறிப்பு, இலண்டன், 1981, ப. 196
4. மார்குஸ் க்ளெவென் Nordbayerischer Kurier, 6, ஜூலை, 1984.
5. கென்ய சனாதிபதி மோயின் கொள்கை 'நீவாயோயிசம்' எனப்பட்டது. அதன் பொருள் 'எனது அடிச்சுவட்டைத் தொடருங்கள்' என்பதாகும். செப்டம்பர் 13, 1984இல் அவர் ஆற்றிய உரை கென்ய மக்களைக் கிளிப்பிள்ளைகளாக நினைத்ததை அம்பலப்படுத்தியது. பல்கலைக்கழகக் கல்வியாளர்கள், சில பத்திரிகையாளர்கள் மற்றும் ஆட்சிப் பொறுப்புகளில் உள்ள பலர் மோயின் வார்த்தைகளை வரிக்கு வரி ஒப்பிக்கிறார்கள்.

4. பொருத்தப்பாட்டிற்கான தேடல்

I

படைப்பிலக்கியத்தில் மொழி குறித்துப் பொதுவாகவும் அரங்கம், புனைகதைமொழி குறித்து குறிப்பாகவும் பேசிய பின்னர், நான் ஆப்பிரிக்கக் கவிதை மொழி' பற்றிப் பேசுவதுதான் பொருத்தமாகத் தோன்றும். ஏற்கனவே குறிப்பிட்ட அதே வாதங்கள் தான் கவிதைத் துறைக்கும் பொருந்தும். ஆப்பிரிக்க மொழிகளில் கவிதை தொடர்ந்து இருந்தும் வளர்ந்தும் வருகிறது. குறிப்பாக வாய்மொழி மரபில் தடையின்றி வளர்ந்து வருகிறது. எனவே ஆங்கிலம், பிரெஞ்சு, போர்த்துக்கீசிய மொழிகளில் ஆப்பிரிக்கக் கவிதை பற்றிப் பேசுவது அபத்தமாகப்படுகிறது. அவை ஆப்பிரிக்க ஐரோப்பியக் கவிதை: ஆப்பிரிக்கக் கவிதையோடு அதனைக் குழப்பிக் கொள்ளக்கூடாது. ஆப்பிரிக்கர்களால், ஆப்பிரிக்க மொழிகளில் இயற்றப்படுபவை ஆப்பிரிக்ககவிதை. ஸ்வாஹிலி மொழியில் எழுதப்பட்ட கவிதை மரபு பல நூற்றாண்டுகளாக இருந்து வருகிறது. சொமாலியக் கவிஞரும் ஏகாதிபத்திய எதிர்ப்புப் போராளியுமான ஹசனின் 'சொமாலியக் கவிதைகள்' சொமாலி மொழி பேசும் இடையர்கள் அனைவராலும் பாடப்படும். ஆனால், அந்நியமொழிகளில் எழுதப் பட்ட மிகச் சிறந்த ஆப்பிரிக்கக் கவிதைகளில் ஒரு வரி கூட ஆப்பிரிக்காவில் உள்ள எந்த விவசாயிக்கும் தெரியாது. கவிதை மொழி குறித்த விவாதத்திற்கு, அரங்கமொழி, புனைகதைமொழி என்பதுபோல, கவிதைக்கான மொழி பற்றிப் பேச குறிப்பிட்ட ஆப்பிரிக்க மொழிகளின் மூலங்கள் தெரிந்திருக்க வேண்டும். அதன் அடி, தளை, எதுகை, மோனை, உள்ளார்ந்த லயம், வரிகளின் அளவு, படிமங்கள், உள்ளுறை ஆகியவை அறிந்திருக்க வேண்டும். எனக்கு அந்த அறிவு இருப்பதாக நான் இப்போதைக்கு ஒப்புக்காகக் கூட கூற முடியாது.

மாறாக, இதுவரை நாம் விவாதித்தவற்றை நான் தொகுக்க முற்படுகிறேன். ஆப்பிரிக்க இலக்கிய மொழி அரசியலின் அடிப்படை குறித்து விவாதிக்க விரும்புகிறேன்.

ஆப்பிரிக்க இலக்கிய மொழியின் அரசியல் குறித்த விவாதத்தின் அடிப்படை, தளைநீக்கத் தேடலாகும். நம்மைக் குறித்தும் பிறரைக் குறித்தும் நாம் அணுக வேண்டிய கண்ணோட்டம் குறித்தத் தேடலாக

இது அமையும். இதனையே நான் 'பொருத்தப்பாட்டிற்கான தேடல்' என வழங்குகிறேன். இலக்கியப் படைப்பு குறித்ததாக மட்டுமல்லாது இலக்கியம் கற்பித்தல், பள்ளி மற்றும் பல்கலைக்கழக மட்டங்களில் அது தொடர்பான விமரிசனப் பார்வைகள் குறித்தும் இப்பகுதியில் விவாதிக்க விரும்புகிறேன். ஆப்பிரிக்க இலக்கியமும் உலக இலக்கியமும் நம் கண்முன் இருக்கையில் எதை முதலில் கற்றுத் தர வேண்டும் என்பதிலிருந்து நம் தேடல் தொடங்குகிறது. பிறகு எப்படிக் கற்றுத் தரலாம் என்ற சிக்கல் எழுகிறது. இதில் இரு பிரிவுகள் உள்ளன. தேர்ந்தெடுக்கப்படும் பகுதிகள், அவை குறித்த நம் அணுகுமுறைகள் ஆகிய இரண்டும் இதில் முக்கியமாகின்றன. இவ்விரண்டுமே தேசிய, வர்க்கம் சார்ந்த நம் தேர்வுகளில் தாக்கம் செலுத்தும்; அவற்றினால் தாக்கம் கொள்ளவும் செய்யும். நம் தத்துவார்த்தப் பிடிப்புக்கேற்ப தேசிய, வர்க்க நலன்கள் தாக்கம் செலுத்தும்; தாக்குறும். ஏற்கனவே ஒன்று மற்றொன்றோடு சிக்குண்டு, தாக்குண்டு, தாக்கம் செலுத்தும் வாழ்முறையில் நாம் அனைவரும் இருப்பது நீங்கள் அறிந்ததே! அடிப்படைக் கட்டுமானம் என நான் குறிப்பிடுவதைச் சிறிது விளக்க விரும்புகிறேன்.

நாம் ஒரு பொருளைப் பார்க்கும் முறை, நமக்கும் அதற்குமான உறவைப் பொருத்து அமையும். எடுத்துக்காட்டாக, நாம் அனைவரும் இந்த அறையில் கூடியுள்ளோம். ஆனால், இங்கு எதை, எவ்வளவு தூரம் பார்க்கிறோம் என்பது நாம் எங்கு அமர்ந்து கொண்டு உரையைக் கேட்கிறோம் என்பதைப் பொருத்து அமையும். எனக்குப் பின்னால் உள்ள சுவரை நீங்கள் பார்க்க முடியும். உங்களுக்குப் பின்னால் உள்ள சுவரை நான் பார்க்கிறேன். சிலர் அமர்ந்துள்ள இருக்கைகளில் இருந்து, பிறரை விடக் கூடுதலாக இந்த அறையைப் பார்க்க முடியும். நாம் இங்கிருந்து வெளியே போய், இதனை வர்ணிக்க முற்படும்போது, பலவகைப்பட்ட விவரிப்புகள் கிடைக்கும். ஏழு குருடர்கள் யானையைத் தடவிப் பார்த்த கதை நாமறிவோம். யானையின் உருவம் பற்றிய முற்றிலும் முரணான கருத்துகள் அவர்களிடையே இருப்பதுண்டு. இப்போது யானையை தொட வாய்ப்பு கிடைத்தது. ஆனால், ஒவ்வொருவரும் வெவ்வேறு பகுதியைத் தொட்டனர். கால்கள், காதுகள், துதிக்கை, வால், பக்கவாட்டுப் பகுதி, வயிறு... யானையைத் தொட்டறிந்தபின் ஒவ்வொருவரும் யானையின் கனபரிமாணங்கள் குறித்த முற்றிலும் மாறுபட்ட கருத்துகளோடு திரும்பினர். யானையுடனான அவர்கள் தொடர்பு வெவ்வேறாக இருந்ததால், பார்வைகளின் பரிமாணங்களும் வேறுபட்டன. அதேபோல, தத்துவார்த்தப் பார்வைக்கேற்பவும் பரிமாணங்கள் வேறுபடும்.

காலனிய, நவகாலனிய காலகட்டங்களில் ஏகாதிபத்தியத்துடனான நம் தொடர்பு என்ன என்பதிலிருந்தே, நாம் நம்மையும் நம்

சூழலையும் புரிந்து கொள்ளும் விதம் அமையும் என்பதை முன்னர் வைத்த விவாதங்களில் குறிப்பிட்டுள்ளேன். நமது தனித்துவம் மற்றும் கூட்டு இருப்பு குறித்து எதைச் செய்யவேண்டும் என்றாலும், கவனமாக, ஈவிரக்கமற்ற ஏகாதிபத்தியம் நம்மையும் இவ்வுலகில் நம்மைக் குறித்த நம் பார்வையையும் எவ்வாறு உருவாக்கியுள்ளது என்பதை அலசவேண்டும். இவ்விவாதத்திற்கான பொருத்தப்பாடு ஏகாதிபத்திய எதிர்ப்புச் சூழலின் பின்னணியிலிருந்தே புரிந்து கொள்ளப்படவேண்டும். அப்போதுதான் தக்க அணுகு முறையை நம்மால் உருவாக்க முடியும்.

இலக்கியத்தில் இதனைக் காண்பது எளிதான காரியமல்ல. எனவே தான் எதனைக் கற்றுக் கொடுப்பது, எந்த வரிசைக்கிரமத்தில், எவ்வகை அணுகுமுறைகளில் என்பவை குறித்த விவாதத்தின் ஏகாதிபத்திய எதிர்ப்புப் பின்னணியை விளக்க முற்படுகிறேன். பள்ளி மற்றும் பல்கலைக்கழகங்களில் இலக்கியம் கற்பித்தல் குறித்து நடந்த “மாபெரும் நைரோபி இலக்கிய விவாதம்” பற்றிய விவரிப்பிலிருந்து என் கருத்துகளைத் தொடங்குகிறேன்.

II

1968 செப்டம்பர் *20* அன்று அப்போது ஆங்கிலத்துறைத் தலைவராக இருந்த முனைவர் ஜேம்ஸ் ஸ்டூவர்ட் ஆங்கிலத்துறை மேம்பாட்டிற்கான திட்டங்களைக் கலைப்புலக் குழுவிடம் வழங்கினார். திட்டங்கள் அனைத்தும் அவசியமானவைதான். ஆனால் அவை இரண்டு முக்கிய வாக்கியங்களோடு தொடங்கின.

> இக்கல்லூரியின் ஆங்கிலத்துறை நீண்ட வரலாறு கொண்டது. நவீன மேற்குலகம் உருவான காலந்தொட்டு தொடர்ந்து வரும் தனித்த பண்பாடு குறித்த கல்விக்கான பாடத் திட்டத்தைக் கொண்டுள்ளதன் மூலம் வரலாறு, தத்துவம் மற்றும் மதவியல் துறைகளுக்கு முக்கிய கூட்டாளியாகத் திகழ்கிறது. இருப்பினும், ஒப்பீட்டுக் காரணங்களுக்காகப் பிற ஆங்கில எழுத்துக்கள் (அமெரிக்கா, கரீபியா, ஆப்பிரிக்கா, காமன் வெல்த்) மற்றும் பிற கண்டங்கள் சார்ந்த எழுத்துக்கள் மூலம் இப்பாடத்திட்டத்தில் பிரித்தானிய மையம் குறைவாக இருக்கவும் நேர்கிறது.[1]

ஒரு மாதத்திற்குப்பின் அக்டோபர் *24, 1968* இல் அப்பல்கலைக் கழகத்தில் இருந்த மூன்று ஆப்பிரிக்க விரிவுரையாளர்கள் மற்றும் ஆய்வாளர்கள் அன்றைய அமைப்பில் செயல்பட்ட ஆங்கிலத் துறையை நீக்கவேண்டும் என்று அறைகூவல் விடுத்தனர். கென்யா மற்றும் ஆப்பிரிக்காவின் பண்பாட்டுமரபு, ஓர்மையின் ஆணிவேராக ஆங்கிலமரபும் நவீன மேற்குலக உருவாக்கமும் இருந்தது என முன்வைக்கப்படும் கருதுகோளை அவர்கள் கேள்விக்காட்படுத்தினர். ஆப்பிரிக்காவை மேற்குலகின் விரிவாகக் காணும் பார்வையை

அவர்கள் மறுதலித்தனர். அதோடு நிறுத்தாமல் அடுத்த கேள்வியையும் முன்வைத்தனர்.

> காலந்தோறும் வரலாற்றுக் கண்ணி அறாமல் தொடரும் தனித்த பண்பாடு ஒன்றின் கல்வி தேவை எனில், அப்பண்பாடு ஏன் ஆப்பிரிக்கப் பண்பாடாக இருக்கக்கூடாது? ஆப்பிரிக்க இலக்கியம் மையமாக அமைந்து பிற பண்பாடுகளை அதனுடனான தொடர்போடு ஏன் அணுகக் கூடாது?[2]

அவ்வளவுதான். பூகம்பம் வெடித்தது. 1968ஆம் ஆண்டிலும் 1969லும் இவ்விவாதம் சூடு பிடித்தது. முழுத்துறையிலும் பல்கலைக் கழகம் எங்கும் பரவியது. அந்த வாக்கியங்கள் இன்றைய கென்யாவிலும் தொடரும் இலக்கியம், பண்பாடு குறித்த அரசியல் தொடர்பான விவாதத்திற்கான களமாக அமைந்தது. விவாதத்தின் நுண்பிரிவுகளில் அதிக வேறுபாடுகள் இல்லை. ஆப்பிரிக்க, ஐரோப்பிய மற்றும் பிற இலக்கியங்கள் இடம் பெறவேண்டும் என எல்லாத் தரப்பினரும் ஏற்றுக்கொண்டனர். ஆனால், எது மையமாக அமைய வேண்டும்? எவை விளிம்புகளில் இருக்கலாம்? இரண்டிற்குமான உறவு என்ன? இவற்றைப் பொருத்தே அணுகுமுறை, பொருத்தப்பாடு ஆகியவை மாறின. அவை ஒவ்வொரு பிரிவிற்குமான உறவுகளின் கனத்தைத் தீர்மானித்தன.

இந்த விவாதத்தின் முக்கியத்துவத்தை உணர்ந்து கொள்ளவும் இவ்விவாதம் ஏன் இத்தனை வேகத்தைக் கிளப்பியது என்பதைப் புரிந்து கொள்ளவும் ஆப்பிரிக்காவில் ஆங்கிலக் கல்வியின் வளர்ச்சி, ஆப்பிரிக்க மாணவர் எதிர்கொள்ளும் இலக்கியம், ஆப்பிரிக்காவின் ஏகாதிபத்திய ஆதிக்கத்தில் பண்பாட்டின் பங்கு ஆகியவற்றோடு இதனைப் பொருத்திப் பார்க்கவேண்டும்.

III

இரண்டாம் உலகப் போருக்குப்பின் பள்ளி மற்றும் உயர் கல்வி நிறுவனங்களில் ஆங்கிலக் கல்வி முறைப்படுத்தப்பட்டது. இலண்டன் பல்கலைக்கழகத்தின் வெளிநாட்டு இணைப்புத் துறைகள் உகாண்டா, நைஜீரியா, கானா, சியோரோ லியோன், கென்யா மற்றும் தான்சானியாவில் தொடங்கப்பட்டன. இலண்டனில் வழங்கப்பட்ட கல்வியைப் பெரிய மாறுதல்களுடன் இத்துறைகள் வழங்கின. எடுத்துக்காட்டாக, ஆங்கிலத்துறைப் பாடத்திட்டத்தில் ஆங்கில இலக்கிய வரலாறு இடம்பெறும். அதில் ஷேக்ஸ்பியர், ஸ்பென்சர், மில்டன் தொட்டு ஜேம்ஸ் ஜாய்ஸ், டி.எஸ்.எலியட், ஐ.ஏ.ரிச்சர்ட்ஸ் மற்றும் தவிர்க்க இயலாமல் எஃப். ஆர். லீவிஸ் ஆகியோர் இடம் பெறுவர். ஆங்கிலேய நடுத்தர வர்க்கத்தின் இனிமையான, ஒளிமிக்க மொழிக்கான தேடலை முன்வைத்த மாத்யூ ஆர்னால்ட், ஆங்கிலேய - கத்தோலிக்க நிலவுடமை மரபை உயர் வர்க்கப் பார்வையாக

முன்வைத்த டி.எஸ். எலியட்ற்கும் ஆளப்பிறந்த இனத்தவர் கோட்பாட்டிற்குமான அய்யப்பாட்டிற்குரிய நெருக்கம், ஆங்கில இலக்கியத்தின் பெரும் மரபைத் உயர்த்திய லீவிஸ், அவர் அழுத்தம் தந்த இலக்கியத்தின் நல்லொழுக்க போதம்... இவை மூன்றும் எங்கள் அன்றாடப் பாடங்களை ஆக்கிரமித்தன. ஒவ்வொரு பத்தியிலும் சொல்லிலும் ஷேக்ஸ்பியரின் அரைப்புள்ளி, முற்றுப்புள்ளியிலும் உள்ள ஒழுக்க மதிப்பீடுகளின் முக்கியத்துவம் பற்றி எத்தனை கருத்தரங்குகள் நடத்தி இருக்கிறோம்? காலனிய சூழலிலும் ஆங்கில இலக்கியக் கல்வியை அர்த்தமுள்ளதாக ஆக்கியிருக்கக் கூடிய ஆர்னால்ட் கெட்டில், ரேமண்ட் வில்லியம்ஸ் போன்றவர்களின் எழுத்துக்கள் 1959-64 க்குட்பட்ட காலத்தில் கூட மேம்போக்காக மட்டுமே இடம் பெற்றன. ஆனால், எந்தப் படைப்பாளி அல்லது விமரிசகர் நமக்கு ஏற்றவர் அல்லது அவர்களது பார்வைகளில் உள்ள வேறுபாடுகள் என்ன என்பது நமக்கு இப்போது தேவையில்லை. இவர்கள் அனைவரும் ஆங்கில மரபிற்குள் வந்தவர்கள். நாடக மரபில் மட்டுமே ஏஸ்கைலஸ், ஃசோபாக்ளிஸ், அரிஸ்டாட்டில், இப்சன், செகாவ், ஸ்டிரிண்ட்பெர்க், சின்ஜ் போன்ற ஆங்கிலமற்ற பெயர்கள் இடம் பெற்றன. மெகரெரேயைச் சேர்ந்த பேராசிரியர் வார்னர் *ஆப்பிரிக்காவில் ஷேக்ஸ்பியர்* என்பது குறித்த கருத்தரங்கின் தொடக்கவுரையில் எப்படி அவரது மாணவர்கள் ஜேன் ஆஸ்டின் நாவல்களில் வரும் பாத்திரங்களைத் தமது ஆப்பிரிக்க கிராமங்களில் கண்டுணர்ந்தனர் என்று சிலாகித்துப் பேசினார். அந்த அளவு ஆங்கில மரபு மையமாகவும் பொதுமைப்படுத்தப்பட்டதாகவும் இருந்தது. ஆங்கில இலக்கியம் ஆப்பிரிக்காவிற்குப் பொருத்தமான ‘ஆப்பிரிக்கச் சூழலில் ஆங்கிலக் கல்வி’க்கான முன்வைப்பு முழுமை பெற்றுவிட்டது. பள்ளிகளில் ஆங்கில மொழி மற்றும் இலக்கியப் பாடத்திட்டம்’ தேர்ந்தெடுக்கப்படும் அதிர்ஷ்டசாலிகளைப் பல்கலைக் கழகத்தில் ஆங்கிலத்துறை பட்டம் பெறுவதற்காக வெட்டி ஒட்டி உருவாக்கியது. எனவே பாடத்திட்டம் ஒரே தரத்தின் பாற்பட்டதாக இருந்தது. ஷேக்ஸ்பியர், மில்டன், வேர்ட்ஸ் வொர்த், ஷெல்லி, கீட்ஸ், கிப்ளிங் ஆகிய பெயர்கள் தான் மெகரெரே செல்லக்கூடிய வாய்ப்பு பெறுமுன்பே பழகிய பெயர்களாகப் புழங்கலாயின.

பள்ளி மற்றும் பல்கலைக்கழக வகுப்பறை மற்றும் நூலகங்களில் ஆப்பிரிக்கக் குழந்தைகளுக்குக் கிடைக்கக்கூடிய இலக்கியப் பனுவல்களை மூன்று பிரிவுகளாகப் பிரிக்கலாம். இது குறித்து *ரைட்டர்ஸ் இன் பாலிடிக்ஸ் (Writers in Politics)* நூலில் *லிட்டரேச்சர் அண்ட் சொசைட்டி (Literature and Society)* கட்டுரை விளக்கமாகக் கூறுகிறது.

முதல் பிரிவு ஐரோப்பிய இலக்கியத்தின் மனிதாய, சனநாயக மரபைச் சேர்ந்தது. ஏஸ்கைலஸ், ஃசோபாக்ளிஸ், ஷேக்ஸ்பியர், பால்சாக், டிக்கன்ஸ், தாஸ்தோவஸ்கி, டால்ஸ்டாய், கார்க்கி, பிரெக்ட்

போன்றவர்கள் இதில் வருவர். மிகப்பரந்த மனிதநேயம், பொதுமைப் பண்பு இருந்தபோதிலும் அவர்களது இலக்கியம், ஐரோப்பிய அனுபவம் சார்ந்த வரலாறாகவே இருந்தன. அவ்விலக்கியக்களின் உலகமும் அப்பகுதியில் உள்ள குழந்தைகளுக்கே உணரக்கூடியதாக அமையும். ஆப்பிரிக்கக் கிராமப்புறப் பெண்களின் வம்புப் பேச்சில், ஜேன் ஆஸ்டின் பாத்திரங்களைக் காண முயன்றாலும் அவ்வனுபவம் முற்றிலும் அந்நியப்பட்டதே ஆகும். இப்படைப்பாளிகளைக் கற்றலுக்கு உதவும் விமரிசன மரபும் ஷேக்ஸ்பியர் உட்பட, இவர்களைப் பரிவு தவிர வேறு எந்தக் குணமும் இல்லாத சிந்தனையற்ற சான்றோர் பெருமக்களாகவே சித்திரித்தது! ஐரோப்பிய பூர்ஷுவா பண்பாட்டைக் குறித்த கூர்மையான பார்வைகளை முன்வைத்த இப்படைப்பாளிகள் காதல், அச்சம், பிறப்பு, இறப்பு போன்ற பொதுமைக்கருத்துகளை மட்டுமே வழங்கியவர்களாக பிரதிநிதித்துவப்படுத்தப்பட்டனர். சிலசமயங்களில் பைபிள், ஊசி ஆகியவற்றோடு உலகிற்குக் கிடைத்த மிகப்பெரும் பரிசாக இவர்கள் அறிமுகப்படுத்தப்பட்டனர். வில்லியம் ஷேக்ஸ்பியரும் கிறிஸ்துவும் இருண்ட ஆப்பிரிக்காவிற்கு ஒளியைக் கொண்டு வந்துள்ளனர். எங்கள் பள்ளியில் உள்ள ஒரு ஆசிரியர் ஷேக்ஸ்பியரும் ஏசுவும் எப்படி எளிய ஆங்கிலத்தில் பேசினர் என்று விளக்கினார். ஏசு ஹீப்ரூ மொழியில் பேசினார் என்பதைச் சிலர் அவரிடம் குறிப்பிட்டுச் சொல்லும் வரை இது தொடர்ந்தது! ஆங்கில இலக்கியத்தின் 'பெரும் மரபு' 'இலக்கியத்தின் பெரும் மரபு அல்லவா!'

அடுத்த பிரிவு, ஆப்பிரிக்காவைத் தமது கற்பனைக் களனாகக் கொண்ட முற்போக்கு ஐரோப்பியர்கள். ஆலன் பேடனின் *க்ரை தி பிலவ்ட் கண்ட்ரி (Cry the beloved Country)* இதற்கு நல்லதொரு எடுத்துக்காட்டாகும். இதில், தன்னைச் சுற்றிலும் உள்ள இனவெறிக்கு மத்தியில், வன்முறை தவிர்த்து நிற்கும் ஆப்பிரிக்கன் உன்னதமான கதைத்தலைவன். பாதிரி ஸ்டீபன் குமலோ அனைவரது பரிவையும் ஏற்கும் பாத்திரம். ஏற்கனவே தன்னை வலது கன்னத்தில் தாக்கிய எதிரிக்கு, இடது கன்னத்தைக் காட்டுபவர். அறுபதுகளில் வியட்நாம் யுத்தத்தை நிறுத்த, துப்பாக்கி ஏந்திய காவல் துறையினருக்கு பூக்கள் வழங்கிய அமெரிக்கருக்கு முன்னோடியான ஆப்பிரிக்க வடிவம் குமலோ. ஜாய்ஸ் கேரியின் *மிஸ்டர் ஜான்சன் (Mister Johnson)* மேலும் முற்போக்கான கட்டத்தை எட்டியது. திருவாளர் ஜான்சன் ஆட்டம், பாட்டம், கேளிக்கை விரும்பும் ஆப்பிரிக்காவின் உணர்ச்சிப்பூர்வமான வலுமிக்கவன். *IC* குழந்தைக்குரிய மனிதநேயம் மிக்கவன். இந்த நாவலில் அவன் இறக்க நேர்கிறது. அவனது அரிய ஆசை என்ன தெரியுமா? - ஓர் ஐரோப்பிய மாவட்ட அதிகாரியால் சுடப்பட்டு இறப்பது. அந்த ஆசை பூர்த்தியாகிறது. நாம் நமது குதிரைகள், பூனைகளுக்கு இதே மாதிரி நியாயத்தைச் செய்வதில்லையா? இந்த நாவலின்படி, அதிகாரியும் ஜான்சனும் பாராட்டிற்குரியவர்கள்.

அவர்களிருவருக்கும் இடையே மனித ஒப்பந்தம் ஏற்பட்டுவிட்டது... குதிரைக்கும் சவாரி செய்வோருக்கும் இடையே, பணியாள், எசமானனுக்கும் இடையே ஏற்படுவதுபோல. கரேன் பிளிக்சனின் *அவுட் ஆஃப் ஆப்பிரிக்கா (Out of Africa)*. இதே பாணியில் அடங்கும். அவரைப் பொருத்தவரை ஆப்பிரிக்கர்கள் தனிவகை மனிதப் பிறவிகள். ஆன்மீகத்துவமும் அபூர்வமான தெய்வீகக் குணமும் நிறைந்தவர்கள்; அல்லது மிருகங்களுக்கு உரிய உள்ளுணர்வும் வன்மையும் மிக்கவர்கள்; இத்தகைய 'அருங்' குணங்களை ஐரோப்பியர்கள் இழந்து விட்டனர்.

மூன்றாவது வகை அடிமட்ட இனவாத இலக்கியம். ரைடர் ஹோகாட், எல்ஸ்பத் ஹக்ஸ்லீ, ராபர்ட் ரூர்க், நிக்கலாஸ் மோன்சராட் போன்றோர் இதில் அடங்குவர். இதில் இரண்டு வகை ஆப்பிரிக்கர்கள் இடம் பெறுவர்: நல்லவர்/கெட்டவர். நல்ல ஆப்பிரிக்கன் ஐரோப்பிய காலனியவாதியுடன் ஒத்துழைப்பவர். அதிலும் தனது மக்கள், நாடு ஆகியவற்றை காலனியம் ஆக்கிரமிக்கவும் அடிமைப்படுத்தவும் உதவுபவர். அத்தகைய பாத்திரம் வலிமை, புத்திசாலித்தனம், அழகு மிக்கதாகச் சித்திரிக்கப்படுகின்றது. தன்னை விற்றுக்கொள்ளும் வலிமை, அழகு அது! கெட்ட ஆப்பிரிக்கப் பாத்திரம் அன்னிய ஆக்கிரமிப்பிற்கு எதிரான செயல்பாடுகளில் ஈடுபடும். அத்தகைய பாத்திரம் அசிங்கமான, வலுவற்றதாக, கோழையானதாக, சதித்திட்டம் தீட்டுவதாக அமையும். வாசிப்பவர்களின் பரிவு காலனியத்தோடு கைகோர்த்துக் கொள்ளும் ஆப்பிரிக்கர்களை நோக்கியதாகச் சித்தரிக்கப்படுகிறது. காலனியத்திற்கு எதிரான அரசியல், இராணுவப் போராட்டங்களில் ஈடுபடுபவர்களிலிருந்து வாசகர்களைத் தூர விலகி நிற்க வைக்கிறது. மேற்குலகத் தொடர்புச் சாதனங்கள் பலவற்றில் இத்தகைய ஆப்பிரிக்கப் பகுதிகளே இடம் பெறுகின்றன. கென்யா, ஐவரி கோஸ்ட் போன்ற பகுதிகள் தங்கள் எதிர்காலத்தை ஐரோப்பிய-அமெரிக்க ஏகாதிபத்தியத்திற்கு அடகு வைத்தது, நடப்பியல் அனுபவம்மிக்கது; எதார்த்தமானது; நிலையானது; ஜனநாயகமானது; இந்நாடுகள் பெரும் பொருளாதார வளர்ச்சி பெற்றுத் திகழ்கின்றன எனக் காட்டப்படுகிறது. ஆனால், க்ரூமாவின் கானா அல்லது நாசரின் எகிப்து போன்ற நாடுகள் தேசிய சுய நிர்ணயத்திற்காகப் போராடுகின்றன. அவை எளிமைத்துவம் கொண்டவை; எதார்த்தமற்றவை; மூடத்தனமான கொள்கைப் பிடிப்பு மிக்கவை; அதிகாரத்துவமானவை; தம்நாடுகளில் பொருளாதார வீழ்ச்சியைக் கொண்டு வந்தவை என்பதாகச் சித்திரிக்கப்படுகின்றன. தொலைக்காட்சி மற்றும் பிற சாதனங்கள் வருமுன்னரே, கற்பனை சார் படைப்பிலக்கியம் இனவாத சொல்லாடலையும் குறியீடுகளையும் உருவாக்கி விட்டது.

காலனிய பள்ளி மற்றும் பல்கலைக்கழகங்களில் இத்தகைய இலக்கியங்கள் மூலம் உலகை அறியும் ஆப்பிரிக்க மாணவர்கள்

வரலாற்றை ஐரோப்பிய அனுபவம் சார்ந்தே உணர்ந்து கொண்டனர். அவர்கள் தங்களின் உடனடிச் சூழலைக் காணும் பார்வை ஐரோப்பிய மையவாதமாகவே அமைந்தது. அவர்களது கோளங்களின் மையம் ஐரோப்பிய அறிவுஜீவி அச்சை சுற்றியே பூமி சுழன்றது. இலக்கியத்தில் எதிர்கொண்ட பிம்பங்களைப் புவியியல், வரலாறு மற்றும் அறிவியல் தொழில் நுட்பம் மீண்டும் உறுதியாக நிறுவியது. இவை பிரிட்டிஷ் ஏகாதிபத்திய பண்பாட்டு மேலாதிக்கத்திற்கு உதவியாக அமைந்தன. ஆப்பிரிக்க மக்கள் மீதான பொருளாதாரக் கட்டுப்பாடு, அரசியல் மற்றும் பண்பாடு மூலம் அமுல்படுத்தப்பட்டது. அரசியல் பொருளாதார ஆதிக்கம், பண்பாட்டு ஆதிக்கம் இல்லையெனில் முழுமைபெறாது. இலக்கிய அறிவுப்புலம் சார்ந்த செயல்பாடுகள் குறிப்பிட்ட தனி விளக்கங்கள், வியாக்கியானங்களை மீறி பொதுவாக இந்த அமைப்பிற்கு உகந்ததாக அமைந்தன. உலகப் போருக்குப் பின் காலனி நாடுகளில் கல்லூரிகள், பல்கலைக்கழகங்கள் அமைத்ததன் நோக்கமே, உள்நாட்டு அறிவு ஜீவி மேல்தட்டு மக்களை உருவாக்கி, பிரிட்டிஷ் சாம்ராச்சியத்தைத் தூக்கி நிறுத்த ஏதுவாக ஆக்குவதுதான். கிப்ளிங் கின் இஃப் (If) கவிதையில் வரும் கனவானுக்கு ஆப்பிரிக்க உடை வழங்கப்பட்டது. போருக்கு பிற்பட்ட சூழலில் பள்ளி மற்றும் பல்கலைக்கழகங்களில் ஏகாதிபத்தியம் உறுதியாக நிலைபெற்றதன் குறியீடாக மாறியது. வளரும் எதிர்ப்புப் புயல்களுக்கு மத்தியில் தன் சிரமுயர்த்தி நிற்கும் கனவான்; வெற்றி, தோல்வியை ஒரே வகையில் எதிர்கொள்ளும் கனவான்; சுற்றிலும் எழும்பும் அய்யங்களுக்கிடையே காலனியம் மிகச் சரியானது என நம்பும் கனவான்... காலனிய காலத்தில் உருவான இலக்கியக் கல்வி அமைப்புகள் சுதந்தரம் பெற்ற பின்னரும் எவ்வித பண்பாட்டு மாற்றங்களுக்கான காற்றுக்கூடப் படாமல் தொடர்ந்தன. இத்துறைகள் நடத்தப்பட்ட நாடுகளில், வாய்மொழி மரபு எல்லா எழுத்து மரபு இலக்கிய வகைக்கும் - கவிதை, நாடகம், கதை - அடிப்படையாகத்தக்க சூழலில், வீரியத்தோடும் முற்றிலும் உயிரோட்டத்தோடும் விளங்கிய சூழல் நிலவியது. ஆனால் வரலாற்றுக் கண்ணி அறுபடாத தொடர்ச்சி கொண்ட நவீன மேற்குலகமே இத்துறைகளின் இலக்கியக் கல்வியின் அடிப்படைக் கொள்கையாகத் திகழ்ந்தது.

இந்தப் பின்னணியில் 1960இல் தொடங்கிய விவாதம் இக்கொள்கையை மறுத்தது. இந்த அமைப்பின் அடிப்படையான கருதுகோளைக் கேள்வி கேட்டது. எந்தவிதக் கூச்சமும் கேள்வியும் எழுப்பாமல் நமக்குக் கையளிக்கப்பட்ட காலனிய மரபைக் கேள்விக்குட்படுத்தியது. தேசிய நோக்கையும் பொருத்தப்பாட்டையும் முன்னிறுத்தியது. எந்த அடிப்படையிலிருந்து நாம் உலகைப் பார்க்கப் போகிறோம் என்பதே முதன்மைக் கேள்வியானது.

IV

ஓவுவார் அனியும்பா (owuor Anymba), டபான் லோ லியோங் (Taban Lo Liyong), நான் ஆகிய மூன்று விரிவுரையாளர்களும் எங்களது புறக்கணிப்பிலும் எங்கள் புதிய பார்வையிலும் உறுதியாக இருந்தோம்.

ஆங்கில இலக்கியம் மற்றும் பண்பாடுகளின் முதன்மையை நாங்கள் மறுக்கிறோம். கென்யா, கிழக்கு ஆப்பிரிக்கா, மற்றும் ஆப்பிரிக்காவை மையத்தில் வைப்பது நோக்கியே நமது அணுகுமுறை அமையவேண்டும், பிற அனைத்தும் நமது சூழலுக்கும், நம்மைப் புரிந்துகொள்வதற்குமான பொருத்தப் பாட்டைப் பொருத்தே அமைய வேண்டும்... இந்த ஆலோச னையை வைப்பதன் மூலம் நாங்கள் பிற இலக்கியங்களை, குறிப்பாக மேலைநாட்டு இலக்கியங்களை, மறுக்கவில்லை. ஆப்பிரிக்கப் பல்கலைக்கழகத்தில் இடம் பெறும் இலக்கியம் மற்றும் பண்பாட்டுக் கல்விக்கான திசைவழியையும், அணுகு முறைகளையும் கோடிட்டுக் காட்டுவதே எங்கள் நோக்கம்!³

இவ்வாறாக, புதியதொரு அமைப்புக்கான கொள்கை வரையறையை நாங்கள் முன்வைத்தோம். கென்ய இலக்கியம், கிழக்காப்பிரிக்கா, ஆப்பிரிக்கா, மூன்றாம் உலக நாடுகள், உலக இலக்கியம் என்ற போக்கில் இக்கல்வி அமையலாம் என்று முன்வைத்தோம்.

இத்துறையில் ஆப்பிரிக்காவை மையப்படுத்தலே எங்கள் நோக்கம். அதன் நியாயத்தைப் பலவகைகளில் நாங்கள் நிறுவியுள்ளோம். அவற்றுள் மிக முக்கியமானது, கல்வி நம்மை நாம் புரிந்து கொள்வதற்கான கருவி என்பதாகும். நம்மைப் பரிசோதித்து அறிந்தபின்னர், நமது ஒளிவீச்சு வெளிநோக்கி பரவும். நம்மைச் சுற்றி உள்ள மக்களையும், உலகையும் கண்டறியும். ஆப்பிரிக்கா மையத்தில் அமையும். பிறநாடுகள் மற்றும் பிற இலக்கியங்களின் தொங்குதசையாகவோ, துணைக் கோளாகவோ ஆப்பிரிக்கா அமையாது. அந்தவகையில் ஆப்பிரிக்கப் பார்வை உருவாக ஏதுவாகும்.⁴

எங்களது துணிச்சலான அறைகூவல் தேசியப் பார்வைக்குள் வாய்மொழி மரபைப் பாடத்திட்டத்தில் மையப்படுத்தியதே ஆகும்.

வாய்மொழி மரபு வளம்மிக்கது. பன்முகம் கொண்டது.. அக்கலை நேற்றோடு முடிந்துபோகவில்லை; அது ஒரு வாழும் மரபு- வாய்மொழி இலக்கியப் பரிச்சயம் புதிய அமைப்புகளையும் கலைநுட்பத்தையும் நமக்களிக்கும்; புதுப்புது வடிவங்களைக் குறித்த சோதனை முயற்சிகளில் ஈடுபடுவதற்கான விருப்பத்தை ஊக்குவிக்கும் மனநிலையை வளர்க்கக் கூடும்... வாய்மொழி மரபுசார் இலக்கியக் கல்வி

நவீன ஆப்பிரிக்க இலக்கியக் கல்விக்கு உறுதுணையாக அமையுமே தவிர, அதற்குப் பதிலியாக அமையாது. மரபுசார் மதிப்பீடுகளைக் கண்டுபிடித்து, உரக்கக் கூறுவதன் மூலம் ஒருபுறம் புதிய இலக்கியம் வரலாற்றுப் போக்கில் உரிய இடத்தில் வைக்கப்பட்டுப் புரிந்து கொள்ளப்படும்; மேலும் நல்ல முறையில் போற்றப்படும்; மறுபுறம் வேர்களை இழக்காமல் பிற சிந்தனைகளை அரவணைத்து ஏற்றுக்கொள்ள உதவியாக அமையும்.[5]

வாய்மொழிக்கூறுகள் விவசாய வாழ்வு சார்ந்தவை. காலனிய, நவகாலனிய சூழலில் வாய்மொழி மரபில் உருவாக்கப்பட்டப் பாடல்கள், கலைகள் ஆகியவையே நமது தேசிய எதிர்ப்பு இலக்கியத்திற்கு அடிப்படையாக அமைந்தன. அந்தவகையில் எங்களது அறைகூவல் விவசாய, தொழிலாளர் மரபை மையப்படுத்திய இலக்கிய, பண்பாட்டுக் கல்வியை முன்வைத்தது. பெரும் விவாதங்களுக்குப்பின் இப்புதிய அமைப்பிற்கான கோட்பாடு ஏற்கப்பட்டது. 1969இல் நடந்த கிழக்கு மற்றும் மத்திய ஆப்பிரிக்கப் பல்கலைக்கழக ஆங்கிலம் மற்றும் பிற இலக்கியத் துறைகளின் மாநாடு நைரோபியில் நடந்த போது, பங்கேற்பாளர் அனைவரும் இவ்விவாதத்தில் இடம் பெற்றனர். ஆப்பிரிக்க வாய்மொழி மரபு, ஆப்பிரிக்கக் கண்டம் வாழ் ஆப்பிரிக்கர்களின் இலக்கியம், கரிபீய இலக்கியம், ஆப்பிரிக்க - அமெரிக்க இலக்கியம், ஆசியா மற்றும் லத்தீன் அமெரிக்கா போன்ற ‘மூன்றாம்’ உலக நாட்டு இலக்கியம், ஐரோப்பா, வட அமெரிக்கா உள்ளிட்ட பிற உலக இலக்கியம் என்பதே பொருத்தப்பாட்டின் வரிசைக் கிரமம், நமது பண்பாட்டுடனான தொடர்பு மற்றும் அணுகுமுறைக்கேற்ப அமையலாம் என முடிவாயிற்று. ஆங்கிலத்தைத் தொடர்பு மொழியாகக் கொண்டு இப்புதிய இலக்கியக் கல்வி உருவாக்கத் திட்டமிடப்பட்டது. 1968-69 விவாதத்திற்குப் பின் உருவாக்கப்பட்ட பாடத்திட்டம் பல சமரசங்களுக்கு ஆட்பட்டது. உதாரணமாக, கிழக்கு ஆப்பிரிக்கக் கவிதை ஐரோப்பியச் சூழலில் முன்வைத்து கற்றுத்தரப்பட்டது. 1973இல்தான் துறையில் பெரும்பான்மையினர் ஆப்பிரிக்கர்களாக இருந்தனர். எந்தவிதத் தயக்கமும் இன்றி புதிய பார்வையை வெளிப்படுத்தும் பாடத்திட்டம் அப்போது தான் உருவாக முடிந்தது.

தமது சூழலில் தொடங்கி கென்யாவின் கிராமப்புற, நகர்ப்புற அனுபவங்களைத் தொடர்புபடுத்த ஆப்பிரிக்க இலக்கியத்தை அறிந்து, கார்சியா மார்க்கெஸ், ரிச்சர்ட் ரைட், ஜார்ஜ் லாமிங், பால்சாக், டிக்கன்ஸ், ஷேக்ஸ்பியர், பிரெக்ட் ஆகியோரை அறிய முற்படும் மாணவர்களை உருவாக்கும் நைரோபிப் பல்கலைக் கழக இலக்கியத் துறையின் வளர்ச்சி, ஐம்பது, அறுபதுகளில் ஜேன் ஆஸ்டின்

பாத்திரங்களைத் தமது கிராமங்களில் தேடிய தலை முறையிலிருந்து நீண்டநெடுந்தொலைவு வரவேண்டியதாயிற்று.

V

நைரோபி இலக்கிய விவாதம் அதனோடு நிற்கவில்லை. *1974* செப்டம்பரில் 'கென்ய பள்ளிகளில் ஆப்பிரிக்க இலக்கியக் கல்வி' குறித்த முக்கியமான மாநாடு நடைபெற்றது. நைரோபிப் பல்கலைக் கழக இலக்கியத்துறையும் கல்வி அமைச்சகத்தின் ஆங்கில மொழி ஆய்வகமும் இணைந்து இம்மாநாட்டை நடத்தின. அம்மாநாட்டில் இருநூறு இலக்கியம் மற்றும் ஆங்கிலம் கற்பிக்கும் பள்ளி ஆசிரியர்கள், நைரோபிப் பல்கலைக்கழகம் மற்றும் கென்யட்டா பல்கலைக்கழகக் கல்லூரியின் இலக்கியம் மற்றும் கல்வித்துறை ஆசிரியர்கள், டார் எஸ் சலாம், மகரெரே, மலாவி பல்கலைக்கழக இலக்கியத்துறைப் பிரதிநிதிகள், ஆங்கிலமொழி ஆய்வகம், கல்வித் துறை அமைச்சகம், கென்யக் கல்வி நிறுவனங்களின் பிரதிநிதிகள், தான்சானியா, உகாண்டா நாடுகளின் கல்வி அமைச்சகங்களின் சார்பில் பார்வையாளர்கள், அன்றைய கிழக்கு ஆப்பிரிக்க சமூகப் பிரதிநிதிகள், கிழக்கு ஆப்பிரிக்க தேர்வு ஆணையம், கிழக்கு ஆப்பிரிக்க இலக்கிய அமைப்பு, கென்ய நாட்டு ஆசிரியர்கள் சங்கப் பிரதிநிதிகள், நான்கு வெளியீட்டு நிறுவனங்கள், ஜோமோ - கென்யட்டா ஆய்வு நிறுவனம், கிழக்கு ஆப்பிரிக்க வெளியீட்டகம், ஆக்ஸ்போர்ட் யூனிவர்சிட்டி பிரஸ், ஆகியவை இதில் கலந்துகொண்டனர். அம்மாநாட்டிற்கு சர்வதேசிய தன்மை வழங்கக்கூடிய வகையில், மோனாவில் உள்ள மேற்கிந்தியப் பல்கலைக்கழகம் - ஜமாய்க்கா, இஃவே பல்கலைக்கழகம் - நைஜீரியா, ஆக்லாண்டு பல்கலைக்கழகம் - நியூசிலாந்து ஆகியவற்றின் பிரதிநிதிகள் கலந்துகொண்டனர். எட்ட கச்சூகியா, எஸ்.ஏ. அகிவகா ஆகியோரின் இடையறாத முயற்சியால் கூட்டப்பட்ட மாநாடு இது.

முன்பு இலக்கியத்துறைகளை மாற்றியமைக்க முன்னெடுக்கப்பட்ட தேடல் இம்மாநாட்டிற்கும் முக்கியக் குறிக்கோளாக இருந்தது. மாநாட்டுச் செயற்குழுவின் பரிந்துரை கீழ்க்காணும் வாதத்தை முன்வைத்தது.

> விடுதலைக்குமுன், கென்யாவில் கல்வி காலனிய கொள்கையின் கருவியாக இருந்தது. காலனிய ஆதிக்கத்தை ஏற்கச் செய்யும் மக்களை உருவாக்க ஏற்றதாகத் திட்டமிடப்பட்டது. எனவே காலனியம் வழங்கிய மரபுக்கேற்ப இலக்கியப் பாடத்திட்டங்கள் ஆங்கில இலக்கிய மரபை மையப்படுத்தியே நடத்தப்பட்டன. அத்தகைய சூழல், கென்யக் குழந்தைகளைத் தமது சொந்த அனுபவங்களிலிருந்தும் விடுதலை பெற்ற ஆப்பிரிக்க நாடு என்ற அடையாளத்திலிருந்து அந்நியப்படுத்துவதாகவே அமையும்.[7]

மாநாட்டு முடிவில் எடுக்கப்பட்ட தீர்மானம் ஒன்று மொழி, இலக்கியம் குறித்த கேள்விகளை முன்னெடுத்தது.

> இப்போது நிலவும் மொழி, இலக்கியப் பாடத்திட்டங்கள் நாட்டின் தேவைக்கு தேவையற்றவை; பொருத்தமற்றவை. இலண்டன், நியூயார்க் மூலம் தன்னைப் பார்த்துக் கொள்ள கென்யக் குழந்தையைத் தூண்டும் வகையில் அமைக்கப் பட்டிருப்பதே நமது கல்வி. இந்த அமைப்பின் அனைத்து மட்டங்களிலும் குறிப்பாகப் பள்ளிக்கல்வி மட்டத்தில் இவை இரண்டும் முழுமையாக மாற்றியமைக்கப்படவேண்டும்?[8]

சமூகத்தில் இலக்கியத்தின் வகிபாகம், பள்ளிகளில் கற்றுத்தரப்படும் இலக்கியத்திற்கும் கென்யாவின் இன்றைய தேவைக்குமான தொடர்பு ஆகியவற்றைப் பரிசீலித்த இம்மாநாடு, வாய்மொழி இலக்கியத்தை மையப்படுத்தி சமகால இலக்கியத்தை அணுகக் கோரியது. தமது சொந்தப் பண்பாடு, சூழலைப் புரிந்துகொண்ட பின் அதனோடு பிறவற்றைத் தொடர்புபடுத்த உதவுவதே சீரிய கல்விக் கொள்கையாகும் என விவாதித்தது. "ஆப்பிரிக்க இலக்கியம், ஆப்பிரிக்க அலைவு உழல்வு இலக்கியம், அத்தோடு தொடர்புடைய பிற இலக்கியங்கள் ஆகியவையே பாடத்திட்டத்தின் மையமாக அமையவேண்டும், என முடிவெடுத்தது."[9] மாநாட்டால் அமைக்கப் பட்ட செயற்குழு விரிவான கொள்கைப் பரிந்துரைகள் மற்றும் பாடத்திட்ட வரைவுகளைச் சமர்ப்பித்தது. 73 பக்க அளவிலான அந்த அறிக்கை 'கென்ய மேல்நிலைப் பள்ளிகளில் இலக்கியம் கற்பித்தல் - செயற்குழு பரிந்துரைகள்' என வழங்கப்பட்டது. முனைப்புடன், பல மாத காலம் கடின உழைப்பின் பலன் இந்த அறிக்கையில் வெளிப்பட்டது.

பத்தாண்டுகளுக்குப் பின் அதனைப் பார்க்கும் போது நிலவிய பாடத்திட்டங்கள் மீதான விமர்சனங்கள், மாற்றங்களுக்கான பரிந்துரைகள் ஆகியவற்றைவிட, அத்தகைய வரைவை வழங்கியதன் பின்னணியில் தொழிற்பட்ட ஓர்மையும் அர்ப்பணிப்பும் அசர வைக்கிறது.

ஒட்டுமொத்த ஆப்பிரிக்கா குறித்த ஓர்மை இதில் வலுவாகத் தெரிகிறது. ஆப்பிரிக்காவை சகாராவின் துணைப்பகுதி (கருப்பு ஆப்பிரிக்கா, உண்மையான ஆப்பிரிக்கர்கள்) வட ஆப்பிரிக்கா (அராபிய, மத்திய தரைக்கடல் பகுதி) எனப் பிரிப்பதை அவர்கள் ஏற்கவில்லை. ஆப்பிரிக்காவின் வடக்கு, தெற்கு, மேற்கு, கிழக்கு பகுதி இலக்கியங்களோடு கென்யக் குழந்தைக்குப் பரிச்சயம் தேவை என்று வலியுறுத்துகிறது.

> நவீன வடக்கு ஆப்பிரிக்காவிலும் இக்கண்டத்தின் பிற பகுதிகளிலும் அரபு நாகரிகம் பல நூற்றாண்டுகளாக செல்வாக்கு செலுத்தியுள்ளது. ஆனால், இன்றுவரை நமது கல்வியாளர்கள்

இதனை மறுத்துள்ளனர். வட ஆப்பிரிக்கா மற்றும் அரபு உலக இலக்கியங்கள் பெரும்பாலும் புறக்கணிக்கப்பட்டுள்ளன.[10]

இப்பூவுலகின் நான்கு மூலைகளோடும் ஆப்பிரிக்காவிற்கு உள்ள தொடர்பை அறிந்து கொள்ள வேண்டும் என விரும்பினார்கள்.[11] கென்யக் குழந்தைகள் உயிரியல், பண்பாடு, போராட்டம் குறித்த வரலாற்றுப் பிணைப்புகளைக் குறிப்பாக, ஆப்பிரிக்க-அமெரிக்கா, மற்றும் கரிபீய இலக்கியத்துடன் கொண்ட உறவுகளை அறிந்து கொள்ள வேண்டும் என விரும்பினர். கரிபீய, ஆப்பிரிக்க-அமெரிக்க இலக்கியக் கல்விக்கு ஏன் முக்கியத்துவம் வழங்கவேண்டும்? அவற்றுக்கும் ஆப்பிரிக்க இலக்கியத்துக்குமான தொடர்பு என்ன? என்று அடிக்கடி கேட்கப்படுகிறது.

- அவை ஒரே உயிரியல், நிலவியல் வேர்களைக் கொண்டவை. மேற்கத்திய, மற்றும் ஆப்பிரிக்க-அமெரிக்கர்கள் சில நூற்றாண்டுகளுக்கு முன்னர் வல்லடியாக ஆப்பிரிக்கக் கண்டத்திலிருந்து வேரோடு பெயர்க்கப்பட்டவர்கள்.

- அடிமைத்துவம், காலனியம் ஆகியவற்றில் சிக்குண்டு சுரண்டப்பட்ட கடந்தகால வரலாறு நம் அனைவருக்கும் உண்டு. அவற்றை எதிர்த்த வீரமிக்கப் போராட்ட வரலாறும் நமக்குண்டு.

- உலகில் உள்ள கருப்பின மக்கள் அனைவருக்கும் முழுமையான தளைநீக்கம் பெறுவதே நம் நோக்கம்.

- அவர்களது இலக்கியமும் நம் இலக்கியத்தைப் போலவே பண்பாட்டு அடையாளத்துக்கான போராட்டக் கூறுகளைப் பெற்றுள்ளன.

அதுமட்டுமல்லாது ஆப்பிரிக்காவின் அரசியல், பண்பாட்டு வளர்ச்சிக்கு, உலகெங்கும் அகன்று வாழும் ஆப்பிரிக்க மக்கள் உதவியுள்ளனர். ப்ளைடன், சி.எல்ஆர். ஜேம்ஸ், ஜார்ஜ் பாட்மேர், டபுல்யூ.பி. டூபாய், மார்கஸ் கார்வே மற்றும் பலர் ஆப்பிரிக்க விடுதலைப் போராட்டத்தின் அங்கமாகத் திகழ்ந்தவர்கள். மேற்கிந்திய, மற்றும் ஆப்பிரிக்க-அமெரிக்க இலக்கிய இயக்கங்கள் ஆப்பிரிக்காவோடு படைப்பாக்க ரீதியாகப் பரிமாற்றங்கள் செய்து கொண்டன. அய்மே செசைர், ஃப்ரான்ஸ் ஃபனான், க்ளாட் மெக்கே, லாங்ஸ்டன் ஹீயூஸ், லியோன் டமாஸ், ரெனே டெபெஸ்ட்ரே, பால் ரோப்சன் போன்ற கலை, பண்பாட்டுத் துறை சார்ந்த பெரும் சிந்தனைவாதிகள், ஆப்பிரிக்க இலக்கிய வளர்ச்சிக்குப் பெரிதும் உதவியுள்ளனர்.

மேற்கூறிய விளக்கங்கள் ‘பெரும்பாலான மூன்றாம்’ உலக நாடுகளுக்கு - குறிப்பாக ஆசியா, இலத்தீன் அமெரிக்க நாடுகளுக்குப் பொருந்தும்.

தேசிய அனுபவம் தொழிற்படும் உலகளாவிய சூழலைக் குறித்த அக்கறையோடு அவர்கள் அந்த அறிக்கையைத் தயாரித்திருந்தனர். அது ஆப்பிரிக்கா, ஆப்பிரிக்கத் தொடர்புகள், மூன்றாம் உலகம் என விரிந்தது. பல்கலைக்கழக இலக்கியத் துறையைப் போலவே இவர்கள் உலக இலக்கியத்தின் மதிப்பைப் புரிந்து கொண்டவர்களாக இருந்தனர். பிரிட்டிஷ் காலனிய குறுகிய மனநிலைக்கு மாற்றாக, ஆப்பிரிக்கத் தேசியத்தைக் குறுகிய நோக்கோடு முன்வைக்க அவர்கள் தயாராக இல்லை. கென்யக்குழந்தைக்கு உலக இலக்கிய அறிமுகமும் உலக இலக்கியத்தில் உள்ள மரபு குறித்த பரிச்சயமும் தேவை என்பதில் உறுதியாக இருந்தனர்.

> மாணவர்களின் உடனடிச் சூழலில் தொடங்கி, உலகம் முழுதும் விரவும் கொள்கைக்கு ஏற்றபடி பள்ளிகளின் ஆப்பிரிக்கா அல்லாத இலக்கியங்களைக் கற்பிப்பதன் நோக்கம், கென்ய மாணவர்களுக்கு கருப்பு அனுபவத்தின் உலகச் சூழலை அறிமுகப்படுத்துவதாக அமையும். அத்தகு கல்வி ஐரோப்பிய, அமெரிக்க இலக்கியங்களை அவற்றின் வரலாற்று ரீதியான, கருப்பின மக்களின் சமூகங்கள் மற்றும் இலக்கியங்களின் தாக்கங்களைக் குறித்த பின்னணியோடு உள்ளடக்கும். பிற மூன்றாம் உலக நாடுகளான இலத்தீன் அமெரிக்கா மற்றும் ஆசிய நாடுகளின் இலக்கியங்களையும் உள்ளடக்கும். இலக்கிய மேன்மை, சமூகப் பொருத்தப்பாடு, கூற்றுவகைப் புதுமை ஆகியவை இத்தேர்வுக்கான முக்கிய அம்சங்களாக அமையும். மாணவர் மத்தியில் இலக்கியம் குறித்த விமரிசனபூர்வமான ஈடுபாட்டை உருவாக்குவதே நம் நோக்கம். பின்வரும் காலங்களில் இலக்கியக் கல்வியில் ஈடுபடவும் ஈடுபடும்போது பலனுள்ள வகையில் செயல் படவும் ஊக்குவிக்கும்... கென்ய சமூகத்தின் இயல்புக்கு ஏற்ற வகையில், மாறிவரும் சமூகத்தின் அனுபவதைப் பிரதிபலிப்பதாக அமைய வேண்டும். சமூகத்தின் வெவ்வேறு வர்க்கங்களின் அனுபவங்களும் வெளிப்படவேண்டும்.[12]

உலக இலக்கியம் கற்பித்தலுக்கான பரிந்துரையில் டால்ஸ்டாய், கோகோல், கார்க்கி, தாஸ்தாவஸ்கி (ரஷியா); ஸோலோ, பால்சாக், ஃப்ளாபர்ட் (பிரெஞ்சு); இப்சன் (நார்வே); ஃபாக்னர், ஆர்தர் மில்லர், அப்டன் சிங்க்ளேர், ஹெமிங்வே (அமெரிக்கா); டிக்கன்ஸ், ஷேக்ஸ்' பியர், கான்ராட், யேட்ஸ், சின்ஜ், (பிரிட்டிஷ், ஐரிஷ்); மான், பிரெக்ட் (ஜெர்மன்) போன்றோர் இடம் பெற்றனர். ஆங்கில மொழி தொடர வேண்டியதன் அவசியத்தை உணர்ந்தனர். ஆனால், எல்லாப் பள்ளிகளிலும் ஸ்வாஹிலியைக் கட்டாயமாகக் கற்பிக்க வலியுறுத்தினர். குறிப்பாக ஆங்கில இலக்கிய, நாடக மாணவர்கள் கட்டாயம் ஸ்வாஹிலி மொழி கற்க வேண்டும் என்று குறிப்பிட்டனர்.

ஸ்வாஹிலி இலக்கியம் திட்டமிடப்பட்டு அறிமுகப்படுத்தப் படவேண்டும்; கட்டாய பாடமாக்கப்படவேண்டும் என்று பரிந்துரை செய்தனர்.

ஒவ்வொரு மொழிக்கும் அதற்கான சமூக, பண்பாட்டு அடிப்படை உள்ளது. அவைதான் மனநிலை உருவாக்கம், மதிப்பீடுகள் உருவாக்கம் ஆகியவற்றைத் தீர்மானிக்கின்றன. நாம் ஆங்கில மொழியைப் பயன்படுத்துவதும் இன்னும் நீண்ட காலத்திற்குப் பயன்படுத்துவோம் என்பதும் உண்மை தான். ஆனால் நமது பண்பாட்டு அடித்தளத்தின் ஆழமும் வலுவும் ஆப்பிரிக்கப் பண்பாட்டுக்கான மொழியை அதற்கு நெருக்கமான மொழி மூலம் அறிவதிலேயே அடங்கியுள்ளது. கென்யாவில் ஸ்வாஹிலி மொழிக்கு வலுவான இடமுண்டு. அது வளர்ந்தும் வருகிறது. எனவே இதுவரை வழங்கப்பட்டதை விடக் கூடுதலான அழுத்தம் அதற்கு வழங்கப்பட வேண்டும்.

அதற்கான உடனடி நடவடிக்கையாகப் போதுமான ஸ்வாஹிலி மொழி ஆசிரியர்களைப் பயிற்றுவிக்க வேண்டும்.[13]

மக்களின் பண்பாட்டுச்சூழல் உருவாக்கத்தில் இலக்கியம் பெரும் பங்கு வகிக்கிறது என்ற கண்ணோட்டம் இந்த அறிக்கை முழுதும் விரவிக்கிடந்தது. மக்களை வர்க்க, இன, தேச ரீதியான மதிப்பீடுகளோடு இணைப்பதற்கான கருத்தியல் சாதனங்களுள் இலக்கியம் முதன்மையானது என்ற புரிதல் அவர்களுக்கு இருந்தது. ஏகாதிபத்தியம், குறிப்பாகக் காலனிய காலத்தில், ஆப்பிரிக்காவை அடக்கி ஆள எப்படி இலக்கியத்தைப் பண்பாட்டுக் கூறாகப் பயன்படுத்தியது என்பது இதற்கு நல்லதொரு உதாரணமாகும்.

காலனியச் சுரண்டல், அடக்குமுறை மற்றும் மனிதகுல இழிவிற்கு ஆப்பிரிக்கக் கண்டம் முழுதும் இலக்கானது என்பதை நாம் அறிவோம். பண்பாட்டுப் புலத்தில் ஐரோப்பாவைத் தனது ஆசிரியராகவும் மனிதகுல நாகரிகத்தின் மையமாகவும் தன்னை மாணாக்கராகவும் கருதிக் கொள்ளவே ஆப்பிரிக்காவிற்குக் கற்றுத்தரப்பட்டிருந்தது. இந்த நிகழ்ச்சி நிரலில் மேலை நாகரிகம் ஆப்பிரிக்காவின் கற்றல் களனில் மையமாகி ஆப்பிரிக்கா பின்னுக்குத் தள்ளப்பட்டது. ஆப்பிரிக்கா தனது மக்களுக்கு உடனடியாகப் பொருத்தமில்லாத, அந்நிய மதிப்பீடுகளை உள்வாங்கிக் கொண்டது. ஆப்பிரிக்காவின் பண்பாட்டு மரபு இழிவானதாகக் கருதப்பட்டு காட்டுமிராண்டித்தனமானது, புராதனமானது என்றெல்லாம் முத்திரை குத்தப்பட்டது. காலனியவாதிகளின் மதிப்பீடுகள் முன்னணிக்குக் கொண்டுவரப்பட்டு, தனது சொந்த முகத்தை இழந்த புதிய ஆப்பிரிக்கா உருவானது. தனது

> படைப்பாக்கத்திறனில் நம்பிக்கையற்ற புதிய ஆப்பிரிக்கர்களை உருவாக்கியது.[14]

எனவே எழுத்தாளர்களுக்கு பெரும் அதிர்ச்சி ஏற்பட்டது, காலனியத் தேவைகளுக்காக உருவாக்கப்பட்ட பாடத்திட்டம் சுதந்திரயுகத்திலும் தொடர்வது வியப்பிற்குரியதாகத் தெரிந்தது.

> சுதந்திரம் பெற்று பத்தாண்டுகள் கடந்த பின்னரும் நம் நாட்டில் உள்ள பள்ளிகளில் நமது இன்றைய தேவைகளுக்கு அந்நியப்பண்பாட்டு மதிப்பீடுகள் தொடர்ந்து வலியுறுத்தப் படுவது அதிர்ச்சியாகவும் கவலை ஊட்டுவதாகவும் உள்ளது. நம் பள்ளிகளில் பயன்பாட்டில் உள்ள நூல்களில் பெரும்பாலானவை வெளிநாட்டு எழுத்தாளர்களால் எழுதப்பட்டவை. 1968-72 வரை பள்ளி மட்டத்தில் உள்ள நாடகப் படிப்பில் உள்ள 57 நூல்களில், ஒரு நூல் மட்டுமே ஆப்பிரிக்க எழுத்தாளருடையது. பள்ளிகளில் நமது மாணவர்களுக்கு அவர்களுடைய பண்பாடு மற்றும் நிலவியல் சூழலை அறிவதற்கான வாய்ப்புகள் வழங்கப்படவில்லை என்பது தெளிவானது.[15]

இலக்கியப் பாடத்திட்டம், அதன் உள்ளடக்கம், எல்லை மற்றும் கட்டமைப்பில் எத்தனை படைப்பாளிகள் அல்லது நூல்களைக் கொண்டிருந்தாலும் தேசிய விடுதலைப் போராட்டத்தின் தொடர்ச்சியான கோட்பாட்டின் அடிப்படையில் முன்னிருத்தப் பட்டாலொழிய, அதன் வீச்சு மிகக்குறுகிய பலனுடையதாகவே இருக்க முடியும்.

அவர்களது முடிவுகளில் அவர்கள் குறிப்பிடுவது போல, செயற்குழு இறுதி அறிக்கையைத் தயாரிப்பதில், மாநாட்டு விவாதங்களில் உருவான மூன்று முக்கியக் கொள்கைகள் பெரும்பங்கு வகித்தன.

- மக்கள் பண்பாடு, ஒரு மக்கள் கூட்டத்தின் உலகப் பார்வையை விளக்குவதிலும் விவரிப்பதிலும் பெரும்பங்கு வகிக்கும். அதன் மூலம் மக்களது கண்ணோட்டம் அமுல்படுத்தப்படுகிறது. காலனிய அரசுகள் ஆப்பிரிக்காவில் அதனைக் கல்வி மூலம் செய்தன.
- வலுவான கல்விக் கொள்கை ஒரு சமூகத்தின் சூழல் மற்றும் பண்பாட்டை முதலில் முழுமையாகப் புரிந்து கொண்டு, அதன் பின்னர் பிற சமூகப் பண்பாடுகளுடனான உறவை அறிய உதவ வேண்டும்.
- கென்யாவில் கல்வி ஆக்கப் பூர்வமாகவும் படைப்பாக்க உந்துதலோடும் செயல்பட வேண்டுமெனில், அதனைத் தேசிய விடுதலைப் போராட்டத்தின் தொடர் நிகழ்வாகவே அணுக வேண்டும்.[16]

1968-69 இல் பல்கலைக்கழக மட்டத்தில் நடந்த களேபரத்தை ஒத்ததாகவே, பள்ளி மட்டத்திலும் பெரும் விவாதம் எழுந்தது. சில செய்தித்தாள்கள் இந்த இலக்கிய விவாதத்தை, விவாதக் களத்திற்குக் கொண்டு சென்றன. அதிகபட்ச வெறுப்பிலிருந்து, ஆழ்ந்த ஈடுபாடு வரையிலான எதிர்விளைவுகள் வெளிவர அவை உதவின. எழுபதுகளின் தொடக்கத்தில் கல்வியாளர்களும் ஆசிரியர்களும் கென்ய மக்களை முன்னிலைப்படுத்தி, அவர்களது போராட்ட வரலாற்று அனுபவத்தை வலியுறுத்தி விவாதம் எழுப்ப முடிந்தது. அத்தகைய விவாதங்களில் ஈடுபடுவோர் மார்க்சிஸ்ட், கம்யூனிஸ்ட், தீவிரவாதியென முத்திரை குத்தப்பட்டு சிறைகளிலோ, முகாம்களிலோ அடைக்கப்படக்கூடிய அச்சம் ஏதுமின்றி இருந்தனர் என்பது இன்றைக்கு நம்பமுடியாததாகக் கூடத் தோன்றலாம். இருந்தாலும் கூட, புதிய நோக்கின் அடிப்படையில் கென்யா, கிழக்கு ஆப்பிரிக்கா, ஆப்பிரிக்கா, மூன்றாம் உலக நாடுகள், உலகின் பிற நாடுகள் என்ற வரிசைப்படி அமைக்கப்பட்ட புதிய பாடத்திட்ட வரைவுகள், கல்வித் துறை அமைச்சகத்தால் உடனடியாக ஏற்கப்படவில்லை. இருந்தாலும் அவை தொடர்ந்த விவாதத்திற்கும் அதிகாரம் சார்ந்த கல்வித் துறை வராந்தாக்களில் நடக்கும் போராட்டங்களுக்கும் காரணமாயின. தொடர்ந்து நடந்த மாநாடுகளிலும் இவை விவாதத்திற்கு உள்ளாகின.1981 வரையிலும் கூட இவை கடும் விவாதப்பொருளாகவே இருந்தன. 1982 இல், இலக்கியத்துறையின் பாடத்திட்டம் சில அரசியல் சக்திகளால் ‘மார்க்சிஸ்ட்’ என முத்திரையிடப்பட்டது. கென்ய மையம், ஆப்பிரிக்க மையம் ஆகியவை மார்க்சியத்திற்கு ஈடாக்கப்பட்டது.

இன்று, அந்தப்பரிந்துரைகள் ஏற்கப்பட்டு விட்டனவா என்பது எனக்குத் தெரியாது. அவற்றின் சில அம்சங்கள்-வாய்மொழி மரபு போன்றவை-பள்ளி இலக்கியப் பாடத்திட்டத்தில் இடம் பெற்றுள்ளன என நினைக்கிறேன். இலக்கியக் கல்வி குறித்த விவாதம், அதன் பொருத்தப்பாடு ஆகியவை ஓர் எழுத்தாளர் அல்லது ஒரு நூலுக்குப் பதிலாக இன்னொன்றை முன்னிறுத்தும் முயற்சி அல்ல. பல சமயங்களில், அது அந்தவிதமாக மட்டுமே வெளிப்பட்டிருக்கலாம். உண்மையில், இலக்கியம் பயிற்றுவித்தல் மற்றும் வரலாறு, அரசியல் பிற கலை மற்றும் சமூக அறிவியல் பாடங்கள் செல்லவேண்டிய திசை வழி குறித்த விவாதம் இது. வேறுவார்த்தைகளில் சொல்வதெனில், காலனிய கல்வி மரபு, ஆப்பிரிக்கச் சிந்தனையில் அது உருவாக்கிய விளைவு குறித்த விவாதம் இது. நவகாலனியத்தை உடைக்கும் வகையில், ஆப்பிரிக்காவில் கல்வியமைப்பு செல்ல வேண்டிய திசைகள் யாவை? அதனை வழிநடத்தும் தத்துவம் எது? புதிய ஆப்பிரிக்கர்கள் தம்மையும் தம் உலகையும் எவ்வாறு காண வேண்டும் -ஆப்பிரிக்க மையத்திலிருந்தா? ஐரோப்பிய மையத்திலிருந்தா? எந்த வகை பனுவல்கள் மாணவர்களுக்கு அறிமுகப்படுத்தப்பட வேண்டும்?

எந்தப் பார்வையில்? எந்த வரிசையில்? அவற்றை யார் விளக்க வேண்டும். ஆப்பிரிக்கரா? ஆப்பிரிக்கர் அல்லாதவரா? ஆப்பிரிக்கன் என்றால், எம்மாதிரியான ஆப்பிரிக்கன்? காலனியப் பார்வையை உள்வாங்கிக் கொண்டவரா? அடிமை மனநிலையை உடைத்து வெளியேற விரும்புபவரா? இத்தகைய கல்வித்திட்டம் அரசியல், பொருளாதாரப் படிநிலை அமைப்பில் உருவாக்கக்கூடிய விளைவுகள் யாவை? நவகாலனியச் சூழலில் இத்தகைய கல்வித்திட்டம் சாத்தியப்படுமா? இத்தகைய கல்வி நவகாலனிய அரசியல் பொருளாதாரத் திட்டத்தோடு மோதலை உருவாக்காதா?

இந்த விவாதம் முன்வைத்த பரிந்துரைகளும் தேடலும் வெற்றி பெறுமா, இல்லையா என்பது, அரசாங்கம் பண்பாடு, கல்வி, மொழி குறித்து முன்வைக்கும் கொள்கையோடு தொடர்புடையது. இன்றைய ஆப்பிரிக்காவின் ஏகாதிபத்திய எதிர்ப்பு அணுகுமுறையில் அரசாங்கம் எங்கு நிற்கிறது என்பதைப் பொருத்தே இது அமையும்.

நைரோபி இலக்கிய விவாதம் 1974 இல் முன்வைத்த திட்டங்கள் தான் பள்ளிகளில் இலக்கியக்கல்வி, அவற்றின் மதிப்பீடுகள், ஊகங்கள், கலைகுறித்த பார்வைகள், இன்றைய சூழலில் கென்யாவில் நடக்கும் சமூக சக்திகளுக்கிடையேயான போராட்டத்தின் மையமாகும். ஆப்பிரிக்கா, மூன்றாம் உலக நாடுகளின் வர்க்க, தேசிய சக்திகளின் பொருத்தப்பாடு குறித்த கோட்பாடுகளின் மையமாகும்.

VI

பொருத்தப்பாடு குறித்த தேசிய விவாதத்தில் இரண்டு பிரிவுகள் கென்ய அறிவு ஜீவிகள் மத்தியில் உருவாகியுள்ளன. வரலாறு, அரசியல், பொருளாதார வளர்ச்சியை அணுகுவதில் இவை பிரிந்து நிற்கின்றன.

ஒரு பிரிவு கென்ய வளர்ச்சியில் உந்து சக்தியாக ஏகாதிபத்திய, காலனிய, நவகாலனிய மரபைக் கருதுகிறது. கென்யா மேலை உலகில் தனது அடையாளத்தை எவ்வளவு விரைவில் இழக்கிறதோ, அவ்வளவு விரைவில் கென்யா வளர்ச்சியடையும். இருபதாம் நூற்றாண்டின் நவீனத்தை வென்றடையும் என்று வரலாற்றை விளக்கும் விதத்தில் இப்பிரிவு தெளிவாக உருவாகியுள்ளது. அரசு சார் அறிவுஜீவிகள் சிலர் வெளிப்படையாகக் காலனியத்தைப் போற்றி எழுதிவருகின்றனர். ஏகாதிபத்திய காலனியத்தின் கோரப்பிடியிலிருந்து விடுபடுவதற்காக, பல்வேறு தேசிய இனங்களைச் சேர்ந்த கென்ய மக்கள் நடத்திய வீரம் செறிந்த போராட்டங்களை இவர்கள் கேலி செய்கின்றனர். அவர்களைப் பொருத்தவரை பிரிட்டிஷ் ஏகாதிபத்தியத்தோடு கைகோர்த்துக் கொண்ட சக்திகளே விடுதலை பெற்றுத்தந்தன! ஏகாதிபத்திய எதிர்ப்பை முன்னிருத்தியவையாக, கோய்டலேல், மே கடில்லிலி, மார்க்கன் சிங், காமா பின்டோ மரபுகள் அதன் உச்சகட்டமான டெடன் கிமதி மற்றும்

கென்யா நில மீட்பு மற்றும் விடுதலை இராணுவம் (மௌமௌ) ஆகியவற்றிற்கும் கென்ய விடுதலைக்கும் தொடர்பே இல்லை என்பது இவர்கள் நிலைப்பாடு. இந்த அரசுசார் அறிவுஜீவிகள் கருத்துப்படி கென்ய வரலாறு மற்றும் வளர்ச்சியின் தொடக்கம், ஏகாதிபத்திய ஐரோப்பாதான்! ஏகாபத்தியம் தான் கென்யாவை உருவாக்கியது. எனவே நவ காலனிய அரசாட்சியே ஆப்பிரிக்காவின் துரித வளர்ச்சிக்கான கருவியாகும்.

இரண்டாவது பிரிவு அனைத்துத் தேசிய இனங்களின் எதிர்ப்பு மரபோடு தன்னை அடையாளப்படுத்திக் கொள்கிறது. கென்ய வரலாறு மற்றும் வளர்ச்சியின் அடிப்படையாகக் கென்யாவின் ஆண், பெண்களின் அன்றாட நடவடிக்கைகளைக் கருதுகிறது. இப்போது சிறைகளிலும் முகாம்களிலும் நாடுகடத்தப்பட்டும் இருக்கும் கென்ய அறிவு ஜீவிகள் நிச்சயம் அரசுசார் செயல்பாட்டாளர் அல்ல. அவர்களுக்குக் கென்யாவும் அதன் தேவைகளுமே முதன்மையாகின்றன. பொருளாதாரம், அரசியல், பண்பாட்டில் தேசியப் பார்வை முக்கியமாகிறது. சரியான தேசியப் பார்வையை அடைய, அனைத்துத் தரப்பினரும் தமது கருத்துகள், பார்வைகள், குரல்களை எழுப்பக் கூடிய ஜனநாயகம் குறைந்தபட்ச அடிப்படையாகிறது. ஜனநாயகக் கென்யாதான் தொடக்கப் புள்ளியாகும். கென்ய விவசாயிகள், தொழிலாளர்கள், பல்வேறு தேசிய இனங்களைச் சேர்ந்தவர்களின் மொழி, பண்பாடு, போராட்ட வரலாறு, பரந்துபட்ட இயற்கை மற்றும் மனிதவளம் ஆகியவை அடிப்படை முக்கியத்துவம் பெற வேண்டியவை. இதிலிருந்து ஆப்பிரிக்காவின் பிற மக்கள் போராட்டங்கள், மூன்றாம் உலக நாட்டு மக்கள், ஐரோப்பா, அமெரிக்கா, உலக முழுதும் உள்ள மக்கள் போராட்டங்கள், ஏகாதிபத்திய முதலாளித்துவத்திற்கு எதிராகத் தினமும் போராடும் ஜனநாயக, சோஷலிச சக்திகள் நோக்கித் தனது ஒளிக்கதிர்களைப் பரப்பலாம், ஆப்பிரிக்க இலக்கியம், பண்பாடு, வரலாறு தேசிய அடிப்படையில் கொடுக்கும் கல்வி, உலக இலக்கியம், பண்பாடு மற்றும் வரலாற்றில் உள்ள முற்போக்கு ஆகியவை ஜனநாயகப் போக்குகளோடு தொடர்பு ஏற்படுத்த, பொருத்தப்பாட்டிற்கான தேடல் என்பது தனித்து ஒதுங்கி நிற்பதல்ல; சர்வ தேசிய வாதத்தின் அடிப்படை தேசிய விடுதலை என்பதன் வெளிப்பாடு இது. மனிதகுல சமத்துவம், நியாயம், அமைதி, மேம்பாட்டிற்கான ஜனநாயக ரீதியாகச் சமூகப் போராட்டங்களின் அம்சமாகத் தேசிய விடுதலையைக் காணும் பார்வை அது. அவர்களைப் பொருத்தவரை நவகாலனிய ஆட்சி ஆப்பிரிக்காவின் வளர்ச்சியை மறுப்பதாகும். ஏகாதிபத்தியம் மற்றும் நவகாலனியத்தின் தோல்விதான், ஆப்பிரிக்காவின் உண்மையான வளர்ச்சிக்கும் தேசிய மனிதவளம் மற்றும் தேசத்தின் முழுமையான வளர்ச்சிக்கும் உத்திரவாதம் அளிக்கும். பெரும்பான்மை விவசாய,

தொழிலாளர் மக்களின் தேவைகளை முதன்மைப்படுத்தும் தேசியமே, இருபதாம் - இருபத்தொன்றாம் நூற்றாண்டு உலகில் அடியெடுத்து வைக்கவும் வருங்கால சர்வதேசிய ஜனநாயக, சோஷலிச சமூகத்தைக் கட்டவும் உதவும்.

நைரோபி இலக்கிய விவாதமும் அதற்கு ஆதரவாகவும் எதிராகவும் கிளம்பிய வாதங்கள் இன்று கென்யாவில் உள்ள இரு பிரிவுகளின் மோதலைக் காட்டுவதாக அமைந்தது. நமது எழுச்சிக்கான ஆதாரம் அந்நிய சக்திகளா? தேசிய சக்திகளா? என்ற கேள்வி அந்நிய ஏகாதிபத்தியக் கூறுகளை அறவே புறக்கணித்து, ஜனநாயக தேசிய சக்திகளை உறுதிப்படுத்தியது. 1963 சுதந்திரத்திற்குப் பின் முதன் முறையாக, ஏகாதிபத்திய, நவ காலனியப் பண்பாட்டு ஆதரவாளர்கள் தம்மைப் பாதுகாத்துக் கொள்ள வேண்டியவர்கள் ஆயினர்.

VII

தேசிய, சனநாயக அடிப்படைகளைத் தனித்து வலியுறுத்த முடிந்த அளவிற்கு, நைரோபி இலக்கிய விவாதத்தினால் வர்க்க, தத்துவ அடிப்படைகளை வரையறுத்துப் பிரிப்பதில் வெற்றியடையவில்லை. அவை உள்ளீடாக இருந்த போதிலும், நடைமுறையில் அழுத்தம் பெறவில்லை.

வர்க்க, கோட்பாடு அடிப்படைகள் விமரிசன அணுகுமுறை மற்றும் விளக்கங்களில் மிகமுக்கிய பங்கு வகிக்கின்றன. விமரிசகர், ஆசிரியர், விரிவுரையாளர், விளக்குபவர், ஆய்வாளர் யாராக இருப்பினும் அவர் வர்க்க சமூகத்தின் உற்பத்தியே! ஒவ்வொரு குழந்தையும் பிறப்பு, குடும்பம், பெற்றோரின் தொழில் ஆகியவற்றைப் பொருத்து குறிப்பிட்ட வர்க்கத்திலேயே வளர்க்கப்படுகிறது. கல்வி மூலம் ஆதிக்க வர்க்கத்தின் பண்பாடு, மதிப்பீடு மற்றும் கண்ணோட்டத்தில் உருவாக்கப்படுகின்றனர். இவை அவர்களது குடும்பம், பிறப்புசார் வர்க்கத்தின் மதிப்பீடுகளிலிருந்து மாறுபடலாம். அவரவர் கால வர்க்கப் போராட்டத்தில் அவர்கள் ஏதேனும் ஒரு பக்கத்தைத் தேர்ந்தெடுக்கலாம். எனவே அவர்களது கோட்பாடு அல்லது அறிவு சார் கண்ணோட்டம் அல்லது வெளிப்படையான அல்லது உள்ளீடான வர்க்கப் பிரிவுதான், அவர்களது இலக்கியம், பண்பாடு, மற்றும் வரலாறு குறித்த பார்வையைத் தீர்மானிக்கும்.

தத்துவக் கோட்பாட்டு அடிப்படையை எடுத்துக் கொள்வோம். ஒருவருடைய பார்வை கருத்து முதல் நிலைப்பட்டதா? பொருள் முதல் நிலைப்பட்டதா? அவர்களது சிந்தனை முறை இயங்கியல் சார்ந்ததா? மெய்யியல் சார்ந்தா? மதிப்பீடுகள், கருத்துகள் மற்றும் ஆன்மீகம் பொருள் நிலை எதார்த்தத்தைவிட உயர்ந்தது எனக் கருதுகிறாரா? எதார்த்தம் எல்லாக் காலத்திலும் நிலைபெற்றது எனக் கருதுகிறாரா? காலந்தோறும் மாறுவதெனக் கருதுகிறாரா? சுற்றி நிகழும் நிகழ்வுகள்,

அணுகுமுறைகள், அமைப்பு மாற்றங்களை ஒன்றுடனொன்று தொடர்புடையதாகக் காண்கிறாரா? அல்லது அவை தனித்து இயங்குபவை எனக் கருதுகிறாரா? இலக்கியம், மதம் மற்றும் பிற பண்பாட்டு வெளிப்பாடுகளைப் போல, இயற்கை மற்றும் மனிதகுல உலகைப் பிரதிபலிப்பது. எனவே வாழ்வு குறித்த விமரிசகரின் பார்வை இந்தப் பிரதிபலிப்பு எதார்த்தத்தைப் புரிந்துகொள்வதில் பெரும்பங்கு வகிக்கும்.

வர்க்க அடையாளம் மற்றும் சார்புகள் விஷயத்தில் இது மேலும் உறுதியாகத் தொழிற்படும்.

நிசவாழ்வில் விடுதலைக்காகப் போராடும் மக்களை அய்யத்துடன் பார்க்கும் விமரிசகர், அவ்வகையில் போரிடும் பாத்திரங்களை - நாவலில் தான் என்றாலும் கூட - அய்யத்துடன் தான் பார்ப்பார். நிசவாழ்வில் வர்க்கங்கள், வர்க்கப் போராட்டம், ஏகாதிபத்திய எதிர்ப்பு, இனவாத எதிர்ப்பு, பிற்போக்கு மற்றும் புரட்சிகர வன்முறைக்கு இடையிலான வேறுபாடு போன்றவை குறித்த பேச்சுகளில் ஆர்வமற்ற ஒரு விமரிசகர், அத்தகைய கருப்பொருள் இடம்பெறும் கலைப் படைப்பை அணுகுவதில் அக்கறை காட்ட மாட்டார். விமரிசனம், படைப்பிலக்கியம் போலவே, கோட்பாடு போராட்டங்களை முன்னெடுக்கும் துறை ஆகும். ஒரு விமரிசகரின் உலகப் பார்வை, வர்க்கச் சார்பு மற்றும் மதிப்பீடுகள், அவர் சினுவா அச்சிபி, செம்பெனே அவுஸ்மனே, பிரெக்ட், பால்சாக், ஷேக்ஸ்பியர், லூசூன், கார்சியா மார்க்வெஸ், அலெக்ஸ் லா குமா போன்றோரைக் குறித்து வைக்கும் மதிப்பீடுகளில் வெளிப்படும்.

எனவே பொருத்தப்பாட்டிற்கான தேடல், பனுவல்கள் தெரிவைக் காட்டிலும் மேலானது. அவை குறித்த பார்வையும் முக்கியமாகிறது. இதற்கென எந்தச் சட்டத்திட்டமும் இயற்ற இயலாது. ஆனால், தெரிவுகள், அவை குறித்த உச்சரிப்புகள் மற்றும் மதிப்பீடுகளில் தொழிற்படும் வர்க்க, தத்துவ ஊகங்கள் பற்றிய கவனம் மிக மிக அவசியம். ஒன்றைத் தெரிவு செய்வதன் பொருத்தமும், அதன் தரம் குறித்த மதிப்பீடும் தேசிய, வர்க்க, தத்துவ அடிப்படையில் நிர்ணயிக்கப்பட வேண்டும். இந்த அடிப்படை அம்சங்கள்தான் கென்யப் பள்ளி மற்றும் பல்கலைக்கழகங்களில் நடைபெற்ற பொருத்தப்பாட்டிற்கான தேடல் குறித்த விவாதங்களில் இடம்பெற்ற முரண்பாடுகளுக்குக் காரணமாயின.

VIII

நைரோபி இலக்கிய விவாதமும் பொருத்தப்பாட்டிற்கான தேடலும் இன்றைய உலகின் மாபெரும் சமூகச் சிக்கல்களில் நாம் எந்தப் பக்கம் நிற்கிறோம் என்ற சவாலைக் கிளப்புவதாகும், ஏகாதிபத்திய யுகத்தில், நாம் யார் பக்கம்? அசமத்துவத்தின் அடிப்படையில் கட்டப்பட்ட

சமூகத்தில் நாம் எங்கு நிற்கப் போகிறோம்? நாம் நடுநிலைமை காத்து, நமது நூலகங்களிலும் புலம்சார் துறைகளிலும் கூட்டுப் புழுக்களாக ஒடுங்கிக்கொண்டு, நமக்குள்ளேயே நான் ஒரு அறுவைசிகிச்சை நிபுணர் மட்டுமே; நான் விஞ்ஞானி; நான் பொருளியல் அறிஞர்; நான் விமரிசகர், ஆசிரியர் அல்லது விரிவுரையாளர் என்று முணுமுணுத்துக் கொண்டு வாழ முடியுமா? பிரெக்ட் தொழிலாளர் மற்றும் விவசாயி மாணவர்களுக்குக் கற்பிக்கும் ஆசிரியர்களிடம் ஒரு கவிதை கூறுவார்.

மனித குல எதிரிகளைக் கருவறுக்க
உங்கள் அறிவை அர்ப்பணிக்காதவரை,
உங்கள் அறிவியல் பயனற்றது,
உங்கள் படிப்பு கவர்ச்சியாக இருந்தாலும், மலட்டுத்தனமானது;
என நீங்கள் அறிவீர்கள்![17]

டேனிஷ் தொழிலாளர் வர்க்க நடிகர்களிடம் அவர் கூறும் கவிதை இதோ:

அதில் தான், தொழிலாள நடிகர்களாம்
உங்கள் பங்கு உள்ளது.
நீங்கள் கற்று, கற்பிக்கையில்
உமது கால மக்கள் போராட்டங்களில்
உங்கள் பங்கு படைப்பெழுச்சி மிக்கது.
அதன் மூலம் –
உங்கள் கல்விச் சிரத்தை மற்றும் அறிவுப் பூரிப்பு மூலம்–
போராட்டங்களைப் பொது அனுபவங்களாகவும்
நியாய உணர்வை உணர்வெழுச்சியாகவும்
மாற்ற உதவுவீர்கள்![18]

கௌதமாலா கவிஞன் ஒட்டோ ரெனே காஸ்டிலோவின் கவிதையில் வருவது போல் நமது மக்கள் அரசியலற்ற அறிவு ஜீவிகள் நோக்கிக் கேள்வி கேட்கும் காலம் வரும். நமது நாடு 'இனிமையான நெருப்பு போல் சிறியதாக, தனித்து' எரிந்து போன போது, நீங்கள் எங்கிருந்தீர்கள் என்று அவர்கள் கேட்பார்கள்:

ஏழைகள் அவதியுறுகையில்,
அவர்களின் வாழ்வும் மென்மையும்
கருகிப் போகையில்
நீங்கள் என்ன செய்தீர்கள்?[19]
எனக் கேட்பார்கள்.

இலக்கியம், வரலாறு, பண்பாடு, கலைகள், மதங்கள் கற்பிக்கும் நாம் பிரெக்டிய அறிவு ஜீவி போல் தலை நிமிர்ந்து செருக்கோடு, நாங்கள்

போராட்டங்களைப் பொது அனுபவங்களாகவும் நியாய உணர்வை உணர்வெழுச்சியாகவும் மாற்றினோம் என்று சொல்லத்தக்கவர்களாக இருக்க வேண்டும்.

நைரோபி விவாதம் ஒரு தொடர்விவாதம். கிழக்கு, மேற்கு, தெற்கு, வடக்கு ஆப்பிரிக்காவில் தொடர்கிறது; கரீபியாவில் உள்ளது. ஆசியா, இலத்தீன் அமெரிக்காவில் தொடர்கிறது. இலக்கியத்தின் பொருத்தப்பாடு? கலைகளின் பொருத்தப்பாடு? பண்பாட்டின் பொருத்தப்பாடு? எந்த இலக்கியம்? கலை? பண்பாடு? மதிப்பீடுகள்? யாருக்கானவை? எதற்காக? கென்யாவில் கூட இந்த விவாதம் அந்நாட்டில் உள்ள பல்வேறு தேசிய மொழிகள் குறித்த வாதத்தில் உரிய முடிவை இன்னும் எட்டவில்லை. இவ்விவாதத்தை முன்னெடுக்கும் ஊடக மொழியாக ஆங்கிலமே தொடர்கிறது. 1968-69, 1974 மாநாடுகளில் எடுக்கப்பட்ட தற்காலத் தீர்வுகளிலும் அப்படியே! மொழி குறித்த கேள்வியைப் பொருளாதாரம், அரசியலுக்கு அப்பாற்பட்டு தீர்க்க முடியாது. நாம் விரும்பும் சமூகம் எது? என்பதற்கான கேள்விக்கான விடையோடு இரண்டறக் கலந்தது இத்தீர்வு.

மொழி, இலக்கியம், அரங்கம், கவிதை, புனைகதை, பிற அறிவியல் புலங்களில் புதிய திசைவழிகளை நோக்கிய தேடல், ஆப்பிரிக்க மக்கள் நவகாலனிய கட்டத்தில் நடத்திய ஏகாதிபத்திய எதிர்ப்புப் போராட்டங்களின் அம்சமானது. எனது உடல்நலம், இன்னொருவரின் தொழு நோயில் தங்கி இராத உலகம்; எனது சுத்தம் இன்னொரு செல்லரித்த உடலில் தங்கி இராத உலகம்; எனது மனிதாயம் பிறர் மனிதத்தைக் குலைப்பதில் இல்லாத உலகத்திற்கான போராட்டத்தோடு தொடர்புடையதாக ஆனது.

150 ஆண்டுகளுக்கு முன், அதாவது பெர்லின் மாநாட்டுக்கு 40 ஆண்டுகளுக்கு முன்பே ஜெர்மனிய ஞானி ஒருவன், தொழிலாளர் மற்றும் ஏழைகளிடமிருந்து எடுக்கப்படும் பணம் எப்படி மனித உறவுகளை ஆதிக்கம் செலுத்துகிறது எனக் கண்டான் :

உண்மையான பற்றினை, நம்பிக்கையற்றதாக ஆக்குகிறது; அன்பை வெறுப்பாக்கி, வெறுப்பை அன்பாக ஆக்குகிறது; உயர்பண்பைத் தீயதாகவும் தீயபண்பை உயரியதாகவும் ஆக்குகிறது; வேலைக்காரனை எசமானாக்குகிறது; முட்டாள்தனத்தைப் புத்திசாலித்தனமாக ஆக்குகிறது. புத்திசாலித்தனத்தை முட்டாள்தனமாக ஆக்குகிறது... வீரத்தை வாங்கக் கூடியவன் வீரனாவான், அவன் தன்னளவில் கோழையாக இருந்தாலும்கூட."[20]

அப்பெருமகன் புதிய உலகைக் கனவு கண்டான். திருடப்பட்ட சொத்தின் அடிப்படையில் அல்லாத, உறவின் பாற்பட்ட புத்துலகு

கண்டான். மனிதப் பண்புகள் அடிப்படையில் கட்டப்பட்டும் மேலும் மனிதாயத்தை நம்மிடமிருந்து கோரி நிற்கும் உலகைக் கண்டான்.

> மனிதனை மனிதனாகக் கண்டால், அவனுடனான உறவை மனித உறவாகவே கொள்ள முடியும். அப்போது அன்பிற்கு அன்பையும் நம்பிக்கைக்கு நம்பிக்கையையும் மட்டுமே பரிமாறிக் கொள்ளமுடியும். கலையை இரசிக்க வேண்டுமென்றால், இரசனையில் தேர்ந்திருக்க வேண்டும். பிறர் மீது தாக்கம் செலுத்த விரும்பினால், அதற்கான தன்மைகள் உம்மிடம் இருக்க வேண்டும். மனிதருடனும், இயற்கையுடனும் கொள்ளும் ஒவ்வொரு உறவும் தனிப்பட்ட வெளிப்பாடாக, உனது உறுதியைக் காட்டுவதாக, உனது தனிவாழ்வோடு ஒத்திருப்பதாக அமைய வேண்டும். அன்பைக் காட்டுகையில், அன்பு பதிலாகக் கிடைக்கவில்லை என்றால், நீங்கள் அன்பு செலுத்தும்போது பிரதி அன்பு கிடைக்கவில்லை என்றால், அன்பு காட்டும் மனிதராக உங்கள் வெளிப்பாடு இருந்தும், நீங்கள் அன்பு செலுத்தப்படுபவராக இல்லையென்றால் உங்கள் அன்பு வலுவற்றது. அது மிகவும் துரதிர்ஷ்டவசமானது.[21]

இதைக்கூறியது வாடிகனில் உள்ள ஜெர்மானிய போப் அல்ல. காரல் மார்க்ஸ், பிரிட்டிஷ் அருங்காட்சியக நூலகத்தில் கூறியது. அவர்தான் எல்லா அறிஞர்களுக்கும் தத்துவவாதிகளுக்கும் கற்றறிந்த சான்றோர்களுக்கும் தத்தம் துறை சார்ந்து உலகை விளக்கும் அனைவருக்கும் சவால் விட்டவர்.

"இன்று வரை தத்துவவாதிகள் உலகிற்குப் பலவாறு விளக்கம் மட்டுமே தந்திருக்கிறார்கள். ஆனால், முக்கியமானது அதனை மாற்றுவதே ஆகும்"[22] என்றார்.

எப்படி மாற்றுவது? இந்த உணர்வுதான் ஆப்பிரிக்காவில் உள்ள ஒடுக்கப்பட்டவர்கள் (*The Wretched of the Earth*) காணும் மாற்றம்; ஆசிய, லத்தின் அமெரிக்க நாடுகள் புதிய பொருளாதார, அரசியல் பண்பாட்டு அமைப்புக்காகப் போராடுபவர்களின் விழைவு இது. காலனிய, மற்றும் நுண்ணிதாகச் செயல்படும் நவ காலனிய அமைப்புகளின் ஏகாதிபத்தியத்திலிருந்து விடுபட விரும்புவோரின் உணர்வு இது. இன்று உலகில் மாற்றம் விரும்பும் அனைத்து சனநாயக, சோஷலிச சக்திகளின் கனவு இது. பிரெக்ட் இந்தச் சக்திகளை நோக்கித் தனது டேனிஷ் தொழிலாளர் வர்க்க நடிகர்களுக்கு நுண்ணிய கவனிப்புக் கலை பற்றிய உரை என்ற கவிதையில் கூறுவது போல-

> கடல் கடந்த நூறு மாடிகள் கொண்ட
> நகரங்களிலிருந்து, குறுக்கும் நெடுக்குமாகக்
> கம்பிகள் ஓடும் இந்நகரங்களிலிருந்து

தனித்து ஒதுங்கி உள்ள கிராமங்கள்வரை
எங்கும் இன்று இச்செய்தி பரவியுள்ளது;
மனித குல விதியை நிர்ணயிப்பது மனிதனே!
எனவே நாங்கள் உங்களிடம் –
நமது கால நடிகர்களிடம் கேட்பது இதுதான்:
நமது காலம் அனைத்தையும் மீறுவது.
இயற்கையை வெல்லும் தடையற்ற தேர்ச்சி மிக்கது.
இக்காலத்தில் –
உங்களை நீங்கள் மாற்றிக் கொண்டு
மனித குலம் உலகில் இருக்கும் நிலையை
அப்படியே காட்டுங்கள்:
மனிதனால் உருவாக்கப்பட்டு
மாற்றங்களுக்கு உரியதாகக் காட்டுங்கள்.[23]

இந்தச் செய்திதான் ஆப்பிரிக்க இலக்கிய மொழியின் அரசியல் குறித்த நூலின் மையம். தேசிய, சனநாயக, மனித குல விடுதலை இதன் மையம். எமது மொழியை மீள் கண்டுபிடிப்பு செய்து மீட்டுருவாக்கம் செய்வதற்கான அறை கூவல், ஆப்பிரிக்காவிலும் உலகெங்கிலும் உள்ள கோடிக்கணக்கான புரட்சிகர சொல்லாடல்களுடனான, புதுப்பிக்கப்பட்ட மீள் தொடர்புக்கான அறைகூவல் ஆகும். மனித இனத்தின் உண்மை மொழியை மீள் கண்டுபிடிப்பு செய்வதற்கான கூக்குரல் அது; போராட்ட மொழியை முன்னெடுப்பதற்கான குரல் அது. அதுதான் நமது வரலாற்றுக்கு அடிப்படையான பொதுமை மொழி. போராட்டமே வரலாற்றைப் படைக்கிறது. போராட்டமே நம்மை உருவாக்குகிறது. போராட்டத்தில் தான் நமது வரலாறு, மொழி, இருப்பு தங்கியுள்ளது. அது நாம் எங்கிருந்தாலும் தொடங்கும்; எது செய்தாலும் இருக்கும். அப்போது நாம் மாட்டின் கார்ட்டர் கண்ட கோடிக்கணக்கான மக்களுடன் சேர்வோம்: நாம் கனவுகாண உறங்குபவர் அல்ல; உலகை மாற்றக் கனவு காண்பவர்கள்.

குறிப்புகள்:

1. கூகி வா தியாங்கோ, *Home Coming*, லண்டன், 1969, ப. 145
2. மேற்படி, ப. 146
3. மேற்படி, ப. 146
4. மேற்படி, ப. 150
5. மேற்படி, ப. 148
6. இதைத் தொடர்ந்த விவாதங்களும், மாநாடுகளும் ஆய்வு செய்யப்பட்டுள்ளன. பார்க்க : *Anne Walmsley, Literature in Kenyan Education – Problems and Choices in Author as Producer Strategy, M.A.*, ஆய்வு நூல், சசெக்ஸ் பல்கலைக்கழகம்.

7. செயற்குழுப் பரிந்துரைகள், ப. 7
8. மேற்படி, ப. 8
9. மேற்படி, ப. 8
10. மேற்படி, ப. 59
11. மேற்படி, ப. 61–62
12. மேற்படி, ப. 70–71
13. மேற்படி, ப. 21
14. மேற்படி, ப. 7
15. மேற்படி, ப. 70
16. மேற்படி, ப. 19–20
17. பிரெக்ட், *Collected Poems, Methuen Edition, Pg. 450, To the students of Workers' and Peasants' Faculty' ll* 5–8.
18. *ibid, pg. 238. 'Speech to Danish Working Class Actors on the Arts of Observation', ll 160–166.*
19. முழுக்க விதையும் பார்க்க: *Robert Marquez (ed.) Latin American Revolutionary Poetry, New York and London, 1974.*
20. *Karl Marx, 1844, Economic and Political Manuscript.*
21. *ibid.*
22. *Karl Marx Theses on Feurabach No. XI*
23. *Brecht, Collected poems, Methuan Edition, P. 234, II, 35–43.*

பின்னுரையாகச் சில சொற்கள்...

எனது முனைவர் பட்ட ஆய்வு ஆங்கில இலக்கியத்தைக் கல்லூரி மட்டத்தில் கற்பித்தல் குறித்ததாக அமைந்தது. ஆங்கிலத்தில் கல்விப்புலம் சார் செயல்பாடுகளையும் தமிழில் அரங்கத்துறை சார் படைப்புகளிலும் ஈடுபட்ட என்னை கூகியின் கருத்துகள் கவர்ந்ததில் வியப்பேதும் இல்லை. கல்விப்புலச் செயல்பாடுகளைப் பிழைப்புக்கான பட்டம் வழங்கும் தொழிற்சாலைகளாகக் கடனெழவே! என்று கிளிப்பிள்ளைப் பாடம் நடத்தும் முறை என்றுமே மனதிற்கு ஒத்து வரவில்லை. எங்கோ ஒரு மூலையில், இன்னமும் கல்வி ஒரு சமூக மாற்ற உந்து சக்தியாக முடியும் என்ற நம்பிக்கை ஒளி வீசிக் கொண்டிருக்கிறது. எனவே இயன்றவரை அம்மியை அசைக்கும் இந்தப் பணி...

எனது ஆய்வுக்காலத்தில் அறிமுகமான இந்த நூல் எனது மையக் கருத்தாடல் ஆயிற்று. நவகாலனிய சமூகங்களில் இலக்கியக்கல்வி - குறிப்பாக ஆங்கில இலக்கியக்கல்வி - தொழிற்பட வேண்டிய விதம் குறித்த பல சிந்தனைகளைக் கிளறும் நூல் இது. பிறகு, 1997-98இல் நியூயார்க் பல்கலைக்கழகத்தில், அவரிடம் மாணவியாக ஆப்பிரிக்க அரங்கம் குறித்துக் கற்றது எனது வாழ்வின் மகத்தான அனுபவம். பேச்சுக்கும் வாழ்வுக்கும் இடைவெளியற்ற மனிதர்களுள் ஒருவர் அவர். அப்போது வாய்மொழியாக, இந்நூலை மொழிபெயர்ப்பேன் என்று கூறியிருந்தேன். எனது ஓவிய சிநேகிதி அலெசாண்டரா நிக்கல்ஸ் ஒரு நாள் என்னோடு வகுப்புக்கு வந்து, அவரை பென்சில் ஓவியமாகக் கீறினாள்.

மொழிபெயர்ப்புக்கென ஒரு அரசியல் உண்டு. எதை, யார், எதற்காக மொழிபெயர்க்கிறோம் என்பதன் பின்னால் ஒரு நிலப்பகுதியின், மக்களின், குறிப்பிட்ட காலத்தின் வரலாறு தங்கியுள்ளது.

'பிறநாட்டுச் செல்வங்களைத் தமிழில் சேர்க்கும் நல்லெண்ணம்' என்று மொழிபெயர்ப்பை அப்படியே ஏற்க முடியாது என நான் கருதுகிறேன். வெளியீட்டாளர்கள், சந்தை நிலவரத்திற்காகச் சிலவற்றை மொழிபெயர்க்க வைக்கலாம்; படைப்பாளிகள் இரசனை மேலிட்டுச் செய்யலாம்; வரலாற்று முக்கியத்துவம், செம்படைப்புத் தகுதி போன்றவை காரணமாகலாம். ஆனால், எப்படி மொழிபெயர்க்கப்பட்டாலும் அது பெயர்க்கப்படும் மொழி இயங்கும்

தளத்தில், சில கவனங்களை ஏற்படுத்த வேண்டும். அந்த வகையில் நவகாலனிய ஓர்மை நுண்ணிய முறையில் செயல்படும் நம் வாழ் தளத்தில், இந்த நூல் நம்மைத் துருவிப் பார்க்க வைக்கிறது. குறிப்பாகத் தமிழ்ச் சூழலில் மரபில் உள்ள இலக்கிய வளங்களைப் பார்க்க மனமற்றுத் தாம் செய்வதே சோதனை முயற்சிகள் என மார்தட்டிக் கொள்ளும் பின்னணியில், இந்நூல் முக்கியமானதாகப்படுகிறது.

மொழிபெயர்ப்புப் பணியில் உள்ள எல்லா தடுமாற்றங்களும் இதிலும் இடம் பெற்றுள்ளன. பெயர்கள் ஆங்கிலத்திலும் தரப்பட்டுள்ளன. உச்சரிப்புக்கும் ஆங்கில எழுத்துமுறைக்கும் உள்ள இடைவெளி சில சமயம் நெருடலாகத் தொனித்தது. கூடியவரை வாசகர்கள் அதனைப் புரிந்து கொள்ளும் வகையில் செய்யப்பட்டுள்ளது. ஆசிரியரது அடிக்குறிப்புகள் இதிலும் வழங்கப்பட்டுள்ளன.

எண்பதுகளில் ஆங்கிலத்தில் வந்த இந்நூல் தமிழுக்கு இருபதாண்டுக் காலத்துக்குப் பின் வருகிறது. இதில் அரங்கம் தொடர்பான கட்டுரை வல்லினத்தில் ஏற்கனவே வெளிவந்துள்ளது. பொருத்தப்பாட்டிற்கான தேடல் செ.கணேசலிங்கத்திற்கான நூல் தொகுதிக்கு வேண்டுமென நண்பர் தெ. மதுசூதனன் கேட்டபோது செய்யப்பட்டது. அவர்களுக்கு நன்றி.

தோழர்.மகரந்தன் அவர்கள், *Decolonising the Mind* நூலை வெளியிட விரும்பி, அதனை முழுமையாக மொழியாக்கம் செய்து தரும்படி வலியுறுத்தினார். இந்நூலை வல்லினம் வெளியீடாகக் கொண்டுவருவதில் ஆர்வங்காட்டிய தோழர் மகரந்தனுக்கும் அவரது துணைவியார் க. புனிதாவுக்கும் எந்நன்றி. - என்னுடைய பணிகளில் தொடர்ந்த உழைப்புக்கிடையே சோம்பித் தயங்கும் போதெல்லாம் உசுப்பிவிடும் வேலையை அரசு பெரும் கலையாகக் கற்றுள்ளதாகக் கருதுகிறேன். அரசுவின் தாங்க முடியாத நச்சரிப்புகள் இல்லா விட்டால் என்னால் இதை முடித்திருக்க முடியுமா என்பது சந்தேகம்தான். எப்போதும் போல், நாங்கள் இருவருமாக மெய்ப்புப் பார்க்க இயலாமல் தொலை தூரத்தில் இருந்துகொண்டு கடைசி பக்கங்களை முடிக்கிறேன்.

- அ. மங்கை

லாஸ் ஏஞ்சலஸ்

27.9.2004

(வல்லினம் வெளியீட்டிற்கென எழுதப்பட்டது)

பொருள் சுட்டி

அகராதிப்பொருள் 14
அகவாகா சுச்சுகியா 41
அகீகூயூ கிசாண்டி பாடகர் 18
அச்சு எந்திரம் 83
அச்சு ஊடகத் தொழில் நுட்ப வளர்ச்சி 78
அசமத்துவ ஒப்பந்தம் 55
வளர்ச்சி 101
அடிப்படைக் கட்டுமானம் 106
அடிப்படைத் தத்துவப்பார்வை 94
அடிமட்ட இனவாத இலக்கியம் 111
அடிமைத்துவம் 117
அடிமை மேய்ப்பு அதிகாரி 97
அடையாள நெருக்கடி 29
அடையாளப்படுத்தல் 70
அந்நியப் பண்பாட்டு மதிப்பீடு 120
அந்நியமாதல் 22, 23
அப்டன் சிங்க்ளேர் 118
அபிநய முறை 64
'அம்மா! எனக்காகப் பாடு' 35,70
அம்ஹறிக் 8,30
அமோஸ் டுடூவோலா 10
அய்மே செசைர் 117
அயிக் வைய் அர்மா 91
அரங்கமரபு 48
மொழி 105
மொழிக் கண்டெடுப்பு 69
வெளிப்பாட்டு மொழி 51
பேரணி 46
அரங்கம் குறித்த கருத்தாக்கம் 50
அரசாங்கத்தின் புனைவு 52
அரசியல் சர்வாதிகாரம் 21
அரசியலற்ற அறிவு ஜீவிகள் 126
அரசு சார் அறிவுஜீவிகள் 122, 123
செயல்பாட்டாளர் 123
அரபு உலக இலக்கியம் 117
நாகரிகம் 117
அராபிய மொழி 8, 37
அரிஸ்டாட்டில் 11, 109
அருங்காட்சியகப் பாணி 34
அலெக்ஸ் லா குமா 125
அவரவருக்கான தனி அறை 77
அழகியல் சிக்கல் 68
மதிப்பீடு 19
அழிவுக்கான தர்க்கம் 9
அழிவு நோக்கிய தர்க்கம் 12, 26, 32
அறிவியல், தொழில் நுட்ப வரலாறு 82
அறிவு ஆதார முறிவு 55
அறிவுலக அரசியல் 23
ஆக்ஸ்போர்ட் யூனிவர்சிட்டி 25, 115
ஆங்கில இலக்கியம் 109
இலக்கியமரபு 116
இலக்கிய வரலாறு 108
ஆங்கில கல்வி 101, 108, 109
மரபு 108, 109
மொழி 109
மொழி ஆய்வகம் 115
ஆசிய நாடுகளின் இலக்கியம் 118
ஆசிய மொழி 48
ஆசிரியத்துவம் 82
ஆண்டர்சன்.எச்.சி 11
ஆதிக்கப் பரப்பு 21
ஆதிக்குடியியல் மனநிலை 40
ஆப்பிரிக்க – அமெரிக்க இலக்கியம் 114
ஆப்பிரிக்க அமெரிக்க இலக்கியக்கல்வி 117
ஆப்பிரிக்க அரங்கக் கூறுகள் 56
அரங்கமொழி 70, 71, 72, 75
அலைவு உழல்வு இலக்கியம் 116
இலக்கிய அடையாளம் 29
இலக்கியம் 42, 106, 108, 116, 123
இலக்கிய மொழி 5, 37
இலக்கிய மொழியின்
அரசியல் 105, 106, 129
இலக்கிய வளர்ச்சி 118
எழுத்தாளர் 103
எழுத்தாளர் வரிசை 85
ஐரோப்பிய இலக்கியம் 35, 42
ஐரோப்பிய கவிதை 105
ஐரோப்பிய நாவல் 85, 86, 91

கவிதை 105
கவிதை மொழி 105
கிறித்துவம் 84
குட்டி முதலாளித்துவம் 32
தேசியம் 118
நகைச்சுவை நடிகர் 48
நாவல் 83, 84, 86, 103
நாவல் மரபு 86
நாவலின் மொழி 104
நாவலாசிரியர் 83
பண்பாட்டுக்கான மொழி 119
பண்பாடு 100, 108
பார்வை 113
புனைகதை 104
புனைகதை மொழி 75, 90
மையநீரோட்டம் 29
மையம் 121, 122
மொழி 87, 103
மொழி இலக்கியங்கள் 31, 42
வாய்மொழி மரபு 83
ஆப்பிரிக்க நவகாலனிய அமைப்பு 35
ஆப்பிரிக்காவில் ஷேக்ஸ்பியர் 109
ஆப்பிரிக்காவின் அரசியல் 117
பண்பாட்டு மரபு 107, 120
கற்றல் களன் 119
ஆயுதப் போராட்ட வரலாறு 64
ஆர்தர் மில்லர் 118
ஆர்னால்ட் கெட்டில் 109
ஆல்பர்ட் ஜன்ஸ்டைன் 11
ஆல்பர்ட் ஜெரார்ட் 31, 42
ஆலன் பேடன் 17, 84, 110
ஆலிவர் டிவிஸ்ட் 16
ஆன்மத் தேடல் 33
ஆஸ்திரேலியா 11, 80
இசை அரங்க வடிவம் 7
இசைக் கலைஞர்கள் 44
இசெகில் ம்கூபாலெலெ 9
இடகோ 98
இடியின் பாதை 7
இடுய்கா சடங்கு 46, 47
இடையர்கள் 105
இடையில் ஒரு ஆறு 7, 85, 91
இணை இயக்கம் 84
பயணங்கள் 94

வாழ்க்கை வரலாறு 93
இப்சன் 109, 118
இப்வானா 49
இபோ 37, 103
இயற்கையின் புறத்தன்மை 65
இரட்டை ஊடாட்டம் 19
இரண்டாம் பிறப்பு 56
இரண்டாம் வருகை 82
இரத்த இதழ்கள் 85, 86, 87
இருண்ட ஆப்பிரிக்கா 110
இருத்தலியல் சோகம் 29
இலக்கிய அதிகாரி 51
 அறிவுப்புலம் 42
 கல்வி 12, 16, 121
 கதைக்கூத்தாடி 11
இலக்கியத்தின் பொருத்தப்பாடு 127
இலக்கியத்தின் வகிபாகம் 116
இலக்கியத் துறைத்தலைவர் 43
இலக்கியப் பனுவல் 109
இலக்கியப் பாடத்திட்டம் 116, 120
இலக்கியப் பாதங்கள் 32
இலக்கியம் கற்பித்தல் 116
இலக்கியம் பயிற்றுவித்தல் 121
இலக்கியமேன்மை 118
இலக்கியவகை படைப்பாளி 29
இலண்டன் பல்கலைக்கழகம் 84, 108
இலத்தீன் அமெரிக்கா 27, 118
 மொழி 25, 30
இலியட் 83
இவான்வான் செர்டிமா 104
இளைஞர்கள் மையம் 43
இனக்குழு சமூகம் 13
இனவாத அடக்குமுறைக் கொள்கை 80
 எழுத்துக்கள் 23
 சொல்லாடல் 112
 படிமம் 24
இனவாதம் 23
இனவாதவெறி 27
இஜா மொழி 10, 11
உலக இலக்கியம் கற்பித்தல் 118
உகாண்டா 6, 40, 84, 108, 115
உகாண்டா தேசிய அரங்கம் 53
உணர்வறிதல் 19
உணர்வுசார் அனுபவம் 22

உயிர்ப்பு 46, 47
உலக இலக்கியம் 106, 123
உள்நாட்டு அறிவுஜீவி 112
உற்பத்தி முறைமை 21
ஊசலாட்ட மனநிலை 29
எசமானர்களின் மொழி 30
எசமானரும் மார்கரீட்டாவும் 97
எட்டகச்சூகியா 115
எடின்பர்க் 25
எதார்த்தம் 20, 94
எதார்த்த வாழ்களம் 91
எதிர்வுகளின் உள்ளீடு 65
எயடெமா 95
எரிக் வில்லியம்ஸ் 41
எல்ஸ்பத் ஹக்ஸ்லி 111
எலியட் டி.எஸ் 17, 54, 81, 108, 109
எழுத்தறிவின்மை 82, 101
எழுத்து ஒலிக்கூறு 18
    குறியீடுகள் 18
    கூறு 18
    மரபு இலக்கியவகை 112
    மொழி 22
எழுதப்பட்ட இலக்கியம் 20
எளிமைத்துவம் 111
எனக்கு வேண்டும் என்கிற போது
    மணம் செய்து கொள்வேன் 56
எனது தோல் அரண்மனை 92
ஏகாதிபத்திய ஆதிக்கம் 108
    எதிர்ப்பு எழுச்சி 27
    எதிர்ப்புச் சூழல் 107
    கழுகு 95
    காலனிய மரபு 51
    பண்பாட்டு மேலாதிக்கம் 112
    பண்பாடு 34
    மரபு 52
ஏங்கெல்ஸ் 41, 109, 110
ஏசு பிறப்பு நாடகங்கள் 48
ஐந்து திருடர்களும் ஆதாரமற்ற
    வதந்திகளும் 98
ஐரோப்பாவின் தலைமை 78
ஐரோப்பிய அடிமத்துவம் 79
ஐரோப்பிய அமெரிக்க இலக்கியம் 118
    அமெரிக்க ஏகாதிபத்தியம் 111
    அறிவுஜீவி 112

அனுபவம் சார்ந்த வரலாறு 110
ஆப்பிரிக்க இலக்கியம் 42
காலனியவாதி 111
பூர்ஷுவா பண்பாடு 110
பூர்ஷுவா வர்க்கம் 78
மையம் 122
மையவாதம் 112
ஒடிஸி 83
ஒட்டோ ரெனே காஸ்டிலோ 126
ஒடுக்கப்பட்டோர் அரங்கம் 72
ஒத்திசைவு 24
ஒபிவாலி 32, 33, 35, 87
ஒரு முகப்பட்ட படிமம் 97
ஒலி உச்சரிப்பை மாற்றுதல் 14
ஒலிக்குறிப்பான் 82
ஒலிப்படிமங்கள் 70
ஒவுவார் அனியும்பா 98, 113
ஒழுக்க மதிப்பீடு 84
ஃசோபாக்ளிஸ் 104, 110
ஃப்ரான்ஸ் ஃபனான் 77, 117
ஃப்ரான்ஸ் ஜோசெப் ஸ்ராஸ் 95
ஃப்ரீ டிராவலிங் தியேட்டர்குழு 51
ஃப்ளாபர்ட் 118
ஃபாக்னர் 91, 92, 118
ஃபாஸ்டஸ் 97
ஃப்ரான்சில் இம்புகா 50
க்ரூமா 111
கக்காரா வா வாங் 86, 89
கக மெகா 51
ககாரா வா வாஞ்செள 31
ககுமோ 49
கடுங்காவல்: ஒரு படைப்பாளியின்
    சிறைக்குறிப்பு 26, 45, 76
கத்தோலிக்க நிலவுடைமை மரபு 109
கதே 23, 97
கதை சொல்லல் பாணி 93
கதை சொல்லி 92
கதைப்பூச்சு கொண்ட எழுத்து 86
கம்பா 37
கமுச அகாதமி 25
கரிபிய இலக்கியம் 114, 117
கரீங்கா பள்ளி 15
கரீபியா 107
கருத்தியல் சாதனம் 119

அடையாள மீட்பு | 135

கருத்து முதல்நிலை 124
கருத்துருவாக்கம் 37
கருத்துருவாக்கமொழி 22
கருப்பின மக்களின் சமூகம் 118
கருப்பு அனுபவத்தின் உலகச்சூழல் 118
கருப்பு முனிவர் 53, 54
கரேன் பிளிக்சன் 111
கல்விச்சூழல் 83
கலப்பினமரபு 35
கலிலீயோ 11, 78
கலைகளின் பொருத்தப்பாடு 127
கலைத்துவம் 83
கவிதை மொழி 105
கவெஸ்டா அடகாலா 98
கழுதை வண்டி 44
கற்பனைசார் படைப்பிலக்கியம் 112
கனடா 66
காட்சி உருக்கள் 20
    குறி 18
    தோற்றம் 90
    படங்கள் 20
காப்டன் டபிள்யூ. இ. ஜான்ஸ் 17
காமன்வெல்த் 107
காமா பின்டோ மரபு 123
காமிரீத்து 36, 43, 52, 55, 66, 68, 69, 70
    அரங்கம் 74
    அனுபவம் 74, 86, 88, 98
    சமூகக்கல்வி பண்பாட்டு
    மையம் 71, 77, 76
    புரட்சிகரபீடம் 74
    மையம் 45, 71, 74, 75
கார்க்கி 23, 68, 92, 110, 118
கார்சியா மார்க்யூஸ் 115, 125
காரல் மார்க்ஸ் 17, 65, 128
காலக் குறிப்பான்கள் 90
காலத்தின் தொடர் களம் 91
கால-வெளி 92, 95
காலவெளி அமைப்பு 93, 94
காலனிய அரசு 47
    ஆட்சி 71
    கல்விமரபு 121
    கென்யா 16
    நிர்வாகம் 47
    வதைமுகாம் 56

அந்நியமாதல் 22, 36
அனுபவம் 72
ஆதிக்கம் 115
கல்வி 16
குடியேறிகள் 70
குழந்தை 23, 24
குறுகிய மனநிலை 118
கென்ய எதார்த்தம் 97
சின்னம் 40
சுரண்டல் 110
காலனியத்தின் பிரித்தாளும் சூழ்ச்சி 81
காலனியப்பட்ட சமூகம் 22
காலனியப் பள்ளி 14, 22
காலனிய மரபு 13
    மேட்டுக்குடிமை 16
    மொழி 22, 23, 24
காலி வெளி 47, 48, 52
காலெஞ்சின் 37
காவியச் செய்யுள்கூற்று 83
கானா 27, 40, 108, 111
கானா பல்கலைக்கழக கல்லூரி 84
காஹிகா டீண்டா 53, 55, 56, 72, 74
கிகீவா வாச்சிரா 102
கிகூயு 22, 30, 35, 36, 37, 55, 78, 102
    தொளிசார் மொழி 90
    மொழி 13, 15, 31, 76, 81, 89, 93
கிகூயு நாமூம்பி 89
கிங் ஜேம்ஸ் 83, 84
கிப்ளிங் 109, 112
கிம்-சி-ஹா 11, 98
கிம்புண்டு 30, 37
கிரஹாம் கிரீன் 17
கிரியோல் 30
கிரீன்லாந்து 8
கிழக்கு ஆப்பிரிக்க இலக்கிய அமைப்பு 115
    சமூகப்பிரதிநிதி 115
    தேர்வு ஆணையம் 115
    நிறுவனம் 85
    வெளியீட்டகம் 115
கிழக்கு ஆப்பிரிக்கா 113
கிறித்துவ ஒளி 84
    கல்வி நிறுவனம் 83
    வழிபாட்டுமுறை 64
கிஸ்வாஹிலி 7, 16, 30, 37, 49, 51, 87, 102

கீட்ஸ் 109
கீதிரோ 72
கீதிரோ இசைவடிவம் 64
கீமதி 55
கீமனி கேசௌ 45, 56
குட்டி முதலாளித்துவ அறிவு ஜீவிகள் 31
    சிந்தனை 52
    பண்புகள் 29
    வர்க்கம் 28
    வாதிகள் 26, 27, 30
குடியுரிமைச் சமூகம் 80
குடியேறிவர்களைக் கொண்ட
    நிர்வாகக்குழு 50
குடியேறின இனம் 51
குழந்தைமை நிலம் 24
குறுநாடகங்கள் 47
கூகீ வா மீரீ 35, 45, 53, 75
கூட்டு அரங்கம் 72
    எதிர்வினை 79
    சுயமறுதலிப்பு 96
    நினைவுகளின் வங்கி 19
கூற்றாளர் 91
கூற்றுக்குள் கூற்று 92
கூற்றுமுறையில் பல குரல்கள் 92
கூற்றுவகை புதுமை 118
கெரிஷோன் கூகீ 49
கென்ய அரங்கம் 51
    அரங்கமொழி 70
    அறிவுஜீவிகள் 122, 123
    ஆப்பிரிக்க நாடகம் 51
    எழுத்தாளர் 88
    குட்டி முதலாளித்துவ வட்டம் 50
    சமூக அமைப்பு 67
    சமூகம் 118
கென்யட்டா பல்கலைக்கழகம் 88
கென்ய தேசிய அரங்கம் 50, 51
    தேசிய அரங்கு 71
    நாடகம் 47
    நாடக ஆசிரியர் 49
    நிலம் 55
    பண்பாட்டு மையம் 58
    பள்ளிகளில் ஆப்பிரிக்க
        இலக்கியக்கல்வி 115
    மயமாக்கம் 50

    மையம் 121
    வாழ்பனுவங்கள் 92
    வரலாறு 93
கென்யா 15, 17, 27, 31, 40, 44, 45,
    46, 108, 111,113
கென்யாட்டா 46
கென்யா நிலமீட்பு மற்றும் விடுதலை
    ராணுவம் 123
கென்யாவின் தேசிய மொழி 31
கேசௌ 45, 56
கேப்ரியல் ஒகாரா 10, 11, 40
கேம்பிரிட்ஜ் 25
கொரில்லா குழு 66
கோகோல் 92, 118
கோபர்னிகஸ் 78
கோய்டலோல் 123
சடங்கு வழிப்பாட்டு முறை 52
சமகால இலக்கியம் 116
சமூகக்கல்வி பண்பாட்டு மையம் 43
சமூக வரலாற்று நெறிமுறை 63
சாலமன் அரசனின் அரங்கங்கள் 24
சிகாகோ 25
சிட்னி போய்டியர் 24
சிதறும் வாழ்வு 7
சியோரோ லியோன் 30, 108,
சிலுவையில் அறையப்பட்டச் சாத்தான்
    35, 76, 89, 93, 98, 99
சின்ஜ் 109, 119
சினுவா அச்சிபி 7, 9, 10, 11, 26, 37, 40,
    41, 42, 76, 85, 125
சீஃகு ஃபகுன்வா 7
சுன்னத்து விழா 56
செகாவ் 109
செங்கோரிய கருப்பு இரத்தம் 10
செடார் செங்கோர் 7, 9, 24, 25, 26,
    30, 34, 41
செத் அடகலா 49, 50
செம்பெனே அவுஸ்மனே 125
செய்தி அறிவிப்பாளர் 76
செய்தி மையங்கள் 101
செயல்பாட்டுக்கான அறைக்கூவல் 28
செயிக் ஹமிதௌ கானே 12, 40
சொமாலி 37
சொமாலியக் கவிஞர் 105

சொமாலியக் கவிதைகள் 105
சொற்குறியீடுகள் 58
சோயிங்கா 75, 85, 91
சோஷலிச அரசியல் 88
சைதனி மூதரான பைனி 35
டபான் பிரவுன் 16
டால்ஸ்டாய் 11, 23, 31, 83, 91, 110, 118
டாலமி 78
டானோவான் மௌ அரங்கம் 51
டிக்க ன்ஸ் 23, 83, 110, 115, 119
டீஃபோ 91
டுபாய். டபுல்யூ. பி. 117
டெடன் கிமதியின் வழக்கு 49, 53, 54, 74,123
டெபெலே 30
டேவிட் டியோப் 7, 33
டேவிட் மூல்வா 49
டோகோ 95
டோகோ காலனியம் 96
டைரஸ் காத்வே 49
தகவல் தொழில்நுட்பம் 101
தமதுனி 51
தமதுனி ப்ளேயர்ஸ் 49
தளைநீக்கத் தேடல் 106
தளைநீக்கம் 117
தற்காலிக வரலாற்றுத் தேவை 39
தன்னிலை 20
தனித்துவமான பண்பாடு 19
தனிமனித உறவு 79
தான்சானியா 17, 108, 115
தாமஸ் ஜெஃபர்சன் 23
தாஸ்தோவ்ஸ்கி 91, 92, 110, 118
திறன்சார் வளர்ச்சி 71
துர்கானா 37
தென்னாப்பிரிக்க நாவலாசிரியர் 83
தேசிய அரங்க மரபு 52, 71
   இனங்களின் இலக்கியங்கள் 103
   இனச்சிக்கல் 103
   ஒருமையின் சருக்கல் 77
   கருத்துகள் 51
   சடங்குகள் 65
   சுயநிர்ணயம் 111
   பூர்ஷ்வா வர்க்கம் 27
   மரபு 30
   மரபுகள் 98

மொழி 37
தேசிய எதிர்ப்பு இலக்கியம் 114
   இனங்களின் எதிர்ப்பு மரபு 123
   பண்பாடு 87
தேசியங்களின் வேர் 88
தேசிய மொழி 88
தேம்பி அழாதே பாப்பா 7, 91
தொடர்பாடல் 20, 22
   ஊடகங்கள் 17, 19, 36
   பண்பாட்டு உருவாக்கம் 19
   மொழி 18, 20, 21
தொழில்நுட்ப மடைமாற்றம் 82
தொழில்முறை படிப்பாளர் 100
தொழிற்கல்வி மையம் 74
நகர்ப்புற பூர்ஷ்வா பண்பாடு 27
நகர்வுகளின் ஒத்த தன்மை 19
நம்பிக்கை வறட்சி 29
நயோயிசம் 73
நல்லொழுக்க போதனை 47
நவஅடிமைத்தனம் 97
நவகாலனிய அரசாட்சி 123
   அரசு 77
   ஆட்சி 71, 73, 124
   இலக்கியம் 29
   ஏமாற்றம் 56
   நடைமுறை 97
   மொழியியல் கொள்கை 103
   வாழ்க்கை 95
   ஆட்சியாளர் 97
   காலகட்டம் 107
   சமூகத்தன்மை 28
   தரகு முதலாளித்துவம் 97
   நிலைப்பாடு 33
   சூழல் 14, 122
   நடைமுறைகள் 98
   நாவலாசிரியர் 95
நவகாலனியம் 94
நவீன ஆப்பிரிக்க இலக்கிய கல்வி 114
   ஐரோப்பிய நாவல் மரபு 93
   மேற்குலக உருவாக்கம் 108
நாடகீய விளக்கங்கள் 92
நாவல் வாசிப்பு மரபு 93
நாவலுக்கான கருப்பொருள் 87
நாளை இந்நேரம் 53, 57

நாஸ்ட்ரமோ 92
நிக்கோலாஸ் மோன்சராட் 11, 23
நிகழ்காலக் களம் 93
நிமலொக்வா நிசி வெ நா பென்ஸி 49
நியூசிலாந்து 11, 80, 115
நிலமீட்பு விடுதலைப் போராட்டம் 44
நிறவெறி வன்முறை 56
நீக்ரோவிய மாதிரி வடிவம் 27
நீவாயோயிசம் 104
நுகர்வு வட்டம் 82
நெரூடா 11
நேர்க்கோட்டுக்கதைச் சொல்லல் 91
   கூற்று அமைப்பு 91
   பாணி 93
நோர்மா விருது 31
நைரோபி 24, 48, 50, 74, 66, 93, 114
நைரோபி இலக்கிய விவாதம் 115, 122, 126
நைரோபிப் பல்கலைக்கழகம் 43, 51,
   68, 75, 76, 115

ப்ளைடன் 117
படிப்பு மொழி 15
படைப்பாக்க ஊடகம் 26
படைப்பாக்க உந்துதல் 121
படைப்பாளியின் ஒற்றைக்குரல் 91
படைப்பிலக்கியத்தில் மொழி 105
படைப்பு மனநிலை 20
பண்பாட்டின் பொருத்தப்பாடு 127
பண்பாட்டு அடித்தளம் 119
   அடையாளம் 117
   ஒருங்கிணைப்புத் திட்டம் 25
   கல்வி 114
   களம் 17
   குழல் உருவாக்கம் 119
   செயல்பாட்டு திட்டம் 45
   மறுமலர்ச்சி 87
   மையம் 57
   மொழி 15, 22
   வரலாறு 20
   விடுதலை அமைப்பு 39
பயன்பாட்டு மொழி 15
பல்லினப் பண்பாட்டு மையம் 48
பலகுரல் கூற்று 93
பள்ளி இலக்கியப் பாடத்திட்டம் 121
பள்ளி இலக்கியக்கல்வி 122

பன்னாட்டு காலனியக் கம்பெனி 44
பனுவல்கள் தெரிவு 125
பனுவல் வரைவு 69
பனுவல் வாசிப்பு 69
பனுவலுக்கான ஆய்வு 69
பாப் டிக்சன் 23
பார்வைகளின் பரிமாணங்கள் 106
பால்சாக் 11, 23, 83, 91, 92, 110, 115, 118, 125
பால்ரோப்சன் 118
பிட்ஜின் 30
தி பிராகோ டியோப் 9
பிரெக்ட் 11, 23, 110, 115, 119, 125, 126
பிரெக்டிய அறிவுஜீவி 127
பிரெஞ்சு 8, 6, 29, 105
   அகாதமி 25, 34
   மொழி 9, 24, 26,34
பிளேட்டோ 11
பிற்போக்கு அலை 29
பீட்டர் ஆப்ரஹாம்ஸ் 7
பீட்டர் ப்ரூக் 47, 75
புதிய இலக்கியகல்வி 114
புரட்சிகர அரங்கம் 49, 54
புரட்சிகரச் சொல்லாடல் 129
புராணமரபு 68
புல்கஷோ 97
புனைகதை உலகம் 87
புனைகதைக்கான மொழி வடிவம் 90
   மரபு 89
   மொழி 105
புஷ்கின் 38
ஒடுக்கப்பட்டவர்கள் 77, 128
பூர்ஷ்வா நாகரிகம் 27
பெர்லின் மாநாடு 95, 127
பெர்னார்ட் ஷா 43
பெலிக்கன் வழிகாட்டி 34
பேச்சுத்தொனி 94
பேச்சுமொழி 18, 19
பேனா பீரங்கி 45, 70
பைபிள் 6, 34, 47, 80, 81, 82, 83, 84,
   86, 94, 104, 110
பொதுமை மொழி 129
பொருத்தப்பாட்டிற்கான தேடல் 106, 125
பொருத்தப்பாடு 105
பொருள்சார் அடிப்படை 95

முதல் நிலை 124, 125
வடிவ எழுத்து 18
போட்டி ஏகாதிபத்தியம் 81
போர்த்துக்கீசிய மொழி 6, 8, 9, 29
போராட்ட மொழி 129
போராட்ட வரலாற்று அனுபவம் 121
போவால் 72
மடாலய வரையறை 85
மண்சார் குறியீடுகள் 64
மந்திரம் 84
மந்திர சக்தி 14, 45
மந்திரவாதிக் கதைகள் 98
மரபுசார்ந்த நல்லொழுக்க போதம் 86
மரபுசார் பெருமை 30
   மதிப்பீடு 114
   பகிர்வு 19
மறுகாலனியம் 97
மறைமுக ஆட்சி 25
மனநிலை உருவாக்கம் 119
மனப்பிரபஞ்சம் 21
மனித இனத்தின் உண்மை மொழி 129
   உருக்கொண்ட பாறை 98
   உறவுகள் 18
   குல இழிவு 18
மனிதாய சிக்கல்கள் 27
மனிதாய மரபு 23
மஸ்ளு 39, 40
மாங்கு பள்ளி 15, 49
மாட்டின் கார்ட்டர் 129
மாத்யூ அர்னால்ட் 109
மாபெரும் நைரோபி இலக்கிய விவாதம் 107
மார்க்கன் சிங் 123
மார்க்ஸ் 11, 117
மார்குஸ் க்ளவென் 104
மார்லோ 97
மாற்று முயற்சிகள் 49
   வரைவு 10
   ஷேக்ஸ்பியர் 49
மில்டன் 38, 108, 109
மிஜிகென்டா 37
மீசெரெ மூகோ 24, 49
மீட்டுருவாக்கம் 129
மீள் இணைப்பு 86
மீள் கண்டுபிடிப்பு 129

முதலாளியத்தின் உச்சக்கட்டம் 77
மும்பி வா மைனா 49
முற்போக்கு அரசாங்கம் 103
   ஐரோப்பியர்கள் 110
   மனிதாய செயல்பாடு 92
முறைசார் கல்விமுறை 22
முறைசார் கல்வி மொழி 15
மூகுமோ 7
மூத்தோர் மொழி 27
மூளை உழைப்பு 67
மூளைசார் செயல்பாடு 22
மூன்றாம் உலக நாட்டு இலக்கியம் 114
மூன்றாம் உலகப்போராட்டம் 92
மெகரெரே பல்கலைக்கழக கல்லூரி 6, 12, 16
   பல்கலைக்கழகம் 7, 87
   மாணவர்கள் நாடகமன்றம் 53
   மாநாடு 26, 29
மேலைய இலக்கியப்பணி 33
மேலைய நகர்சார் பூர்ஷ்வாக்கம் 26
மேற்கு ஆப்பிரிக்கா 95
   கென்யா 98
   ஜெர்மன் 95, 96
மேற்குலகின் உருவாக்கம் 108
மேன்மக்கள் நிறுவனம் 16
மைக்கேல் 40
மைதா ஜுகீரா 35, 70, 72, 74
மையநீரோட்டம் 104
மைஷா நீ நினீ 49
மொழிசார் ஒத்திசைவு 14
மொழிப் பயன்பாடு 19, 20
   பெயர்ப்புக்கலை 103
   தேர்வு 28
மொழியியல் தொல்பொருள் ஆய்வாளர் 30
மொழியின் மதிப்பீடு 36
மௌ மௌ 44, 48, 55, 66
மௌ மௌ போராட்டம் 32, 47
மௌனம் 29
யேட்ஸ் 119
யொளுபா 7, 8, 30, 37, 103
ராபர்ட் ப்ரூர்க் 111
ரிச்சர்ட்சன் 84
ரிச்சர்ட் ரைட் 115
ரெனே டெபெஸ்ட்ரே 118

ரேமண்ட் வில்லியம்ஸ் 109
ரைடர் ஹாகர்ட் 16, 17, 23, 24, 111
லாங்மென் பதிப்பகம் 85
லாங்ஸ்டன் ஹியூஸ் 117
லிங்காலா 30, 37
லிமூரு 43
லிமூரு விவசாய சமூகம் 15
லியோங்கோ 83
லியோன் டமாஸ் 118
லீட்ஸ் பல்கலைக்கழகம் 87
லீவிஸ். எஃப். ஆர் 108, 109
லுவோ 30, 37
லுஹ்யா 30, 37
லூகூன் 11, 25
லெனின். வி. ஐ. 11, 77
வசம்போ வெரேயின் 51
வட்டார மொழி 88
வணிக ஏகபோகம் 78
வணிக ரீதியான வெளியீடு 78
வயது வந்தோர் கல்வி 52
வயது வந்தோர் கல்வித்திட்டம் 45
வர்த்தக வெளியீட்டு நிறுவனம் 85
வர்ஜீனியா வுல்ஃப் 77
வரலாற்று அவமானம் 96
    இருப்பு 18
    கண்ணி 108, 112
    தொடர் கண்ணி 104
    பூர்வமான எதார்த்தம் 29
வரைமுறையற்ற பயன்பாடு 80
வாசகர் வட்டம் 93
வாய்மொழி இலக்கியங்கள் 98
    இலக்கியப் பரிச்சயம் 114
    இலக்கியம் 20, 116
    கதைகள் 83
    கதைச் சொல்லல் கூறு 94
    குறியீடுகள் 18
    கூறு 114
    பாணி 94
    மரபு 16, 31, 86, 94, 97, 98, 101, 104, 105, 112, 113, 114, 121
வார்த்தை விளையாட்டுகள் 14
வாழ்க்கை லயம் 47
வாழ்க்கை வரலாற்று அணுகுமுறை 91
வரலாற்றுப் பாணி 92

வாழ்வனுபவ மொழி 18, 19
வாழ்வியல் எதார்த்தம் 22
வாழ்வியல் முறை 19
வாழ்வியல் வட்டம் 46
விடுதலை சொல் 7
விடுதலைப்படை 55
விமரிசன பூர்வமான ஈடுபாடு 118
விமரிசனம் மற்றும் சோஷலிச எதார்த்தம் 85
வியட்நாம் யுத்தம் 110
வில்லியம் ஹெயினமென் 85
விவசாயப் பண்பாடு 27
விவர அட்டவணை 31
விஹிகா கலாச்சார விழா 13
வீடு திரும்பல் 54, 87
வெகுசன அரசியல் இயக்கம் 32
வெள்ளை ஆதிக்கம் 9
வெளியீட்டு நிறுவனம் 83
வெஸ்ட் எண்ட் 48
வேர்ட்ஸ் வோர்த் 109
வேலைப் பிரிவினை 18
வைக்வா வசீரா 49
ஜார்ஜ் எலியட் 91
ஜார்ஜ் பாட்மேர் 117
ஜான் லாமிங் 92, 115
ஜான் புச்சன் 17
ஜான் ரூகாண்டா 49
ஜிம் ஹாக்கின்ஸ் 16
ஜேம்ஸ் ஜாய்ஸ் 91, 84, 108
ஜேம்ஸ் ஸ்வேர்ட் 107
ஜேன் ஆஸ்டின் 109, 110, 115
ஜேன் ஹெயின்ஸ் ஜெஜான் 29
ஜோகி வா ஜீகீரா 72
ஜோசப் கான்ராட் 84, 91
ஜோடி கிராஃப் 49
ஷபான் ராபர்ட் 7, 8
ஷெல்லி 109
ஷேக்ஸ்பியர் 23, 38, 48, 108, 109, 115, 119, 125
ஷேஹாலகோவ் 11, 23, 92
ஷேஹானா மொழி 30, 74
ஸ்காட் 17
ஸ்டிரிண்ட்பெர்க் 109
ஸ்டீவன்சன் 16
ஸ்பென்சர் 38, 108

ஸ்வாஹிலி 8, 17, 83, 105, 119
    இலக்கியம் 119
    மொழி 17
சூலூ 8, 37
சோலா 91, 118
ஹசன் 105
ஹாப்ரு மொழி 110
ஹாஉயும் 23
ஹெகயா ஸா அபுனுவாசி 87
ஹெகல் 24
ஹெமிங்வே 119
ஹெயினமென் 85
ஹென்றி குரியா 49
ஹௌஸா 30, 37
ஹோமர் 83
Abdullatif Abdalla 31
Agostino Neto 35
A man of the People 77
Ambiguous Adventure 12
A Grain of Wheat 86
Arrow of God 10, 77
As you like it 48
Ayi kwei Armah 35
Chinua Achebe 35
Contes 'd' Amadou Koumba 9
Cry, the beloved country 84, 110
Ebrahim Hussein 31
Euphrase Kezilahabi 31
Fagunwa. D. O. 31
Four Quarters 89
Gakaara wa Wanjau 86
Germacaw Takla Hawarayat 31
Gikuuu Na Mumbi 89
Girls at war 76, 77
Hekaya za Abunwasi 87
Henry IV part 1 48
Henry Walda sellassie 31
Home Coming 87
Horn 85
I Will Marry when I Want 35, 77, 93, 101
In the castle of my skin 92
Jordon. A.C. 31
King Lear 48
Latin Amercian 130

Matigari Ma Njirungi 35
Mazisi Kunene 31
Mboya. p. 31
Mid Summer Night's Dream 48
Nyabduju wa mau a Itheamirioini 31
My life in the Bush of Ghosts 10
Ngurrkuhi 22
No longer at Ease 77
Of age and innocence 92
O kot P' Bitek 31
Out of Africa 111
Pen point 85
Petals of Blood 85
Pilgrim's Progress 83
Revolutionary poetry 130
Season of Adventure 92
Sedar Senghor 35
Sembene Ousmane 35
Shabaan Robert 31
The Black Hermit 53
The Empty space 75
The Fig Tree 85
The Lion and the Jewel 75
The Palm 10
The philosophy of History 41
The teaching of African Literature in Schools 41
The River Between 85
The Voice 10
The Wretched of the Earth 77, 128
The Trial of Dedan Kimathi 49
Things fall Apart 10, 76, 91
Too late the Phalarope 84
Union news 87
Vilakazi. B. H. 31
Weep not child 85
Wine Drinkard 10
Wole Soyinka 35